శకున శాస్త్ర సర్వస్వము

శకునాలు - వాటి ఫలితాలు

కోటిపల్లి సుబ్బారావు

INDIA • SINGAPORE • MALAYSIA

Copyright © Kotipalli Subbarao 2024
All Rights Reserved.

ISBN
Paperback 979-8-89446-697-2
Hardcase 979-8-89556-015-0

This book has been published with all efforts taken to make the material error-free after the consent of the author. However, the author and the publisher do not assume and hereby disclaim any liability to any party for any loss, damage, or disruption caused by errors or omissions, whether such errors or omissions result from negligence, accident, or any other cause.

While every effort has been made to avoid any mistake or omission, this publication is being sold on the condition and understanding that neither the author nor the publishers or printers would be liable in any manner to any person by reason of any mistake or omission in this publication or for any action taken or omitted to be taken or advice rendered or accepted on the basis of this work. For any defect in printing or binding the publishers will be liable only to replace the defective copy by another copy of this work then available.

అంకితం

కీ॥శే॥ శ్రీ పూడిపెద్ది సూర్యనారాయణ గారు

జననం : 1-2-1946

నిర్యాణం : 13-12-20212

కీ॥శే॥ శ్రీమతి పూడిపెద్ది శకుంతల గారు

జననం : 20-6-1946

నిర్యాణం : 15-7-2015

మా ఆత్మీయ మిత్రులు, గురుతుల్యులు, కీ.శే. శ్రీ సూర్యనారాయణ గారు, రిజర్వు బ్యాంకు ఆఫ్ ఇండియా, జాతీయ వ్యవసాయ గ్రామీణాభివృద్ధి బ్యాంకు (నాబార్డు) మరియు వారి ధర్మపత్ని కీ.శే. శకుంతల గారు స్టేట్ బ్యాంకు ఆఫ్ ఇండియాలో వివిధ హోదాలలో ఉద్యోగ బాధ్యతలు నిర్వహించి పదవీ విరమణ పొందారు.

శ్రీ సూర్యనారాయణగారు ఎదుటి వారి ఎదుగుదలే పరమావధిగా అహర్నిశలూ శ్రమించిన నాయకుడు. నిస్వార్థ హృదయులు. రిజర్వు బ్యాంకు మరియు నాబార్డుల యందు ఒక కార్మిక నాయకుడుగా అటు యాజమాన్యం, ఇటు సహోద్యోగులను తన వాక్చాతుర్యంతో, నేర్పుతో, విజ్ఞానం, దక్షతలతో మెప్పించి అందరికీ న్యాయం చేకూర్చిన వ్యక్తి. తన సహోద్యోగుల క్షేమొన్నతుల కోసం బ్యాంకులో తన భవిష్యత్తునే పణంగా పెట్టిన నాయకుడు.

తను పనిచేసే నాబార్డు బ్యాంకు నెప్పుడూ దేవాలయంలా భావించి, ఆ సంస్థ మెట్లను తాకి నమస్కరించనిదే లోనికి వెళ్ళేవారు కాదు. తన దగ్గర పనిచేస్తున్న సహోద్యోగులను కంటికి రెప్పలా చూసుకొన్న అతిమంచి అధికారి. అటువంటి అధికారి దగ్గర నేను కొంతకాలం పనిచేయడం నా అదృష్టంగా భావిస్తున్నాను. గురుపత్ని శ్రీమతి శకుంతల గారు గొప్ప మేధావి, సహృదయులు, పరోపకారి. తన ఆరోగ్యం సహకరించకపోయినా, ఇతరులకు సహాయపడి ఆతిథ్యం ఇవ్వడంలో దైవత్వాన్ని చూసుకొనే వ్యక్తి.

అటువంటి ఉత్తమోత్తమ దంపతులకు ఈ పుస్తకం అంకితం ఇవ్వడం నా భాగ్యంగా భావిస్తున్నాను.

– కోటిపల్లి సుబ్బారావు

రచయిత

జ్యోతిషంలో చాలా గ్రంథాలున్నాయి. శకునాలపై సమగ్రంగా విషయమంతా ఒకే చోట లేదనిపించింది. వశిష్ఠ సంహిత, ధర్మసింధువు మొదలగు గ్రంథాల యందు వివిధ శకునాలు వాటి ఫలితాల ప్రస్తావన అక్కడక్కడా ఉంది. శకునాలపై ప్రస్తావన రామాయణ, మహాభారతాది గ్రంథాలు, వివిధ జ్యోతిషశాస్త్ర గ్రంథాలయందు, కాలామృతం, ముహూర్త చింతామణి, ముహూర్త దర్పణం, ముహూర్త సింధు మొదలగు గ్రంథాలయందు అక్కడక్కడా కనిపిస్తుంది. వసంత రాజ శకునంలోని ప్రాచీన శకున శాస్త్ర సంపదను, శాకునికుని ద్వారా మంచి శకునములను పొందే పద్ధతులు మొదలగు వివరాలను ఈ గ్రంథమందు పొందుపరచడం జరిగినది. మోహన్ పబ్లికేషన్స్, devullu.com రాజమహేంద్రవరంవారు అడినదే తడవుగా తమ "వసంత రాజశకునమ్" గ్రంథాన్ని పంపించి దాని యందలి విషయాలను ఈ పుస్తక రచనలో ఉపయోగించుకొనుటకు దయతో అంగీకరించి, ప్రోత్సహించినందుకు చాల ధన్యవాదములు. అలాగే ఆ గ్రంథ రచయిత డా॥ ఎమ్.ఆర్.వి. శర్మ గారికి కూడ నా ధన్యవాదములు. కాని సమగ్రంగా ఒకేచోట శకునాలపై మొత్తం విషయం లేదు. శకున శాస్త్రమనబడే శిఖినరసింహ శతకములోని పద్యాలు కూడ చాలా వరకు శకునాలపైనే విషయాలను విశదీకరించాయి. అలాగని ప్రయాణ శకునాలు, ప్రశ్న శాస్త్రంలో శకునాలు మొదలగు వాటిని సమగ్రంగా విశదీకరించలేదు. అందుచేత శకున శాస్త్రాన్నంతటిని ఒకచోట తీసుకు రావాలనే ఉద్దేశ్యంతో శకున శాస్త్ర సర్వస్వాన్ని తీసుకొని వచ్చాను. ఇది ప్రజలకు మిక్కిలి సౌకర్యవంతంగా ఉంటుందని విశ్వసిస్తున్నాను.

— కోటిపల్లి సుబ్బారావు

రచయిత

సాహిత్య విద్యా ప్రవీణ – భాషా ప్రవీణ
సోమంచి సత్యనారాయణమూర్తి
రిటైర్డ్ ప్రిన్సిపాల్ మరియు జ్యోతిష శాస్త్ర పండితులు
ఎమ్.ఏ. (సంస్కృతం), ఎమ్.ఏ. (తెలుగు)

శ్రీ క్షీరారామలింగేశ్వరస్వామి
ఓరియంటల్ కాలేజి
పాలకొల్లు, ప.గో. జిల్లా, ఆంధ్రప్రదేశ్
31 అక్టోబర్ 2023

బహుముఖ ప్రజ్ఞాశాలి, బహుభాషా పండితులు, మిత్రులు, శ్రీ కోటిపల్లి సుబ్బారావు గారు తాను నేర్చిన మరియు మధుకర వృత్తిగా తాము సంగ్రహించిన శాస్త్రీయ విజ్ఞాన సంపదను తెలుగుభాషలో సమాజమునకు అందించాలనే తపనతో ధారావాహికంగా వ్రాయుచున్న గ్రంథపరంపరలో ముచ్చటగా మూడవ భాగంగా వెలువడిన గ్రంథమే. ఈ "శకునశాస్త్ర సర్వస్వము".

గ్రహగతుల ప్రభావముచే భౌగోళికంగా గాని, జీవరాశి పైగాని కలుగు శుభాశుభ పరిణామములను, ఫలితములను తెలుపు బృహజ్జాతకము, బృహత్సంహిత, వసిష్ఠ సంహిత నారద సంహిత మున్నగునవి ఎన్నియో గ్రంథములు కలవు.

అదేవిధంగా శాస్త్రాధ్యయనముచేగాని, లోక వ్యవహారమునకుగల జనశ్రుతుల పరంపరచేగాని శుభాశుభ ఫలితములను 'శకునము'ల ద్వారా తెలిసికొనుట సంప్రదాయ సిద్ధముగా నడముచున్నది. ఈ 'శకునము'లకే నిమిత్తములని మరియొక పేరు. రామాయణ భారతాది గ్రంథములందు, మహాకావ్యములందు, వైద్య గ్రంథములందు కూడ ఈ శకునముల ప్రస్తావనలు మరియు వాని ఫలితములు చెప్పబడినది.

'శక్నోతి శుభాశుభం' అనేన ఇతిశకునం అను నిర్వచనమునుబట్టి శకునము శుభాశుభములు తెలుపునని తెలియుచున్నది. అట్లే బృహత్సంహితములయందు

"అన్యజన్మాంతరకృతం కర్మ పుంసాంశుభాశుభం'
యత్తస్య శకునః పాకం నివేదయతి గచ్ఛతాం ।"

అని శకునము జన్మాంతరకృతకర్మఫలమును సూచించునని చెప్పబడినది - కాలామృతము పంచమబిందువు నందు సుమారు 25 శ్లోకములలో సుశకునములు, దుశ్శకునములు వివరింపబడినవి. అదేవిధంగా 'వసంతరాజు' అను వానిచే రచింపబడిన "వసంత రాజశకునం" అనే గ్రంథమునందు కూడ అనేక విధములగు శకునములు – శాంతులు వివరింపబడినవి. అవన్నింటిని సుబ్బారావు గారు తన గ్రంథములలో పొందుపరిచారు.

శ్రీ సుబ్బారావు గారు అనేక గ్రంథములను పరిశీలించి సచిత్రముగా రూపొందించిన గ్రంథము ఈ గ్రంథము. ఈ శకున శాస్త్ర సర్వస్వము ఆంధ్రులకు శకున విజ్ఞానమును గూర్చి సమగ్రమైన అవగాహన కలిగించగలదు. శ్రీ సుబ్బారావు గారికి మరింత ఇతోధికధీశక్తిని, ఆయురారోగ్య భోగభాగ్యములు ప్రసాదించాలని భగవంతుని ప్రార్థిస్తూ ఆశిస్సులతో...

– సోమంచి సత్యనారాయణమూర్తి
పాలకొల్లు

విషయ సూచిక

శకున శాస్త్ర సర్వస్వము

1. శకునం నిర్వచనము :

జ్యోతిష్శాస్త్రం పంచస్కంధాత్మకం. సిద్ధాంతం, సంహిత, హోర, ప్రశ్న, శకునాలనే ఐదు స్కంధాలు ఐదు ప్రత్యేక విభాగాలుగా జ్యోతిష్శాస్త్రంలో అధ్యయనం చేయబడుతున్నాయి. సిద్ధాంతం అంతా గణితానికి సంబంధించినది. హోరాశాస్త్రం జాతకాదుల విషయాలను తెలియజేస్తుంది. ప్రశ్నశాస్త్రం అడిగిన ప్రశ్నకు వివిధ మార్గాలు, పద్ధతులు, పరిశీలనల ద్వారా సమాధానం తెలుపుతుంది. సంహితలు అంటే కూర్చుబడినవి అని అర్థం. అంటే వేరు వేరు వైజ్ఞానిక విషయాల సమాహారంగా ఈ విభాగం మనకు గోచరిస్తుంది. సంహితా విభాగం భూశోధన, దిక్సాధన, శల్యోద్ధారం, మేలాపకం, గృహారంభం, గృహప్రవేశం, జలాశయ నిర్మాణం, ముహూర్త విజ్ఞానం, గ్రహాల ఉదయాస్తమయ ఫలితాలు, గ్రహచారం మొదలగు అనేక విషయాలతో ఒక విజ్ఞాన సర్వస్వంగా కనిపిస్తుంది.

శుభాశుభ సూచకమైన నిమిత్తానికి శకునం అని పేరు. పూర్వకాలం నుండి ప్రకృతిలో సంభవించే మార్పులు, పశుపక్ష్యాదులు ప్రవర్తించే తీరు, శరీరంలో కలిగే మార్పులు, సంకేతాలు మొదలగు వాటిని గుర్తించి వాటి ద్వారా కలుగబోయే ఫలితాలను ఊహించడమనేది ఉంది. వాటిని వివరించే నిమిత్త నిదానం వంటి ప్రాచీన గ్రంథాలు కూడా ఉండేవి. శంకరాచార్యులవారు "స్మృతో శాస్త్రే వైద్యే శకున కవితాగాన ఫణితా" అని స్మృతి, శాస్త్రం, వైద్యం, కవిత, గాన ఫణితులతోపాటుగా శకునాన్ని కూడా పేర్కొన్నారు. భారతీయ వాఙ్మయంలో చాలా గ్రంథాల యందు శకునాల విషయాలు అక్కడక్కడ కనిపిస్తాయి. వాటన్నింటిని వెలికి తీసి క్రోడీకరిస్తే శకున శాస్త్ర స్వరూపము, శకున ఫలితాలు బాగా బోధపడతాయి.

శకునాన్ని సూచించేవి ప్రకృతికి, శరీరానికి చెందినవి. మానవ శరీరం, మన చుట్టూ ఉండే జీవులు, వస్తువులు, అంతరిక్షంలో కనబడేవి, కనబడని జీవులు, వస్తువులు ఒక దాని ప్రభావం మరొక దానిపై ఉంటుంది. కాని దానిని గుర్తించడానికి సునిశితమయిన మనస్సు ఉంటేనే సాధ్యం. శకునాన్ని గుర్తించేది మనస్సు. మనస్సు సాత్వికమైన గుణంతో కూడినపుడు సత్యాన్ని గుర్తించగలుగుతుంది. దానికి ఈ శకునాలు కూడా సాధనాలే. కనుక శకునం ఎదురైనపుడు, అది శుభ సూచకమా, అశుభ సూచకమా అనే విషయాన్ని జాగ్రత్తగా ఆలోచించి శకున విషయం చుట్టూ ఉన్న విషయాల్ని పరిశీలించి, ఆ విషయాన్ని గ్రహించాలి. అంతేకాని తొందరపడి నిర్ణయానికి వచ్చేయకూడదు.

శకునం సూచన ప్రాయమే కాని కారకం కాదు. అంటే శుభ శకునం వల్ల పని జరగడం, అశుభ శకునం మూలంగా పని జరుగకపోవడం అనేవి జరుగవు. మరి ఈ శుభాశుభశకునాల వలన ఏం జరుగుతుంది? జరుగబోయే శుభాశుభాలను ఈ శకునాలు కొంచెం ముందుగా తెలియజేస్తాయి. అపశకునం కలిగినప్పుడు, తన ప్రయత్నము, ప్రవర్తన, తాను చేసే పనిలో ఏమైనా లోపముందో జాగ్రత్తగా పరిశీలించుకొని, వీలయితే ఆ కాల భాగము లేక అశుభ సమయం గడిచిన తర్వాత, శుభసమయ, తారాబలాదుల్ని చూసుకొని పనికి పూనుకోవడం మంచిది. అయినప్పటికి ఆ సమయంలో ఆ పని లేక ప్రయాణము తప్పకపోతే, భగవన్నామస్మరణ చేయడం, స్వల్పకాలిక పరిహారాల్ని పాటించి కర్తవ్యం నెరవేర్చుకోవచ్చును.

ప్రతి పని ప్రారంభంలో మరియు ప్రయాణానికి ముందుగాను ఈ క్రింది శ్లోకాలు పఠిస్తే అశుభాలు తొలగి, పలు శుభాలు చేకూరుతాయి.

అ) యఃశివోనామ రూపాభ్యాం యాదేవీ సర్వమంగళా
     తయోః సంస్మరణాదేవ సర్వతో జయ మంగళం

ఆ) లాభస్తే షాం జయస్తేషాం కుతస్తేషాం పరాభవః
     యేషా హృదిస్థోభగవాన్ మంగళాయతనం హరిః

ఇ) గచ్చుగౌతమ శ్రీప్రుంమే ప్రయాణం సఫలం కురు
     ఆసనం శయనం యానం భోజనం తత్ర కల్పయ

ఒకవేళ బలమైన శకునాలు పదేపదే ఎదురొతుంటే ఆ పని ఆ సమయానికి విరమించడం మంచిది. అపశకునాన్ని సూచించిన వ్యక్తులపట్ల, జంతు, పశుపక్ష్యాదులపట్ల, వస్తువులపట్ల ద్వేషంతో కాని, కోపంతోగాని, అమర్యాదతో గాని ప్రవర్తించడం చేయరాదు.

2. ప్రాచీన గ్రంథాలయందలి శకునాలు

ప్రాచీన గ్రంథాల యందలి శకునాలను క్లుప్తంగా తెలుసుకొందాము.

1. నిమిత్త నిదానం :

నిమిత్త నిదానమనే ప్రాచీన గ్రంథమందు తెలిపిన శకునాలను మల్లినాథ సూరి గారు తన వ్యాఖ్యలో కొన్నింటిని ఇలా చెప్పారు.

అ) శ్లో॥   ప్రథమావ సధేయస్యసౌఖ్యం తస్యాఖిలేధ్వని

శుభం భవత్ యాత్రాయా మన్యధా త్వశుభం ధ్రువమ్"

యాత్రకు బయలుదేరి వెళ్ళినపుడు మొదటి మజిలీలో సౌఖ్యం కలిగితే మిగతా మొత్తం ప్రయాణమందు శుభం కలుగుతుంది. అలా కాకుండా మొదటి మజిలీ సరిగా సాగకపోతే మిగిలిన మొత్తం ప్రయాణం (యాత్ర) తప్పనిసరిగా అశుభకరంగా ఉంటుంది.

ఆ) శ్లో॥   కాలాత్రభయోగా దుదితాః శిలీంధ్రా ః

సంపన్న సస్యం కథయన్తి ధాత్రీమ్

నల్లటి మేఘ సంబంధము వలన పుట్టిన పుట్టగొడుగులు ఉన్న భూమిలో పంటలు సమృద్ధిగా పండి సంపత్తుని కలిగిస్తుంది.

2. శ్రీమద్రామాయణంలో శకునాలు :

శ్రీ రామాయణంలో శకునాల ప్రస్తావన చాలా చోట్ల కనిపిస్తుంది. సీతారాముల కళ్యాణం తర్వాత వారు అయోధ్యకు తిరిగి ప్రయాణమైనపుడు కొన్ని శకునాలు కనబడ్డాయి. అప్పుడు దశరథ మహారాజు వశిష్ఠుడిని ఇలా అడిగాడు. 'అసమ్యాలయిన పక్షులు ఘోరంగా అరుస్తున్నాయి. మృగాలు ప్రదక్షిణ క్రమంలో వెళ్తున్నాయి. హృదయాన్ని కంపింపచేసే ఈ సంఘటనలను చూసి నా మనస్సు విషాదమగుచున్నది'. అప్పుడు వశిష్ఠుల వారు జవాబు ఇలా చెప్పారు. 'పక్షుల క్రూరమైన కూతల వలన ఘోరమయిన భయం రాబోతున్నదని

తెలుస్తోంది. కాని మృగాల ప్రదక్షిణా క్రమ గమనం చేత ఆ భయం తొలగి పోతుందని సూచిస్తుంది'.

శ్రీరామ చంద్రునిపైకి ఖర దూషణులు దాడిచేసే సమయంలో చాల అపశకునాలు కనిపించాయి. గాడిద రంగు కలిగిన పెద్ద మేఘం నుండి ఎర్రగా నున్న వర్షం పడింది. రథానికి కట్టిన గుర్రాలు పడిపోయినాయి. నల్లగా ఉండి చివర ఎరుపురంగు కలిగిన పరివేషం సూర్యుని చుట్టూ ఏర్పడింది. జెండా మీద పెద్ద గ్రద్ద వచ్చి వాలింది. మాంసాహార మృగాలు, పక్షులు జనావాసాలవైపు వచ్చి పరుషంగాను, వికృతంగాను అరిచాయి. సూర్యుడు ప్రకాశించే దిక్కువైపునకు తిరిగి నక్కలు అమంగళాన్ని సూచిస్తూ భయంకరంగా అరిచాయి. ఘోరమయిన మృగాలు, పక్షులు ఖరుడికి ఎదురుగా అరిచాయి. గ్రద్దలు, రాబందులు, నక్కలూ భయాన్ని సూచిస్తూ అరిచాయి. ఎప్పుడూ అశుభాన్ని సూచించే నక్కలు సైన్యం వైపు తిరిగి రౌద్రముఖాలతో అరిచాయి. దిక్కులూ, విదిక్కులూ శరీరం జల్లుమనేటట్లు దట్టమయిన చీకటితో నిండిపోయినవి. సంధ్యాకాలం కాని సమయంలో రక్తం వంటి సాంధ్యరాగం వ్యాపించింది.

సూర్యునికి దగ్గఱలో పరిఘ అనే ఆయుధంలా నున్న మేఘం, మొండెం ఆకారంలోనున్న మేఘం కనిపించాయి. పర్వకాలం కానప్పటికి రాహు గ్రస్త సూర్యగ్రహణం ఏర్పడింది. (వరాహమిహిరుని ప్రకారం, పర్వకాలం కానప్పుడు చంద్రగ్రహణ మేర్పడటం కూడ అశుభసూచకమే). గాలి లేకుండానే మేఘం వంటి ధూసరవర్ణంతో దుమ్ముపైకి రేగుతోంది. శారికలు వీచి, కూచి అని అరుస్తున్నాయి. కొండలతోను, వనాలతోనున్న భూమి కంపించింది. ఉల్కా పాతాలు ఘోరంగా కనబడుచున్నాయి. ఎదురుగాలి వీస్తున్నది. సూర్యుడు కాంతివిహీనంగా కనబడుచున్నాడు. రాత్రి కానప్పటికి నక్షత్రాలు మినుగురు పురుగుల్లా కనిపిస్తున్నాయి. చెట్లకు, తీగలకూ పువ్వులు, పళ్ళూ రాలిపోయాయి. చేపలు, పక్షులు దాక్కొంటున్నాయి. రథమెక్కిన ఖరుని ఎడమ భుజం అదిరింది. గద్గదమయి, మాట పెగలలేదు. చుట్టూ చూస్తుంటే అతనికి కన్నీళ్ళు వస్తున్నాయి. నుదుట నొప్పి వస్తుంది. ఇవన్నీ మహోత్పాతాలు. రాబోయే చెడుని సూచించేవి.

ఖరుడు యుద్ధానికి సన్నద్ధుడై వెళుతుంటే, శ్రీరామచంద్రునికి కూడ కొన్ని శకునాలు కలిగాయి. శ్రీరాముని కుడిభుజం మాటిమాటికి అదిరింది. తమకుజయం కలుగుతుందని శ్రీరామచంద్రుడన్నాడు. 'లక్ష్మణా! నీ ముఖం ప్రసన్న వదనంతో కాంతివంతంగా ఉంది. కాని యుద్ధానికి సన్నద్ధంగా ఉన్న వారి ముఖం కళాకాంతులను కోల్పోయి ఉంటే వారికి ఆయువు మూడిందని అర్థం.' అని అంటాడు.

శ్రీరాముడు మారీచుని కొట్టి వెనుతిరిగి పర్ణశాలకు వస్తుంటే వెనుకవైపు నుండి నక్క

క్రూరంగా అరిచింది. దాని అరుపు వింటుంటే ఒళ్ళు జల్లుమంటోంది. ఏదో అశుభం జరిగిందని శ్రీరాముడు శంకించాడు. దీనంగా ఉన్న శ్రీరామునికి మృగాలు, పక్షులు అప్రదక్షిణంగా వస్తూ ఘోరంగా అరిచాయి. ఆ అశుభమైన శకునాలను చూచి శ్రీరాముడు త్వరగా ఆశ్రమంవైపు నడిచాడు. శ్రీరాముడు, సుగ్రీవుడు అగ్ని సాక్షిగా స్నేహబంధం ఏర్పరచుకొన్నప్పుడు సీతాదేవికి, వాలికి, రావణ బ్రహ్మకు, ఎడమ కన్ను అదరడం అశుభసూచకం. స్త్రీయైన సీతాదేవికది శుభ సూచకం. అంటే శ్రీరామ, సుగ్రీవమైత్రి సీతాదేవికి మేలు. వాలి, రావణులకది కీడు కలుగుతుందని సూచన.

రాక్షస స్త్రీలు సీతను బెదిరిస్తున్నప్పుడు త్రిజట వారిని అలా చేయవద్దని చెబుతూ ఇలా అంటుంది. 'సీతాదేవి ఎడమ భుజం, ఎడమ తొడ, అదురుచున్నాయి. చెట్టుపై నున్న పక్షి ఉత్తమ శాంత స్వరంతో కూస్తూ శుభం కలుగుతోందని సూచిస్తుంది. శరీర త్యాగం చేద్దామనుకొన్న సీతకు కూడ శుభశకునాలు కనబడ్డాయి. ఎడమకన్ను, ఎడమ భుజం, ఎడమ తొడ చాల సేపు అదిరాయి. వాటిని గమనించి ఆమె ముఖం వికసించింది.

శ్రీరామ రావణ యుద్ధంలో రావణ బ్రహ్మ విజృంభించి యుద్ధం చేస్తుంటే ప్రజాపతి దేవతాకమయిన రోహిణిని బుధుడాక్రమించాడు. ఇది ప్రజలకు అశుభాన్ని కలిగిస్తుంది. ఆ సమయంలో సముద్రం పొగలతో, అగ్నితో మండుచున్నట్లు, ఉప్పెనగాపైకి లేచి సూర్యుణ్ణి తాకుచున్నట్లు కనబడింది. సూర్యుడు మందకాంతులతో కత్తివలె నలుపురంగుతో కబంధాంకంతో తోక చుక్కతో కలిసి కనబడ్డాడు. కోసల దేశీయుల నక్షత్రమయిన విశాఖను కుజుడాక్రమించాడు. అపుడు రావణ బ్రహ్మ శ్రీరాముని ఆయుధాలతో నెట్టేస్తుంటే శ్రీరాముడు ఆయుధాలను వేయలేకపోయాడు. వీటి యందు రోహిణిని బుధుడాక్రమించడం, విశాఖను కుజుడాక్రమించడం, జ్యోతిష్శాస్త్ర సంబంధమైన అంశాలు వీటిని కూడ దుశ్శకునాలుగా గుర్తించవచ్చును.

17

శ్రీరామ రావణులు యుద్ధం చేస్తుంటే మరొక సందర్భంలో శ్రీరామునికి వీరత్వం, బలం, సంతోషం రెట్టింపయ్యాయి. ఆ సమయంలో ఆయనకు అస్త్రశస్త్రాలన్నీ బాగా గుర్తుకు వస్తున్నాయి. సంతోషంతో చాల వేగంగా యుద్ధం చేస్తున్నాడు. ఈ శుభశకునాలను, చిహ్నలను గమనించి శ్రీరాముడు మరింత ఉత్సాహంగా యుద్ధం చేసాడు. శ్రీమద్రామాయణం చాల సందర్భాలలో శుభాశుభశకునాలను సూచించింది. శ్రీమద్రామాయణాన్ని స్మృతిగా, ఇతిహాసంగా కూడా భారతీయ సంప్రదాయం గౌరవించింది. కాబట్టి దీనిలోని శకునాలకు ప్రాధాన్యం ఉంది.

3. వశిష్ట సంహిత

వశిష్ట సంహితలో ఉత్పాతాలను ఈ క్రింది విధంగా వివరించారు. ఏదైనా సహజంగా జరిగే దానికి విరుద్ధంగా జరగడం ఉత్పాతం అంటారు. అసత్యం, నాస్తికత్వం, అతిలోభం, అనాచారాలవల్ల ఈ ఉత్పాతాలు కలుగుతాయి. భూమిపైన, అంతరిక్షం యందు, దివియందు ఘోరమయిన ఉత్పాతాలు కలుగుతాయి. గ్రహాలు, నక్షత్రాలు, తోకచుక్కలు సూచించే ఉత్పాతాలు దివ్యాలు. ఇంద్రధనుస్సులు, ఉల్కలు, పిడుగులు, పరివేషాలు, ధ్వజాలు సూచించే ఉత్పాతాలు అంతరిక్షంలో ఏర్పడతాయి. స్థావర జంగమాలు, భూమి యందు కలిగే ఉత్పాతాలు భౌమాలు. భౌమాలు తక్కువ (స్వల్ప) ఫలం సూచిస్తాయి. అంతరిక్షంలో కలిగే ఉత్పాతాలు మధ్యమ ఫలాన్ని తెలుపుతాయి.

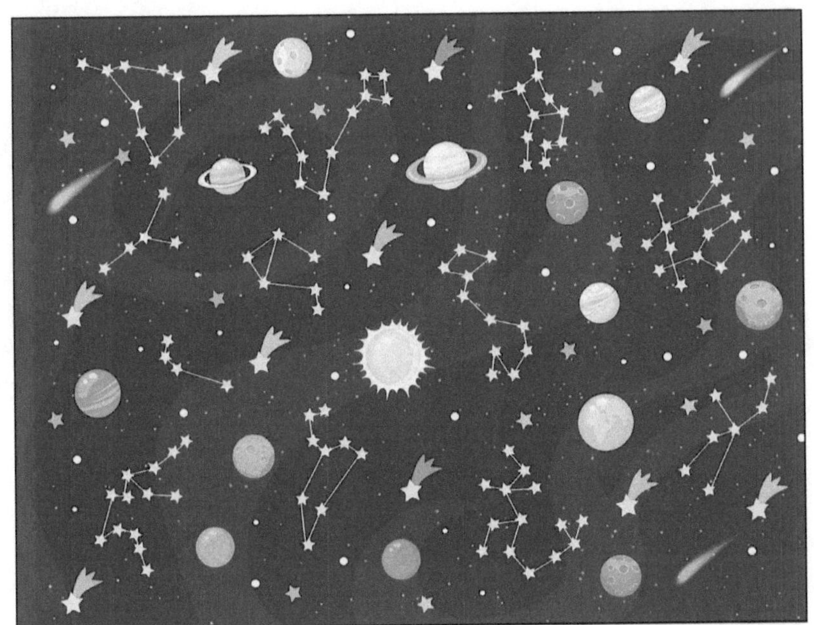

దివ్యమయిన ఉత్పాతాలు పూర్తి ఫలాన్ని సూచిస్తాయి. భౌమోత్పాతాలు ఒక సంవత్సరంలో కలుగబోయే ఫలాన్ని సూచిస్తాయి. అంతరిక్షంలో కలిగే ఉత్పాతాలు ఆరు నెలల్లో జరుగబోయే ఫలితాల్ని తెలుపుతాయి. దివ్యమయిన ఉత్పాతాలు మూడు నెలల్లో జరుగబోయే ఫలాన్ని సూచిస్తాయి.

4. విక్రమార్క చరిత్రము :

విక్రమార్క చరిత్రంలో ఈ క్రింది విధంగా ఉన్నది.

శ్లో॥   అకాలవృష్టి స్త్వధభూమి కంపో నిర్ఘాంత ఉల్కాపతనం తదైవ –
ఇత్యాద్యనిష్టాని తథాబభూవః నివారణార్థం సుహృదోవచశ్చ

అకాల వర్షం, భూకంపం, పిడుగుపాటు, ఉల్కలు పడడం, ప్రయాణమై వెళ్ళునపుడు వెళ్ళవద్దని సహృదయులు నివారించడం కూడ అశుభాన్ని సూచిస్తాయి.

5. గృహ్య పరిశిష్టం :

గృహ్య పరిశిష్టంలో కొన్ని శకునాలు చెప్పబడ్డాయి. కాకిమైధునం కనబడడం అరిష్ట సూచకం. పక్షులు ఇంటి మధ్యలో ప్రవేశించడం ఉత్పాతసూచకం. దీపం ఉత్తరం

వైపునకు పడిపోతే సంపదకు నష్టం వాటిల్లవచ్చును. లేదా భార్య, మిత్రులు స్నేహాన్ని వదిలివేయవచ్చును. పాముపుట్ట, తేనె పట్టుపట్టడం, బండికాడిపైకి లేవడం, కాకులు, పావురాలు కాక ఇతర పక్షులు, కుందేళ్ళు, మృగాలు ఇంట ప్రవేశించడం, ఆవు, మృగం ఇల్లు ఎక్కడం, కొంగ ఇంటి లోపలికి రావడం, ఎండిపోయిన చెట్లు మళ్ళీ చిగురించడం, ఇంటి మధ్యలో గరికమొలవడం, పగలు తెల్లనికాకి కనబడడం, రాత్రి ఇంద్రధనుస్సు కనిపించడం, కప్ప నిప్పులో దూకడం, బల్లి, తొండ నెత్తి మీద పడడం, పాము ఇంటి ద్వారం నుండి వెళ్ళడం, వెలిగే దీపం పడిపోవడం మొదలగునవన్నీ ఉత్పాతాలుగా పేర్కొనబడ్డాయి.

6. ధర్మసింధువులో బల్లి, తొండశకునాలు :

ధర్మశాస్త్రమగు ధర్మసింధువు కూడ శుభాశుభశకునాలను గురించి చెప్పింది. బల్లి, తొండపాటు ఫలితాలను చెప్పింది. బల్లి, తొండ మగవారి కుడి అవయవాల మీద, పొట్ట,

బొడ్డు, హృదయం, శిరస్సుల మీదపడితే శుభసూచకం. ఎడమవైపు అవయవాల మీద, దొడ మీద పడితే అశుభం. ఈ ఫలం ఆడువారికి వ్యతిరేకంగా ఉంటుంది. అనగా స్త్రీలకు ఎడమవైపు అవయవాల మీదపడితే శుభసూచకం. దీనిని మరింత విస్తృతంగా జ్యోతిషశాస్త్రంలో శకునభాగం తెల్పింది. బల్లి, తొండ, నలికెలపాము మొదలగు వాటి శకునాల గురించి విస్తృతంగా ముందు పేరాలలో వివరించబడినవి.

7. శుభశకునాలు (జ్యోతిష ప్రభావం) :

జ్యోతిష ప్రభావంలో శుభా శుభశకునాలను కూడ విస్తృతంగా తెలిపారు. సుమంగళి, కన్య, వేశ్య, పట్టుబట్ట, పేలగింజలు, వేపుళ్ళు, పూర్ణకుంభం, బియ్యం, మంగళ ద్రవ్యం, పూలు, పండు, మండే నిప్పు, గొడుగు, చెరుకుగడలు, అన్నం, పాలు, ఇరువురు బ్రాహ్మణులు, మంగళవాద్యం, పెళ్ళి ఊరేగింపు, ఆవు, ఏనుగు, గుఱ్ఱం, కోతి, కుక్క, జింక, జెండా, చామరం, కల్లుకుండ, తుమ్మెద, గాజుల మలారం, రాజు, గర్భవతి, పల్లకి, తేనె, స్నేహితుడు ఎదురుగా రావడం

శుభసూచకం. తెల్లని వస్తువులు, రాజాభరణాలు, పక్షుల గుంపు, తేనె, గరుడపక్షిని చూడడం శుభసూచకము. మంగళవాద్యాల ధ్వని, చంచి, గుడ్లగూబ, గుఱ్ఱం, గాడిద అరుపులు, జయశబ్దం, వేదఘోష, కుక్క చెవి విదిలించుట, గంట ధ్వని వినడం శుభసూచకాలే. తనకు సంతోషం ధైర్యం కలగడం కూడ శుభసూచకమే.

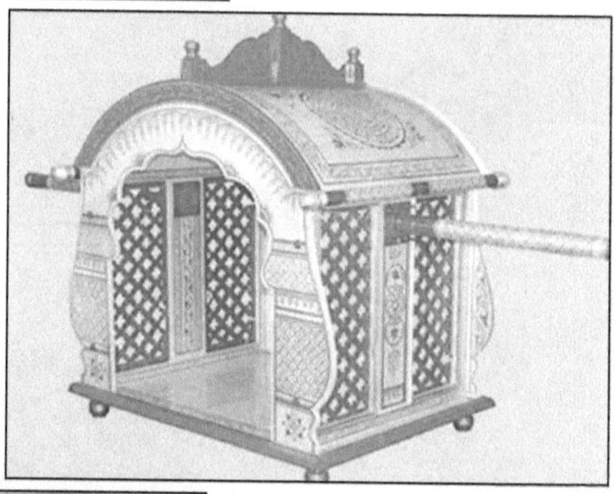

8. అశుభశకునాలు (జ్యోతిష ప్రభావం) :

పిచ్చివాడు, గ్రుడ్డివాడు, కుంటివాడు, గూనివాడు, సన్యాసి, గొడ్రాలు, రోగి, ఉగ్రవేషధారి, వ్యభిచారి పుత్రుడు, ఉప్పు, విభూతి, దూది, చర్మం, ఎముక, కాటుక, బురద, కుందేలు, జంతుమైధునం, కౌగిలింత, మూత్ర విసర్జనము, కలహం, బహిష్టు స్త్రీ, ఇల్లు నిప్పంటుకొని మండడం, తలతడుపుకొనడం మొదలగు వాటిని చూడడం

అశుభసూచకం. తలవెంట్రుకలు విరబోసుకొన్నవారు, వితంతువు, కాషాయ వస్త్రాలు ధరించినవాడు, ఒంటి బ్రాహ్మణుడు, ముగ్గురు వైద్యులు, పొగ, పాము, నూనెకుండ, కొత్తకుండ, విశ్వబ్రాహ్మణుడు, గాండ్లవారు, మంగలి, కుంటికుక్క, బిక్షగాడు, పగ్గాలు, కంటినొప్పివాడు, ముక్కిడి, బోడితల గలవాడు ఎదురుగా రావడం అశుభసూచకం.

దగ్గు, ఆవులింత, నిట్టూర్పు, అపానవాయువు విడుచుట, ముక్కు చీదడం, ఏడుపు, ఒక తుమ్ము, కష్టమైన వార్తాశ్రవణం అశుభసూచకాలు.

బల్లిపాటు, పిడుగుపడడం, ఉరుము, సుడిగాలి, పెనుగాలి, వస్తువులు జారిపడడం,

ఇంట్లో కలహం, అకాలవర్షం, తుంపరతోనున్నవాన, డబ్బు మరిచిపోవడం, వెదికిన వస్తువు కనబడకపోవడం, తలపాగ లేక తలకు కట్టుకొన్న గుడ్డ క్రిందపడడం, అధైర్యపడడం, కాలు జారడం, అన్నం తిని వెళ్ళండి అనడం, శరీరం వణకడం, దుర్జనులతో సహవాసం అశుభసూచకాలు.

భార్య చేతి నుండి తాంబూలం తీసుకొనడం, మా వెంట నేనుకూడ వస్తాననడం. 'వెళ్ళవద్ద'నడం, ప్రయాణానికి ముందు ఉపవాసం, అభ్యంగనస్నానం, క్షౌరం అశుభ సూచకాలే.

9. ఉపశ్రుతి :

ఉపశ్రుతి కూడ శుభాశుభ సూచకమే. ఒక వ్యక్తి ఏదైనా పని గురించి ప్రయత్నించే సమయంలో, ప్రయాణం చేసే సమయంలో వారికి మొదట వినబడే శబ్దాన్ని ఆ పనికి అన్వయించి చూస్తే, ఆ పని అవుతుందనో లేక కాదనో భావం ఏర్పడుతుంది. దీనికి ఉపశ్రుతి అని పేరు. ఉదాహరణకు వేణీ సంహారనాటకంలో దుర్యోధనుడు తన భార్య అయిన భానుమతితో "నీవు కూర్చొనుటకు తగినది నా ఊరువుల జంట" అని అంటాడు. ఇంతలో కంచుకి వచ్చి "దేవవిరిగింది, విరిగింది" అంటాడు. ఏమిటని దుర్యోధనుడు తెల్లబోతాడు. కంచుకి (భీమునిచే) విరిగిందని చెబుతాడు. భయంకరమైన వాయువుచే దుర్యోధనుని రథ ధ్వజం విరిగిందని కంచుకి ఉద్దేశ్యం. కాని భీమసేనునిచే దుర్యోధనుని

తొడలజంట విరిగిందనే అర్థం దుర్యోధనునికి స్ఫురించి కోపం తెచ్చుకొన్నాడు. ఇది ఉపశ్రుతి. కొంతసేపటికి యుద్ధానికి వెళ్ళబోతున్న దుర్యోధనునికది అపజయ సూచకమయ్యింది.

10. ఆపస్తంబ గృహ్య సూత్రం – ఏకాగ్నికాండలో శకునాలు :

ఆపస్తంబ గృహ్యసూత్రంలో ధనాదులకోసం దూరప్రయాణాలు చేసే సమయాల యందు దుష్టశకునాలు వస్తే శకున మంత్రాలను పఠించాలంటారు. ఆ మంత్రాలు ఏకాగ్నికాండలో ఉన్నాయి. ఈ మంత్రాలను వివాహ సందర్భాలలో కూడ పఠిస్తారు. వీటి యందు కొన్ని అపశకునాలు కూడా ఉన్నాయి. వెనుక నుండి పిలుచుట, చుట్టూ అన్ని దిశల నుండి పిలుపులు, నిందావాక్యాలు, చెడ్డమాటలు, నక్క మొదలగు మృగాలు అడ్డంగాను, అపసవ్యంగా ప్రదక్షిణ చేయడం, చెదును సూచించేకల, అన్ని దిశల నుండి తుమ్ములు మొదలగునవి అపశకునాలుగా ఆ మంత్రాలు సూచిస్తాయి.

11. ఇతర శకునాలు :

అవయవాలు అదరడం, తుమ్ములు, పక్షులు, కాకి, గరుడపక్షి, పాలపిట్ట, భరద్వాజ పక్షి, పిల్లి, కుక్క, నక్క మొదలగు శకునాలను ముందు వివరంగా విశదీకరించడం చేత, ఇచ్చుట మళ్ళీ ప్రస్తావించడం లేదు.

3. సామాన్య శకునాలు

ఇచ్చట ప్రధానంగా శిఖినరసింహ శతకం యందలి శకునాలను, మరియు ఇతర ప్రాచీన గ్రంథాలయందలి శకునాలను విశదీకరించడమైనది.

ఒక అజ్ఞాత కవివర్యులు 303 కందపద్యములతోను, 6 శ్లోకములతో శకున శాస్త్రము అనబడే శిఖినరసింహ శతకమును రచించితిరి. ఈ కవివర్యులు పుస్తకములో తమ వివరాలేమీ తెలుపలేదు. ఈ కవి వాడిన దేశీయ పదాలను బట్టి కర్నూలు ప్రాంతము వాడని తోచుచున్నది. మకుటము శిఖినరసింహస్వామి అయినప్పటికి చాల చోట్ల అహోబిల నరసింహస్వామిని కూడ తన పద్యాలయందు స్మరిస్తాడు. ఈ శతకమందు దాదాపుగా శకున శాస్త్రమంతయు ఉన్నది. ఈ శతకానికి కొంతమూరు వాస్తవ్యులగు శ్రీ నేదునూరి గంగాధరం గారు వివరణాత్మకంగా తాత్పర్యాన్ని 8–2–1936న అందించేరు. వైద్యభూషణ, బాలకవి, డాక్టర్ పొన్నాడ గోపాలస్వామిగారు 'శోణగిపర్వం' అనే పేరుగల గ్రామము కర్నాటక రాష్ట్రమునందు ఉన్నదనియు, ఆ గ్రామ సమీపమునునున్న శోణగిపర్వతముపై శిఖినరసింహస్వామి దేవాలయమున్నదనియు ఆ దేవుని పేరు "శిఖినరసింహస్వామి" అనియు తెలియజేసినట్లు శ్రీ నేదునూరి గంగాధరంగారు తమ పీఠికలో తెలియజేసారు. శిఖినరసింహ శతకమందలి కందపద్యాలను వచనంలో అందించడం జరిగింది.

"ఓ శిఖినరసింహా ధనము, సంపదలు, శుభము, వైభవము, ఆయువు, ఆరోగ్యము, కీర్తి, మేధస్సు, భాగ్యము, శ్రేయస్సును దయచేయవయ్యా. నలు దిక్కుల వ్యాపించి సామ్రాజ్యయుక్తమైన కీర్తి కలిగి శ్రీ దేవితో కూడిన శిఖి నరసింహా నీకరుణామృతమును మాయందుంచి, గొప్ప తనమును కలుగజేసి రక్షింపుము" అని గ్రంథకర్త అహోబిలగిరి యందుండు శిఖి నరసింహస్వామిని ప్రార్థించుచు స్వామి పేరిట శతకమును రచించెను.

సిరులు కలిగించే శకునములను మనుష్యులకు కలుజేయునట్టి అశ్వినీ దేవతలను మిక్కిలి భక్తితో ప్రార్థించెదను లక్ష్మీవల్లభా! ఓ శిఖి నరసింహస్వామీ! నాకు శుభము కలుగజేయుము అనిస్తుతించెను. అశ్వినీ దేవతలను స్తుతిచేయుటచేత ఈ కవి వైద్యుడె యుండవచ్చుని తెలియుచున్నది. ఈ కవి తన శతకానికి, శకున శాస్త్ర విషయాలకు, ఆధార గ్రంథములనేమీ తెలియజేయలేదు.

1. శుభశకునములు (శిఖినరసింహ శతకము)

1. ప్రయాణ సమయమందు పంచ మహావాద్యములైన వీణ, మద్దెల, సన్నాయి, తప్పెట, తాళములు మొదలగు వాటి వాయిద్యాలు, భేరీ ధ్వనులు, బాకా ధ్వనులు, మంచి మాటలు, పలుకులు వింటే శుభము కలుగును.

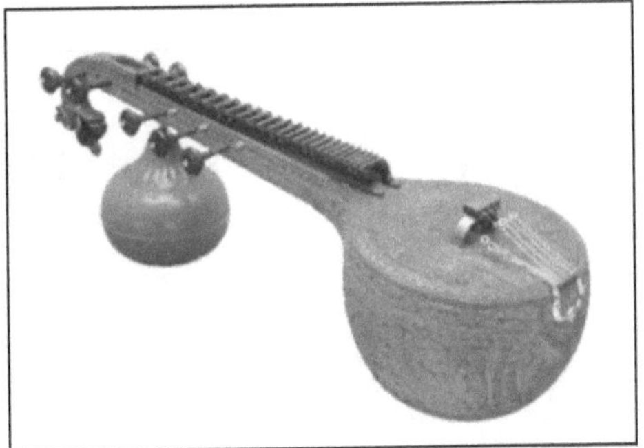

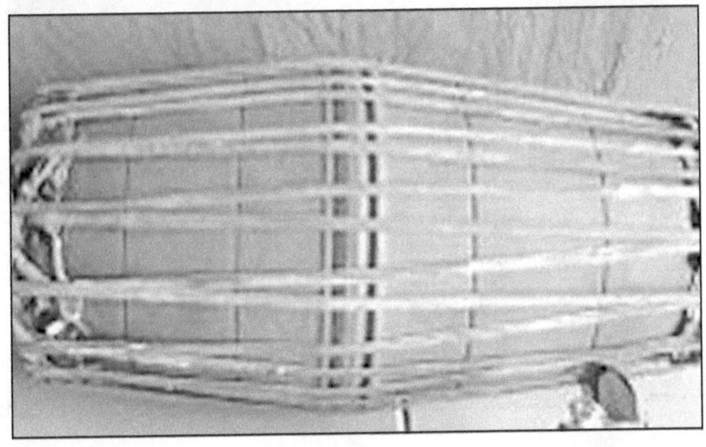

2.	ప్రయాణ సమయమునందు నిండుగా నీటితో కూడిన రెండు కడవలు, చేపలు, కల్లుకావిళ్ళు, గాజులమ్మెశెట్టి ఎదురుగా వస్తే దోషములు తొలగిపోవును.

3.	పండ్లు, పెరుగు, పాలు, నెయ్యి, అక్షింతలు, తెల్లని పుష్పాలు, అద్దము, తేనె, చెఱకుగడ, శంఖము, నీటితో నిండిన కుండలు, వృద్ధుడు, పశువులు, గుర్రాలు, ఏనుగులు, దేవతలు, ఆవు, పెద, పచ్చగడ్డి, వేశ్య, బంగారము, వెండి, నవరత్నాలు, కన్య, ముత్తైదువ, పేలాలు, మాంసము, ఇద్దరు బ్రాహ్మణులు, ఆవాలు, ఔషధులు, పెసలు, ఆయుధాలు, కత్తి పీటలు, గొడుగు, రాజలాంఛనాలు, ఆకాశంలో ఉరుములు, మెరుపులు, పెండ్లి ఊరేగింపు, పట్టు వస్త్రాలు, బోడుగులు,

పూర్ణకుంభము, భ్రమరము, నల్లకోతి, గరుడపక్షి, పక్షుల గుంపు, తెల్లని వస్తువులు, గుడ్లగూబలధ్వని. శుభవాక్యాలు వినపడుట, పలుకుట మొదలగునవి కూడ శుభశకునములే.

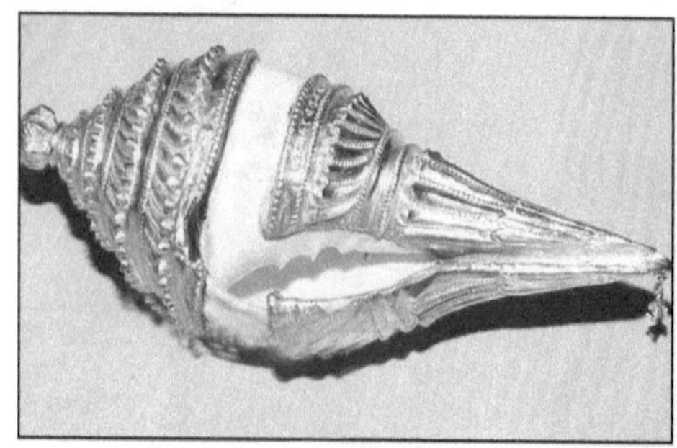

2. అపశకునములు (శిఖి నరసింహశతకము)

1. ప్రయాణమై వెళ్ళువారిని పోవద్దని, ఎందుకు వెళ్ళుట, నేనూ వస్తాను. ఎక్కడికి వెళ్తున్నావు అని అడుగుట, వెళ్ళుచుండగా వారి బట్ట చెంగుపట్టుకొనినచో అవి అపశకునములగును. అట్టి అపశకునముల వలన ప్రాణహాని కూడ కలుగును.

2. బహిష్టు అయిన స్త్రీ, విధవ, పుల్లలమోపు, నీచజాతి వారు, కాకులు కూయుట, వట్టి కుండలు, బొగ్గులు ప్రయాణ సమయమందు ఎదురైనచో కష్టములు కలుగును.

3. కుందేలు, నంబికులస్థుడు, తంబళ కులస్థుడు, దగ్గఱిగా పోవుచున్నట్టి పాము, సందేహముతో కూడుకొన్న మనస్సు, పందుల గుంపు ప్రయాణ సమయమందు ఎదురైనచో ముప్పు కలుగును.

4. చేతితో పట్టుకొన్న గొడుగు గాని, కత్తిగాని ఆయుధము గాని పై మీద వేసుకొన్న కందువాగాని, తలపాగా గాని, ప్రయాణ మగుచున్నపుడు క్రిందపడినచో చాల కష్టాలు కలుగును.

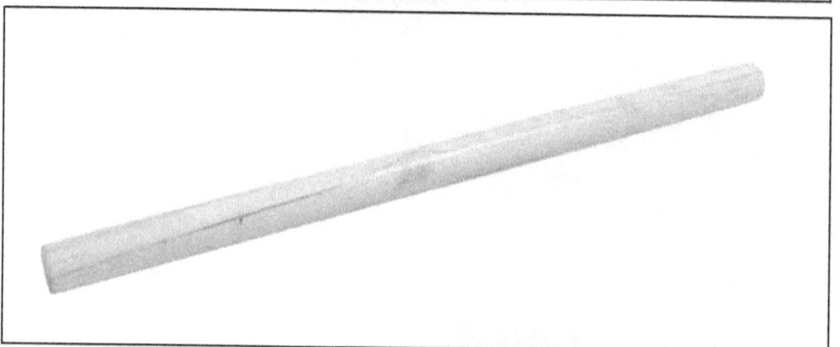

5. బేసి సంఖ్యలోనున్న బ్రాహ్మణులు, సరిసంఖ్యలో నున్న శూద్రులు, బోడి తలతోనున్న సాతానులు, విశ్వబ్రాహ్మణులు, జంగములు,

ప్రయాణమై వెళ్ళుచున్నపుడు ఎదురైనచో జీవములకు నష్టము కలుగును.

6. ప్రయాణమై వెళ్ళునపుడు మొండివాడు, ముక్కులేని వాడు ఎదురుగా వచ్చుట, పెద్ద పొగ కనిపించుట, వినలేని పేచి, గర్భిణీ స్త్రీ ఆర్తనాదము, పెద్దగాలి, దుమ్ము, వానచినుకులు ఎదురైనచో అపశకునము, అశుభము.

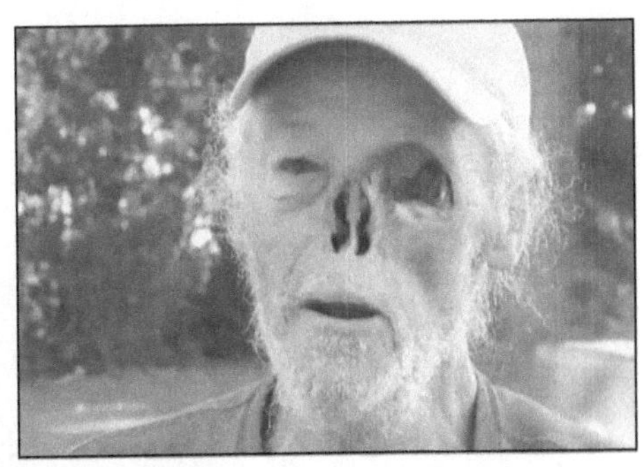

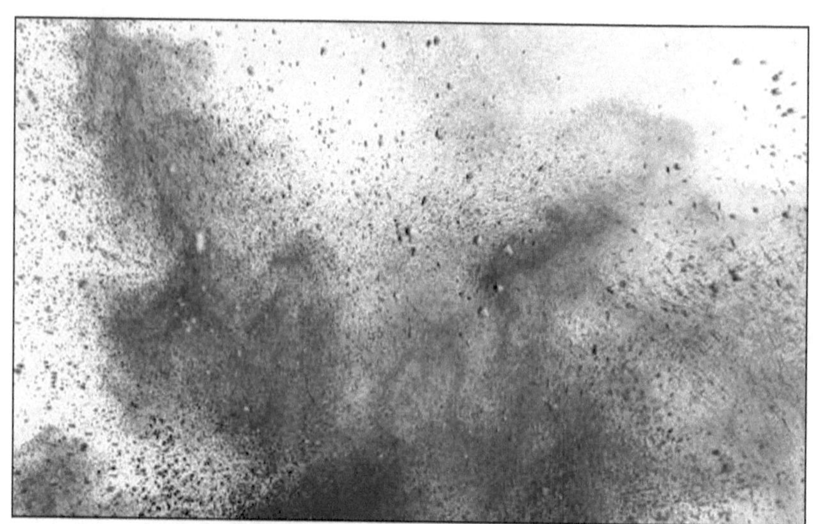

7.   ప్రయాణమై వెళ్ళే వారికి తలకు పట్టు వేసుకొన్నవాడు, నూనె తలతో నున్నవాడు, ఎర్రజడల తలతో నున్నవాడు, తలవిరబోసుకున్నవాడు ఎదురుగా వచ్చినచో, వారి గొప్పతనము తగ్గును.

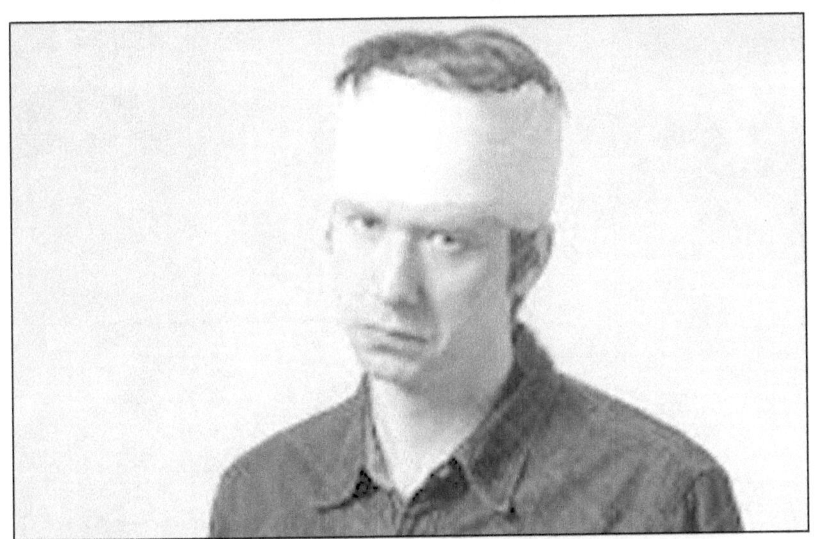

8. బెల్లము, నూనె, దిగంబరుడు, ఇనుము, బురద, చర్మము, వెంట్రుకలు, పిచ్చివాడు, కారాగృహపాలకులు, గానుగ పిండి, శవము, పొట్టు, భస్మము, పుట్ట, పగిలిపోయిన కుండలు, ప్రయాణ సమయమందు ఎదురుగా రాకూడదు. చేతిలోనున్న ఆయుధము క్రిందపడిపోవుట, వెళ్ళేటప్పుడు కాలికి గడప తగులుట కూడ అపశకునములే. పైన చెప్పిన అపశకునములు కలిగినప్పుడు, వెంటనే ప్రయాణము చేయక కొంతసేపు ఆగిపోయి కాళ్ళు చేతులు, ముఖము కడుక్కొని, కూర్చొని తన ఇష్టదైవమును మనస్సులో ప్రార్ధన చేయవలెను. తర్వాత మెల్లగా ప్రయాణము చేయవచ్చును. మరల రెండవసారి కూడ అపశకునము కల్గినచో ఆ ప్రయాణము చేయకుండ మానివేస్తే మంచిది. లేనిచో కార్యభంగము, ప్రమాదములు, అవమానము మున్నగునవి కలుగును.

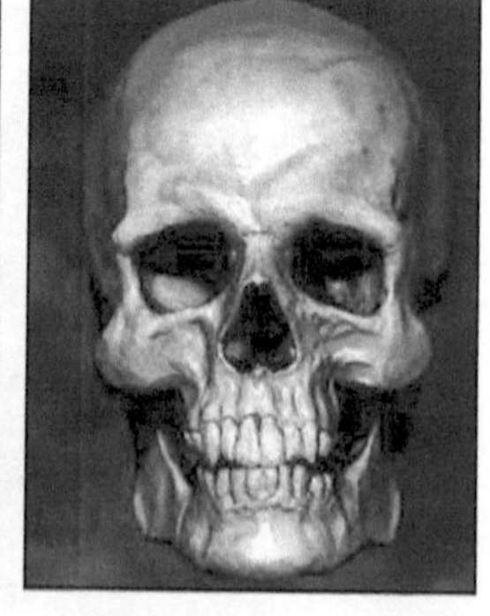

9. ప్రయాణమై వెళ్ళునపుడు ఒంటి బ్రాహ్మణుడు, ముగ్గురు వైశ్యులు, కాషాయ వస్త్రము ధరించినవాడు, కట్టెలు, క్రొత్తకుండలు, నూనెకావిడి, గాండ్లవాడు, మంగలి, పుస్తకము చేతితో పట్టుకొన్నవాడు, పిచ్చివాడు, రోగి, భయంకరమైన వేషము వేసుకొన్నవాడు, వ్యభిచారి యొక్క కుమారుడు, గొడ్రాలు, సన్యాసి, గుడ్డివాడు, విభూతి, దూది, ఎముక, కాటుక, ఉప్పు, గూనివాడు ఎదురుగా వచ్చినచో అశుభము. జంతుమైధునము, మూత్రము విసర్జించుచున్న వానిని ఆలింగనము, కలహము, వ్యక్తులు తలపడుట చూచినా కూడ అశుభమే. అలాగే ప్రయాణ సమయమందు ఒంటి

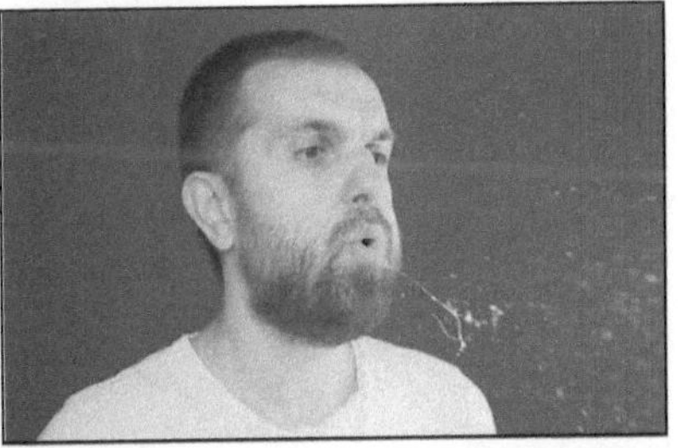

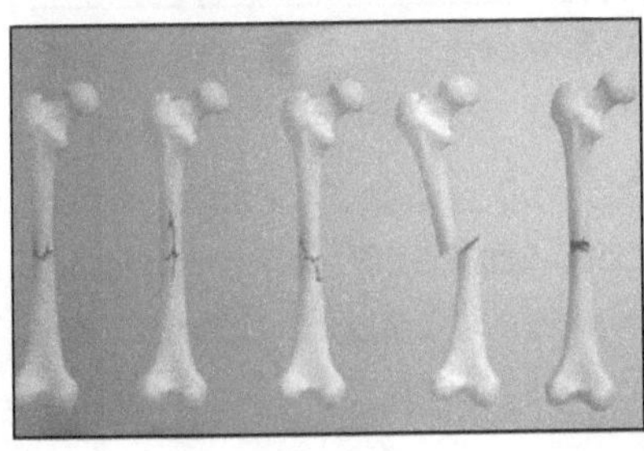

తుమ్ము, ఏడుపు, ముక్కుచీదుకొనుట, అపానవాయువు విడుచుట, దగ్గు, ఆవులింత, దీర్ఘముగా శ్వాసవిడుచుట, లేక అట్టి వాటిని వినినను కూడ అశుభమే. గృహకలహం, అకాల వర్షం, ఉరుములు, పిడుగుపడుట, బల్లిపడుట, చేతిలో నుంచి వస్తువు జారి క్రిందపడిపోవుట, శరీరము వణుకుట, భోజనము చేసి వెళ్ళుమని పిలుచుట కూడ ప్రయాణానికి అశుభశకునములు. కార్యభంగమగును.

3. గౌళి పలుకు శకునము (బల్లి శకునము)

1. ప్రయాణ సమయమున దేవుని ప్రార్థించునపుడు బల్లి ఎడమవైపు పలికినచో శుభము కలుగును. ప్రయాణము వ్యర్థం కాకుండ శుభకరమగును.

2. సాధారణంగా బల్లి ఎడమవైపు పలికినచో ఆపదలు కలుగును. కాని ప్రయాణ సమయములో ఆ విధముగా పలికినచో మేలు కలుగును.

3. ఊరిలో ప్రవేశించునపుడు ఎడమవైపున బల్లి పలికినచో ఎక్కువ శుభము. శుభకార్యాలు వెంటనే సిద్ధిస్తాయి. కుడివైపు పడిపలికినచో, పనులాలస్యమగును. ఎదురుగా పలికినచో పనులు చెడిపోతాయి. వెనుకనుండి పలికినచో కూడ శుభము కలుగుతుంది.

4.   బల్లల గుంపు పలికినచో ప్రియురాళ్ళు, బంధువులు, స్నేహితులు వస్తారు. కోరిన కోరికలు నెరవేరుతాయి.

5.   ప్రయాణమై వెళ్ళునపుడు దక్షిణ దిశయందు పలికినచో పలు శుభాలు కలుగును. పెళ్ళిళ్ళప్పుడు పలికిన ధనలాభము.

6.   తూర్పు దిశయందు ఎనిమిది జాములలందు (అనగా వరుసగా ఒకటవ జాము, రెండవ జాము, మూడవ జాము, నాల్గవ జాము, ఐదవ జాము, ఆరవ జాము, ఏడవ జాము, ఎనిమిదవ జాములందు) బల్లి పలికినచో వరుసగా భయము, చింత, హాని, నాశనము, లాభము, ధనము, సంపద, శుభము కలుగును.

7.   ఆగ్నేయదిక్కునందు ఎనిమిది జాములయందు పలికినచో వరుసగా దుఃఖము, యుద్ధము, భుక్తి, జూదము, వస్త్రము, ధనము, శుభము, జయము కలుగును.

8.   దక్షిణ దిశయందు పలికినచో ఎనిమిది జాములలో వరుసగా బంధువులు, లాభము, కోపము, బెట్టుసరి, మరణము, చింత, విందులు, శుభాలు కలుగును.

9.   నైరుతి దిశయందు ఎనిమిది జాములలో పడి పలికినచో మరణము, సంతోషము, శుభము, శత్రుభయము, అశుభం, హాని, ధనం, సంపద కలుగుతాయి.

10. పశ్చిమ దిశయందు, ఎనిమిది జాములలో పలికినచో వరుసగా ధనము, బంధువులు, లాభము, మరణము, శుభము, కీడు, ధనము, సంపద కలుగును.

11. వాయువ్య దిశయందు ఎనిమిది జాములలో పలికినచో వరుసగా మేలు, లాభము, ధనము, సంపద, వాహనము, శుభము, స్థిరత్వము, జయము కలుగుతాయి.

12. ఉత్తరదిశ యందు ఎనిమిది జాములలో పలికినచో వరుసగా మరణము, లాభము, శుభము, భావవ్యక్తీకరణ, శుభ వార్త, సుఖము, భయము, జయము కలుగుతాయి.

13. ఈశాన్యదిశయందు, ఎనిమిది జాములలో బల్లి పలికినచో వరుసగా గండము, అగ్ని భయము, సుఖము, జయము, వివాహము, లాభము, ఆడు వారికి హాని, దోష నిర్మూలనము జరుగును.

4. బల్లి జాతులు – కాల ఫలములు :

14. బ్రాహ్మణజాతి బల్లి సోమ, గురు, శుక్రవారములలో సాత్విక కాలము సూర్యోదయము మొదలు 10 గడియలవరకు, రాత్రి సూర్యాస్తమయము లగాయితు 15 గడియల వరకు (ఒక్కో గడియ కాలం 24 నిమిషాలు) పడి పలికినచో శుభము.

15. క్షత్రియజాతి బల్లికి ఆది, మంగళవారాలు, రాజస కాలము సూర్యోదయము నుండి 11 గడియలు మొదలుకొని 20 గడియల వరకు, రాత్రి 21 గడియలు మొదలు 25 గడియల వరకు శుభకరము.

16. కోమటిజాతి (వైశ్యజాతి) బల్లి బుధవారము, రాజస కాలమందు పడిపలికినచో మంచి జరుగును.

17. శూద్రజాతి బల్లికి శనివారం, తామసకాలము సూర్యోదయము నుండి 21 గడియలు మొదలుకొని 30 గడియల వరకు మరియు రాత్రి 16 గడియలు మొదలు 20 గడియల వరకు శుభప్రదము.

18. ఆయాజాతి బల్లులకు, ఆయా వారములయందు, సరియైన వారములందు
    పలికినచో తప్పనిసరిగా ఆయాశుభఫలాలు కలుగుతాయి.

19. తన జాతి బల్లిగాని, తనజాతి కంటే ఎక్కువజాతి బల్లిగాని, తనకు తగిన
    కాలములో తన మీద పడినచో శుభములే కలుగును. బ్రాహ్మణజాతి బల్లి
    తెల్లగాను, క్షత్రియజాతి బల్లి ఎర్రగాను, కోమటిజాతి (వైశ్యజాతి) బల్లి
    చామనఛాయతోను, శూద్రజాతి బల్లి నల్లగాను ఉండును.

20. బల్లి మగవారికి కుడివైపున, స్త్రీలకు, ఎడమవైపున రోమములు లేనిచోట పడినచో
    శుభకరము.

21. బల్లిపైనపడి క్రిందికి దిగినచో కీడు. అదే మీద పడి పైకెక్కినచో కీడు కలిగి,
    తర్వాత మేలు, కార్యసిద్ధి కలుగును.

22. బల్లి ఆదివారము పడితే ఆరునెలలోపున, సోమవారమందు తొమ్మిది రోజులలోను,
    మంగళవారము అదే రోజు నందు, బుధవారమున రెండు నెలలలోను,
    గురువారమున ఒక నెలలోను, శుక్రవారమందు పదిహేను రోజుల లోపల,
    శనివారమందు ఒక సంవత్సరములోను ఆయా ఫలితాలు కలుగుతాయి.

23. స్త్రీలకు కుడి చెక్కిళ్ళ మీద పడిన అపజయము, పురుషులకు శుభము. ఎడమ
    చెక్కిలి మీద స్త్రీలకు శుభము, పురుషులకు కీడు కలుగును.

24. బల్లి పురుషులకు తలపై వేసుకొన్న ముసుగు మీద పడిన మేలు. స్త్రీలకు
    గండము. మరియు ఆడు వారికి కీలు గంటిముడి మీద పడినచో శుభము
    కలుగును.

25. స్త్రీలకు ముంగురులు పైన గాని, జుట్టుమీద గాని పడినచో ఎక్కువ కష్టాలు,
    జడపై పడినచో భర్తకు గండము కలుగును.

26. బల్లి ముక్కు కొన మీదపడినచో హాని, ముక్కు మధ్య భాగమునందు పడినచో కీడు
    స్త్రీలకు నొసటి మీద పడినచో ధనలాభము కలుగును.

27. కుడి కన్ను, కుడి చెవి మీద పడినచో లాభము, ఎడమ కన్ను, చెవి మీద పడినచో
    హాని. పురుషులకు ఎడమ చెంపమీద కీడు, స్త్రీలకు ఎడమ చెంప మీద పడిన
    మేలు జరుగుతుంది.

28. ఎడమ స్తనమునందు పడిన యెదల సంతానము, కుడిస్తనముపై వస్త్రలాభము,
    చనుమొనలయందు పడిన భాగ్య ప్రాప్తి కలుగును.

29. నడినెత్తి మీద రోగము, కుడిపెద తలయందు సోదరులకు కీడు, పెదతల నడుమ మీద పడినచో తమ్ముళ్ళు చెడిపోవుట జరుగును.

30. తలమీద పడినచో మేనమామకు గండము, తలకు ముందు భాగమున (మాడ పట్టున) పడినచో ధనహోని, వెంట్రుకల కొనల మీద మరణము కలుగును.

31. బల్లినొసలు మీద పడినచో గొప్పమేలు జరిగి మంచి బంధువులు వస్తారు. రాజసభలు, సమావేశములందు మర్యాద జరుగుతుంది.

32. కుడి కంటి మీద పీడ, ఎడమ కంటి మీద సంపద, ముక్కు మీద పడినచో రోగము కలుగును.

33. తలమీద బ్రహ్మరంధ్రమునకు వెనుక భాగమున లక్ష్మీ కటాక్షము, ముచ్చిలిగుంటయందు పడిన తమ్ముళ్ళకు కీడు కలుగును.

34. బ్రహ్మరంధ్రమందు మృత్యువు, పాపటయందు తల్లితోబుట్టువులకు చిక్కులు, కీడు.

35. చెంపయందు కాని, కనుబొమలకు కుడియందు గాని పడినచో సంపద, కనుబొమల ఎడమనైపున కీడు, కనుబొమల నడుమపడినయెడల పై అధికారుల దయ.

36. ఎడమ మీసము మీదగాని, కుడిమీసము మీద గాని, రెండు మీసముల మధ్య గాని పడినచో ధనలాభము.

37. పై పెదవిపైన తేజము, గడ్డము మీద పడినచో రాజభయములేక చట్ట సంస్థల మూలకంగా ధనలాభము.

38. నాలుకపై పడిన విద్యాలాభము, పండ్ల మీద భూనష్టము, వెంట్రుకల మీద పడినచో కారాగార ప్రాప్తి.

39. కుడిచెక్కిలి మీద భోగము, ఎడమ చెక్కిలి మీద వ్యాధి, గొంతుమీద భాగ్యము, మెడపైన పడిన సంతానము కలుగును.

40. మెడ ఎడమనైపున పడిన పల్లకీని ఎక్కును. సందిట శత్రుక్షయము, కంఠము ఎడమనైపున ఎడమ భుజముపైన రోగము, కుడి భుజమునందు జయము.

41. గొంతు ఎముకపై భయము, చంకపై ప్రేతభయము, వెన్నుపైపడిన శత్రుభయము.

42. కడుపు మీదగల ముడతలపై పడినచో తోబుట్టువులకు అలసట, ఎడమ బాహువు మీద స్త్రీ సంభోగము, తొమ్మునకు మధ్య భాగములో పీడ.

43. వెన్నెముకపై పిశాచభయము, కటిస్థలమందు వస్త్రలాభము, మూపురమందు పడినచో అశ్వలాభము.

44. పొట్టమీద భాగ్యము, పొక్కిలియందు కష్టము, కడుపుమీద పడినచో సిరి కలుగును.

45. కుడి, ఎడమ మోచేతుల పైభాగములందు పడిన యెడల ఆలోచనను, లోపలి భాగముల యందు పడినచో దుఃఖమును కలిగించును.

46. ఎడమచేతి మూరపై పడిన నష్టము, రెండుచేతుల మణికట్ల మీద పడినచో సిరి సంపదలు, మోచేతికి ఎడమవైపు నందు పడిన భాగ్యము.

47. కుడి మోచేతిపై శత్రుహరణము, కుడి అరచేతియందు శుభము, కరతలమున పడినచో పలు సిరిసంపదలు.

48. ఎడమ అరచేతి మీదపడిన కష్టములు, వ్రేళ్ళ మీద పడిన ఎక్కువ కష్టాలు, కుడివ్రేళ్ళ నడుమ భాగమందు, ఎడమచేతి గోళ్ళపైన లాభము, కుడిచేయి గోళ్ళమీద పడిన చిక్కులు.

49. ప్రక్క టెముల మీద, నడుముకి కుడివైపున పడినచో అన్నదమ్ములకు కీడు, ప్రక్క భాగమందు పడినచో తల్లిదండ్రులకు గండము.

50. రెండు ప్రక్కలందు పడినచో స్త్రీ భోగము, నడుము మధ్యనపడినచో కార్య జయము.

51. కుడిపిఱుదు మీద సుఖము, ఎడమ పిఱుదు మీద, లింగము మీద సిరిసంపదలు, బీజము మీద పడినచో కీడు, మరణము.

52. ఆసనమందు, కుడి తొడమీదపడినచో పుత్రమరణము, పిఱుదు యందు వాసియులో తొడమీద పడినచో భయము మరియు సంతానఫలము కలుగును.

53. తొడ వెనుక భాగమున పడినచో విషభయము, తొడ ముందు భాగమున భోగ సుఖము, తొడలోపలి భాగముపై పడినచో పర స్త్రీ గమనము.

54. బీజముల క్రిందపడినచో దొంగతనము, బీజములపై పడినచో స్వదేశ త్యాగము, మోకాలి మీద పడినచో వాహన లాభము.

55. కుడి మోకాలి యందు కీడు, ఎడమ మోకాలి యందు మేలు, ఎడమ కాలియందు పడినచో శుభము.

56. కుడి పిక్క మీద పడినచో మేలు, ఎడమ పిక్క యందు అశుభము, రెండు మడమల యందు పడిన మేలు, రెట్టల యందు పడినచో పలు భయాలు, రెండు మోకాళ్ళ మీద పడినచో జయము.

57. పాదమునకు లోపలి భాగమున ఎడమవైపున పడినచో కష్టము, వెలుపలి భాగములో కూడ మధ్యనపడినచో కష్టము, లోపలి భాగమున కుడివెపు పడిన యెడల రోగము, వెలుపలి భాగమునకు కుడివైపున పడినచో ధనము లభించును.

58. కుడి కాలివేళ్ళ మీదపడిన ధనలాభము, ఆ గోళ్ళ మీద పడినచో కలహము, గోళ్ళకు నడుమ భాగమందు పడినచో నష్టమైపోయిన ధనము తిరిగి వచ్చును.

59. అరికాలి యందు పడినచో ప్రయాణము, ఎడమ అరికాలు పైబడిన ధనము, రెండు పాదములందు పడినచో ఎక్కువ లాభము కలుగును.

60. బల్లి తాకిన యెడల భయము, ఎదురుగా ప్రాకటము చూచినచో భాగ్యములు కలుగును.

61. పాదముల సందులందు రోగము, మడమలకు వెనుక భాగముపై పడినచో కారాగార వాసము, రోమములపై పడినచో సంతోషహాని.

62. పెండ్లి కాని కన్నెలపైగాని, బాలుర మీద గాని బల్లి పడినచో, ఆయా ఫలములు వారి తల్లిదండ్రులకు కలుగును.

63. శుక్లపక్షమందు బల్లిపడినపుడే బల్లిపాటు గురించి పైన చెప్పిన ఫలములన్నియు జరుగును. కృష్ణపక్షమందుపై ఫలములన్నియు వాటికి వ్యతిరేకముగా జరుగును.

64. షష్ఠి, సప్తమి, అమావాస్య తిథులయందును, భరణి, మఖ, పూర్వాభాద్ర నక్షత్రముల యందును, శని ఆదివారముల యందును పైన చెప్పిన ఫలములకు వ్యతిరేక ఫలితములు కలుగును.

65. బల్లతల మీద పడినప్పుడు, స్నానము చేసి, శుచియై, దేవాలయమునకు వెళ్ళి, దేవుని సేవించినచో బల్లిపాటు వలన కలిగే కీడు తొలగిపోతుంది.

66. దుష్ట తిథి, దుష్టవారము, దుష్ట నక్షత్రములు, దుష్టస్థానములందు బల్లిపడినగాని, దుష్టదిశలనుండి బల్లి పలుకు విన్నాగాని శాంతి చేసుకోవలయును. బల్లిపడిన వెంటనే శిరస్స్నానము చేయవలయును. తర్వాత యథాశక్త్యానుసారము, వెండితోగాని, బంగారముతోగాని బల్లిని చేయించి, ఆ విగ్రహమునకు షోడశోపచారములతో పూజలు చేసి, బ్రాహ్మణునకు దానమీయవలయును. ఆ విధముగా చేసినచో బల్లిపడినందువలన కలిగిన దోషము తొలగిపోయి శుభము, సుఖము, ఆరోగ్యము, ఐశ్వర్యము కలుగును.

5. నవగ్రహ గౌళి

1. సూర్యుని మీద తుమ్మినను, గౌళి పలికినను, అనుకున్న పని కాదు. పెక్కు కష్టాలు కలుగును.

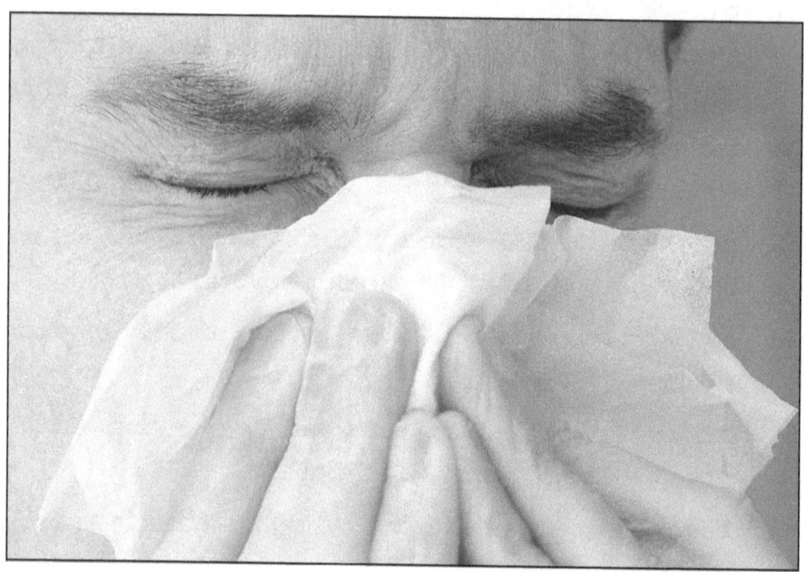

2. చంద్రునిపై తుమ్మినాగాని, గౌళి పలికినాగాని, బంధువులు వస్తారు. కార్యజయము.

3. అంగారకునిపై తుమ్మినాగాని, పలికినాగాని ఆపదలు, కలహము కలుగును.

4. బుధునిపై పలికినాగాని, తుమ్మినాగాని పలు శుభాలు, సౌఖ్యాలు కలుగును.

5. గురుని మీద పలికినాగాని, తుమ్మినాగాని ధన, ధాన్యవస్త్ర లాభము, రాజ / ప్రభుత్వ సన్మానము కలుగును.

6. శుక్రుని మీద పలికినను, తుమ్మినను మృష్టాన్ని భోజనము, సౌఖ్యము కలుగును.

7. శనిపై పలికినాగాని, తుమ్మినాగాని విచారము, రోగాలు పట్టి పీడిస్తాయి.

8. రాహువుపై పలికినాగాని, తుమ్మినా గాని మరణము, దొంగల భయము, రాజులేక ప్రభుత్వ సంబంధిత బాధ, రోగము, అగ్ని భయము కలుగును.

9. కేతువుపై పలికినను, తుమ్మినను సొంత ప్రదేశము విడిచి, దేశమంతా తిరిగి కష్టపడును.

6. తొండపాటు ఫలము

1. తొండ ముక్కు మీదపడితే అనారోగ్యము తగ్గిపోవును. వక్ష స్థలము మీదపడితే మృష్టాన్న భోజనము, భుజముల పై పడినచో ఆభరణాలు లభిస్తాయి.

2. తొండ తల మీద పడిన భయము, కుడినొసటి మీదపడిన లక్ష్మీప్రదము, రెండు చెవుల మీద పడిన దుఃఖము కలుగును.

3. తొండ చేతుల మీద పడితే ఆప్తులకు ఆపద, కడుపు మీద పడిన స్త్రీ మరియు బంధు దర్శనము, పిరుదులపై పడినచో లాభము కలుగును.

4. తొడమీదను, కాళ్ళ మీదను తొండపడినచో రోగము. శరీరముపై ఎడమప్రక్క పడినచో ధనము, శరీరముపై కుడివైపున పడినచో ధన నష్టము, ముఖముపై పడినచో చెడు (అశుభము) కలుగును.

5. తొండ పాదముల మధ్యలోపడిన లాభము, కుడిపాదముపై మేలైన ధనలాభము, ఎడమ పాదమందు పడినచో మొదట భయము కలిగి తరువాత శుభము కలుగును.

6. తొండ శరీరము మీదపైకి ఎగబ్రాకినచో శుభము, పై నుండి క్రిందికి దిగినచో చేటు, శరీరాన్ని తాకినాగాని, చుట్టూ తిరిగినా గాని మేలు కలుగును.

7. నలికెలపాము లేక నలకీచు పాము పాటు ఫలము

నలికెలపాము, నలికనులపాము, నలికిరి, నలికీచు, రక్తపుచ్చిక అనే పేర్లతో ఈ నలికంఢ్ల పామును పిలుస్తారు.

1. నలికంఢ్లపాము బొద్దునకు క్రింది భాగమునందు ప్రాకినను, చుట్టినను, ఎక్కినను, పడినను చేపట్టిన ప్రయాణము ఆగిపోవును.

2. నలికనులపాము బొద్దునకు పై భాగమున ముందరి ప్రక్కన గాని, ఎచ్చటైన దిగినను, ప్రాకినను జయము కలుగును. ఎక్కినా, తాకినా, నాకినా ఇబ్బందులు కలుగుతాయి. వీపు మీద పడితే భాగ్యము, మూపుపై పడితే తన గ్రామము విడిచి వేరే గ్రామమునకు వెళ్తారు. రెక్కల మీదపడితే కాపురము చెడిపోవును.

8. సర్పదర్శన శకునము :

1) రెండు పాములు కలహించుచుండగా చూచినచో దెబ్బలాట జరుగును. అద్భుతాలు పుట్టును. ఒక పాము పారిపోవుచుండగా చూచినచో మహారాజైన వారు కూడ సిరిసంపదలు పోగొట్టుకొని, తాను చెడిపోవును.

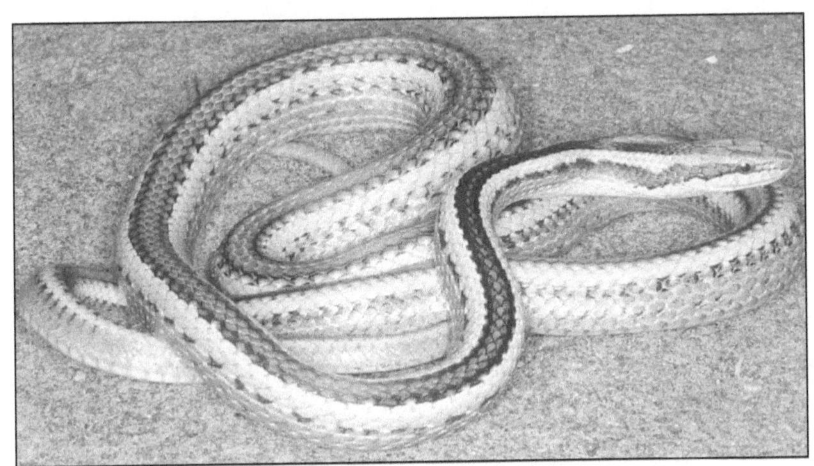

2) చచ్చిపోయిన పామును చూచినచో మరణ వార్త వస్తుంది. రెండు పాములు సంభోగించునపుడు చూచినచో శుభము కలుగుతుంది.

3) పాము చెట్టు నుండి దిగుతుండగా పట్టపురాజులు చూచినచో పీడ, అల్లులు, సామాన్య ప్రజలు చూచినచో శుభాలు కలుగును.

4) పాము తన ఇంటి లోపలికి వచ్చుచుండగా చూచినచో భాగ్యవంతుడు పేదవాడు, పేదవాడు భాగ్యవంతుడు అవుతారు. పాము ఇంటి నుండి బయటకు పోవుచున్నపుడు చూచినచో ఇరువురికి (పేదవాడు, భాగ్యవంతుడు) సంపదలు నశించును.

5) పాము వెళ్ళిన మార్గము కనపడగానే, ఆ బాట గుండా వెనుకకు అడుగుపెట్టుచు నడిచి, ఆ బాటను కాలితో తుడిచి ప్రయాణము చేసిన యెడల శుభము జరుగును.

6) ఎడమ వైపు నుండి తోకను, పడగను ఎత్తి పాము కుడి వైపునకు వెళ్తుండగా చూచినచో పలు శుభాలు కలుగును. పడగ మాత్రమే ఎత్తి వెళ్తున్నపుడు చూచినచో విందు భోజనము లభించును.

7) సర్పము దారిలో చెదిరిపోకుండ స్థిరముగా నున్నచో శుభము. పారిపోయినచో సంపదలు తొలగిపోవును. మార్గమధ్యములో కుడినుండి ఎడమ వైపునకు వెళ్ళుచుండగా చూచినను సంపదలు పోయి రోగములు కలుగును.

8) సర్పము కుడివైపునుండి వచ్చినచో అనుకొన్న పనులు జరుగును. పడగ నాడించినచో చాలా గొప్పవాడగును.

9)) పాము మనకు ఎడమవైపు నుండి వెళ్ళినచో అనుకొన్న పనులు చెడిపోవును. అది వెనుకకు తిరిగి వెళ్ళిపోయినచో మంచిదే. కాని అలాగే ప్రయాణము చేసినచో చెడిపోవును. మంచిది కాదు.

10) మార్గమధ్యమందున్న పాము కడుపును పైవైపుగా పెట్టి పొరలుతుండగా చూచినచో ఆ ప్రయాణమును తప్పనిసరిగా మానుకొనవలయును. లేనిచో కీడు కలుగును.

11) పాము తనను చూచి పడగెత్తి ఆడినచో శుభము. కళ్యాణము సిద్ధించును. పేదవారు కూడ ధనవంతులౌతారు.

12) పాము పుట్టపైకెక్కుచుండగా కనబడినచో దరిద్రుడు ధనికుడుగను, ధనికుడు దరిద్రుడగును.

13) చేను దగ్గఱకు గాని, మడి దగ్గఱకు గాని వెళ్ళిన రైతుకు పాము పడగవిప్పి ఆడుచున్నట్లు కనబడినచో పంటలు బాగా పండును. అలా పడగ విప్పిన పాము రైతుని చూచి పారిపోయినచో ఆ పొలంలో పండిన పంటను రైతు అనుభవించడు.

14) విత్తనాలు చల్లబోవునపుడు పడగెత్తి ఆడే పాము కనబడినచో పొలం సమృద్ధిగా పండి, రైతునకు సంతోషము, ఆనందము కలిగించును.

15) పురము మొగసాలయందు (ఊరి వాకిటి చావిడి) పాము వచ్చుచుండగా కనబడినచో ఊరి ప్రజలకు సుఖము. కాని ఆ పురము (ఊరు) మొగసాలయందు స్థిరముగా నిలిచినచో ధననాశనము, ఆపదలు, రాజాజ్ఞ (ప్రభుత్వపరమైన ఉత్తర్వులు) కలుగును.

16) ఒక పాముని, ఇంకొక పాము మ్రింగుచుండగా ప్రజలు చూచినచో కరువు, కాటకాలు వచ్చును.

17) ఊరిలోకి ప్రవేశించునపుడు మొగసాలకు కుడివైపున పాము యొక్క కూత వినబడినచో శుభము. అదే కూత ఎడమవైపు నుండి వినబడినచో కీడు, అశుభము.

18) బయట నుండి ఊరిలోనికి వచ్చే వారికి పాము కూత వినపడినచో వారు ఊళ్ళోకి ప్రవేశించవచ్చును. ఊరి నుండి బయటకు వెళ్ళేటప్పుడు మొగసాలయందు పాము కూత విన్నచో వారు ప్రయాణము చేయరాదు. మంచిది కాదు.

19) ప్రయాణమై బయటకు వెళ్ళేటప్పుడు ఎవరైనా పాము, పాము అని అరిచినచో శుభము. పాము పడగెత్తి యుండగా కనబడినచో ఎక్కువ మేలు (బహుసంపదలు). ఆ పాము తనను చూస్తున్నట్లు కనబడినచో వర్షభయము కలుగును.

20) పాము తనకుడివైపున కనబడినా గాని, పడగెత్తినట్లుగాని, చుట్టచుట్టుకొన్నట్లుగాని, పచ్చని చెట్టెక్కుచున్నట్లుగాని కనబడినచో రాజభోగములు, అధికారము కల్గును.

9. పిల్లి శకునము

1) చేయుపనుల యందు శకునములు చూడవలసి వచ్చినచో, పిల్లి శకునము అతి ముఖ్యమయినది. ఆ శకనము చూడకుండా, విస్మరించి పనులు చేసినచో అవి తప్పనిసరిగా చెడిపోవును.

2) పిల్లి అడ్డముగా వచ్చినచో పనులు చెడిపోవును. పిల్లి అపసవ్యముగా బిడ్డవలె తన చుట్టు తిరిగినా కూడ కార్యములన్నియు చెడిపోవును. కార్యహాని.

3) పిల్లి వెళ్ళుచు తన చుట్టు ప్రదక్షిణ క్రమంలో తిరిగిన యెడల స్వల్ప నష్టము. పిల్లలు ఒకదానినొకటి ఢీ కాని కొట్లాడు కొన్నచో కలహాలు కలుగును.

4) పిల్లి గనుక ఎలుకను కరుచుకొని సంతోషంతో ఎదురుపడినచో శత్రువులు ఓడిపోయి నశిస్తారు.

5) వేగముగా పనులు చేయుచున్నప్పుడు పిల్లి మధ్యలో దూరినచో ఆ పనులు చెడిపోవును. ఆ కార్యములను వెంటనే నిలిపివేయాలి.

6) పిల్లి మైధనము కనబడినచో చేతికి వచ్చే ధనము రాదు. ఆడ, మగ పిల్లల వీట్ల పిలుపులు వినబడినచో మానసిక బాధ కలుగును. మరియు ప్రయాణము చేయవలసి వచ్చును.

7) పిల్లి తన మూతిని నీటిలో కడుగుకొనినచో బంధు జనులు వస్తారు. పిల్లి కుక్కలను చూచి భయముతో పరుగెత్తినచో, ప్రయాణమునందు శత్రు భయము కలుగును.

8) ఎలుకలకు భయపడి, పిల్లి పారిపోయిన యెడల, విఘ్నములు తొలగిపోవును. తను కన్న పిల్లలను తీసుకువచ్చినచో తప్పనిసరిగా విఘ్నాలు కలుగును.

9) ప్రయాణమై వెళ్ళునపుడు పెంపుడు పిల్లి గుమ్మము ముందు ఎదురైనను దోషము కలుగదు.

10) పిల్లి తన పిల్లలను నోటితో కరుచుకొని వెళ్ళినచో స్థానభ్రష్టమగును. పిల్లి తనను చూచి భయపడి దాక్కొన్నచో కార్యము సఫలమగును.

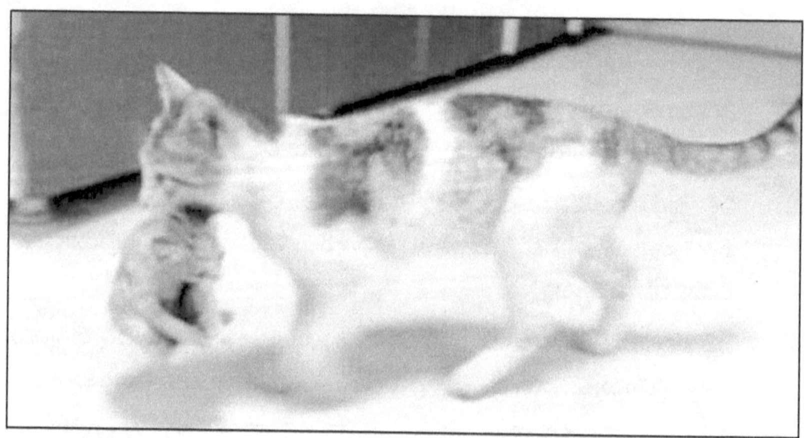

11) పిల్లి కక్కుట కనబడినచో ఆరోగ్యము కలుగును. మల మూత్రములను విసర్జించుట చూచినచో తప్పనిసరిగా అనారోగ్యము కలుగును.

10. కుక్కల శకునము :

1) ప్రయాణమై వెళ్ళేటప్పుడు కుక్క తన కుడి కాలితో కుడివైపునున్న తన ఏ అంగమునైనను బరుకుచు వెళ్ళుచున్న యెడల గొప్ప లాభము కలుగును.

2) ప్రయాణమై వెళ్ళునపుడు కుక్క అమేధ్యమునుగాని, బురదనుగాని పూసుకొని చెవులు విదిలించుచూ కనబడినచో మృత్యు భయము కలుగును.

3) ప్రతి రోజూ ఉదయాన్నే గ్రామాధికారి ఇంటి మొగ నుండి మొదలుపెట్టి నియమమన్నట్ల 'భౌ' మనుచు మొరుగుచున్నచో అతని ఉద్యోగము బదిలీ అయి గ్రామాధికారి ఆ ప్రదేశము విడిచి వెళ్ళిపోవును.

4) గ్రామానికి ఆగ్నేయదిశయందు కుక్కలు సూర్యుని చూచుచు రెండు మూడు దినములు మొరుగుచున్నచో దొంగలవలన, అగ్ని వలన భయము కలుగును.

5) గ్రామంలో కుక్కలు మధ్యాహ్నం మొరుగుచుండినచో గ్రామవాసులకు మృత్యుభయము, అలాగే అపరాహ్ణ కాలమందు మొరుగుచుండినచో గ్రామమందు కలహము కలుగును.

6) సాయంకాలమందు కుక్కలు సూర్యునికెదురుగా ఏడ్చుచున్నచో కాపులకు పలు నష్టములు జరుగును.

7) ఆగ్నేయ దిశను చూచుచు కుక్కలు సాయంకాలమందు ఏడ్చినచో ఆ గ్రామములో త్వరలో దొంగలు పడతారు.

8) ఏ ఇంటి ముందు కుక్కలు తలవంచి నేలను బఱుకుచు, గీకుచు ఏడ్చినచో ఆ ఇంటిలో బిడ్డలు చనిపోవుదురు.

9) ఏ వీధిలోనైనా కుక్కలు 'ఆవని' ఏడ్చినచో ఎనిమిది దినములలో ఆ వీధి నుండి ఒక పీనుగు బయల్పడును.

10) ఆకాశమును చూచుచు కుక్కలు ఏడ్చినచో వర్షము కురుస్తుంది. కుక్క ఇంటిపైకెక్కి ఏడ్చినచో ఆ ఇంటిలోనున్న వారికి భయము కలుగును.

11) కుక్కలు గోపురముపైన ఏడ్చినచో, ఆ గ్రామములో పెక్కు రోగములు కలుగును. పశువులు తిరిగే స్థలముయందు ఏడ్చినచో పశువులకు హాని కలుగును.

12) కుక్కలు మిద్దెల మీద, వాముల (గడ్డివాములు మొ॥నవి) మీద కూర్చొని ఏడ్చినచో గట్టి వర్షము కురుస్తుంది.

13) నీళ్ళు ఎద్దడిగానున్న కాలమందు కుక్కలు అఱచుచు నీళ్ళ యందు మునిగి తలలు విదిలించినచో, పన్నెండు దినములలో వర్షము కురియును.

14) కుక్కలు ఊరి నుండి ఏడ్చుచూ కాటి (శ్మశానము) వరకు పరుగెత్తినచో, ఊరిలో చాల గొప్ప మనిషికి చేటు కలిగి మరణించును.

15) కుక్క ఇంటి వాకిలి మీద తల మోపి, తోకను వీధి వైపునకు చాచి, పదే పదే ఏడుచ్చుచుండినచో, ఇంటిలోని వారికి రోగములు కలుగును.

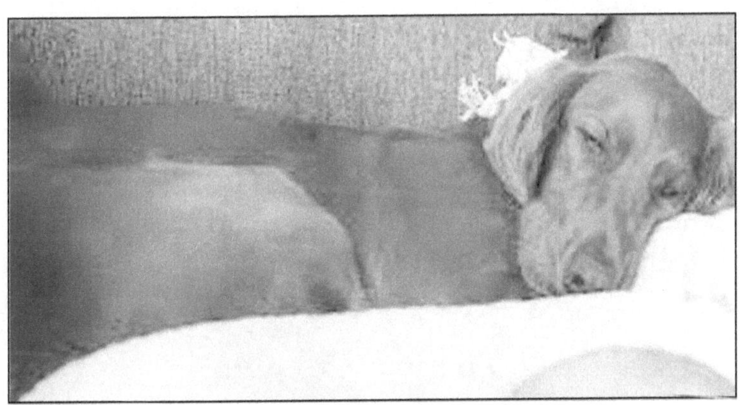

16) కుక్క తన తలను ఇంటి గడప మీద ఆనించిపెట్టి, తోకను ఇంట్లోకి చాచి ఏడ్చినచో ఆ ఇంటి ఇల్లాలి శీలము చెడ్డదై ఉండవచ్చును.

17) కుక్కలు తమ గోళ్ళతో గోడను గోకుచు , మరియు పెకలించుచు ఏడ్చినచో, దొంగలచే గోడకు కన్నము పడి, స్త్రీల సొమ్ములు పోవును.

18) పెంపుడు కుక్క ఒక కంటితో ఏడ్చుచూ అనగా నీరు కార్చుచూ, అన్నము తినక దుఃఖించుచున్న యెడల, ఇంటి యజమాని లోకోత్తర గుణవంతుడైనను దుఃఖము పాలగును.

19) కుక్క తన ఎడమ మోకాలిని వాసన చూచినచో ధనలాభము, కుడి మోకాలిని మూర్కొనినచో స్త్రీ కలహము, కుడి తొడను వాసన చూచినచో శుభము, ఎడమ తొడను వాసన చూచినచో కలహము కలుగును.

20) ప్రయాణమై వెళ్ళు వారి కాలిని "కుయి, కుయి" అని తరచుగ వాసన చూచినచో, ఆ ప్రయాణము కొనసాగదు. చేతి యందున్న ధనము చేజారిపోవును.

21) కుక్క 'ఊ' అని ఎడమ ప్రక్క యందు మొఱిగినచో ధనలాభము, 'ఐ' అని మెతినచో మేలు, 'ఔ' అని మొఱిగినచో చెడు జరుగును.

22) కుక్క కాలికి అడ్డంగా వచ్చి తోకను రుద్దుచు, వెనుకవైపు నుండి మొఱుగుచున్న యెడల ధనము దొంగల పాలగును.

23) కుక్క గట్టిగా ఏడ్చుచూ, కూతలు కూస్తూ పరుగెత్తుతూ వెళ్తుంటే, దాని వెంట వెళ్ళినచో కారణము తెలియును.

24) కుక్క పరుపు మీద పడుకొని ఏడ్చినచో ఆ పరుపు మీద పడుకొనే వారు అనారోగ్యం పాలవుతారు. తన పిల్లలకు పాలిచ్చినచో సంసారం అభివృద్ధి చెందుతుంది.

25) ప్రయాణ సమయమందు కుక్క సురతమును చూచినచో, ఆ రోజు ప్రయాణం ఆపి, మరుసటి రోజున వెళ్ళవలయును.

26) ప్రయాణం చేసే సమయములో తోకలేని కుక్కను చూచినచో కీడు, కుంటి కుక్కను చూచినచో అపజయము, నల్లకుక్కను చూచినచో వెళ్ళే పని సఫలము అగును.

27) కుక్క ఇంటిలో ప్రవేశించి మొరిగిన యెడల గృహ యజమానికి మృత్యు భయము కలుగును.

28) కుక్క ఎముకలు, త్రాళ్ళు, గుడ్డ పీలికలు నోటితో కరచుకొని వచ్చిన యెడల శుభ ఫలితము, కార్యజయము కలుగును.

11. నక్కల శకునము :

1) ఓ శిఖి నరసింహస్వామీ! నక్కను కుక్క కఱచుచుండగా చూచినచో శుభము కలుగును. నక్కలు కూస్తుండగా చూచినచో ధనలాభము, క్షేమము కలుగును.

2) ప్రయాణ సమయమున, నక్క వాటమగు కాటిలోని కొరకంచు (కొరివి) నోట కఱచుకొని ఎదురుగా కనబడినచో దుఃఖము, అశుభము, చేటు కలుగును.

3) గుఱ్ఱములుగాని, ఆవులుగాని, నక్కల కూతలు వినిగంతులేసి మల మూత్రములను విడిచి పెట్టినచో వానికి చేటు (కీడు) కలుగును.

4) శిశిర ఋతువు నందు నక్కలు "హూహూ! టాటా! హోహో!" అని కూసినచో శ్రేయస్సు కలుగును. "ఓహో! ఈహీ!" అని కూసినచో విపత్తులు కలుగును.

5) "టట్టా" అని నక్క కూత వినబడినచో పెద్ద పులులలాంటి క్రూరమృగముల బాధకు లోనగుదురు.

6) "కోళ్ళో! కీళ్ళో! కూళ్ళో! నాళ్ళో! లోళ్ళో! అని నక్కలు కూసినచో గ్రామములకు అగ్ని ప్రమాదములు లేక అగ్ని భయము కలుగును.

12. గరుత్మంతుని శకునము :

1) గరుత్మంతుడు కట్టినచో పెక్కు కష్టాలు కలుగుతాయి. చుట్టినచో పలు శుభాలు, సూటిగా తీర్చినచో బంగారు పంట పండినట్లు గొప్ప సంపదలు కలుగును. (కట్టుట అనగా ఎడమవైపు నుండి కుడివైపునకు వెళ్ళుట, చుట్టుట అనగా ప్రదక్షిణ క్రమంలో తిరుగుట, తీర్చుట అనగా కుడి నుండి ఎడమ వైపునకు వెళ్ళుట)

2) పాలపిట్ట, గరుడపక్షి, కుడి నుండి ఎడమవైపునకు వెళ్ళినచో తీర్చుట అని అర్థము. ఎడమ నుండి కుడివైపునకు వెళ్ళినచో కట్టుట అని అర్థము.

3) గరుడ పక్షి శకునము కొందరికి తీర్చుటయు, మరికొందరికి కట్టుటయు, మరికొందరికి దర్శనము శుభాలు కలిగించును.

4) గరుత్మంతుడు మేతను నోటితో కరుచుకొని స్వామీ 'కృష్ణా' అని అరచినచో అందరికీ సకల శుభములు కలిగి, క్షేమకరమైన విశేష సౌఖ్యములు సిద్ధించును.

5) గరుత్మంతుడు ఏ వైపున తనకు కనపడునో, ఆ దిక్కునందు శుభఫలములు కలుగును. ఆ దిక్కుయందు సిరిసంపదలు కూడ చేకూరును.

6) నల్లయు, పాలపిట్ట, గరుత్మంతుడు, కుక్క, నక్క ఇవి మనకు రెండువైపుల, వెనుక నుండినచో త్రిలోకములలో గొప్పదనదగిన పదవి లభించును.

7) మనుష్యులకు ప్రతినిత్యము, ఉదయ కాలమున నిద్ర నుండి లేవగానే గరుడపక్షి కనబడినచో శుభము, దీర్ఘాయువు, జయము కలుగును.

8) గరుడపక్షి శకునము నీటి పట్టులందు శుభ ఫలితము నివ్వదు. నీళ్ళు లేని ప్రదేశములందు శుభ ఫలితాలనిస్తుంది.

13. పాలపిట్ట శకునము :

1) ప్రయాణ సమయమందు పాలపిట్ట కనబడినచో పప్పన్నము (మృష్టాన్న భోజనము), పలు లాభములు కలుగును.

2) పాలపిట్ట తూర్పు దిశ యందు కనిపించినచో చెఱుపు, ఆగ్నేయ దిశ యందు కనిపించినచో ఎక్కువ కష్టము, దక్షిణ దిక్కున కనిపించినచో రాజ్య సుఖము, సిరులు కలుగును.

3) పాలపిట్ట నైరుతి దిక్కుయందు కనబడినచో వాహనములు, పడమర దిక్కున కనబడినచో సంపద, కీర్తి ప్రతిష్టలు, వాయవ్య దిక్కున కనబడినచో పలు శుభాలు, కీర్తి కలుగును.

4) పాలపిట్ట ఉత్తర దిక్కు యందు కనబడినచో మరణము, ఈశాన్య దిశయందు కనబడినచో దుఃఖము కలుగును.

5) పాలపిట్ట కుడివైపున ఉండినచో మంచిది. కుడినుండి ఎడమ వైపునకు వెళ్ళినచో పలు శుభాలు, నెల మధ్యలో చూచినచో లాభము, ఎడమ నుండి కుడివైపునకు వెళ్ళినచో చెడు (కీడు) జరుగును.

6) పాలపిట్ట తన ముందు కనిపించినచో లాభము, వెనుక వైపున కనిపించినచో కీడు కలుగును.

14. కాకుల శకునము :

1) ఒక కాకి తీర్చినచో భయము తొలగును (నిర్భయము). రెండు తీర్చినచో శుభము, మూడు తీర్చినచో రాజ్యలాభము (ప్రభుత్వంలో అధికారము లేక పదవి) కలుగును. (కట్టుట = ఎడమ నుండి కుడివైపుకు వెళ్ళుట, తీర్చుట = కుడి నుండి ఎడమవైపునకు వెళ్ళుట).

2) కాకి తీర్చి కట్టినచో మరణం. తీర్చకుండ కట్టినచో విచారము (దైన్యము), పలుమార్లు కట్టి తీర్చిన యెడల కార్యసిద్ధి.

3) కాకి మేతను, కట్టెను ముక్కుతో కఱచుకొని తీర్చిన యెడల ఎక్కువ లాభము కలుగును. ఎక్కువ కాకులు తీర్చి, ఒకటి మాత్రము కట్టినచో శుభము కలుగును.

4) రెండు కాకులు మూడుసార్లు తీర్చినచో దారిద్ర్యము కలిగి, ఎంత గొప్ప పనియైనను చెడిపోవును.

5) కాకి వెనుక నుండి ముందుకు వచ్చి, తీర్చినచో పని లక్ష్మీకరమగును. అలాకాక కట్టినచో, కత్తిమీద సాములె పని అనుకూలమగుట కష్టము.

6) దూరము నుండి కాకి తీర్చినచో పనులాలస్యమగును. దగ్గఱ నుండి ఎదురుగా ఏనుగు పొడవున తీర్చినచో మేలు కలుగును.

7) కాకి వెనుక నుండి ముందుకు వెళ్ళినచో శుభము. ఎదురుగా వచ్చినచో అనుకొన్న పని చెడిపోవును.

8) ఊరి నుండి గాని, ఇంటి నుండి గాని బయటకు వెళ్ళేటప్పుడు కాకులు గుంపుగా తీర్చినచో మేలు. ఊరి ముందు గాని, ఇంటి ముందు గాని చేరినప్పుడు కట్టినచో కూడ మేలే జరుగును.

9) మార్గమధ్యంలో కాకులు ఎదురైనను, కాకి శకునము గురించి దారి మధ్యలో విచారింపనక్కఱ లేదు. కాకి శకునము అటువంటి సమయాల్లో వర్తించదు. ఊరి ముందర, ఇంటి ముందర మాత్రమే కాకి శకునము గురించి పరీక్షించాలి.

10) కాకుల మైథునము చూచినచో లేక కనబడినచో పది నెలల లోపున చేటు లేక మరణము కలుగును. ఆ దోష పరిహారార్థము తగిన శాంతి జపాలు చేసుకొనవలయును. (లోకంలోనున్న ఆచారం ప్రకారము, ఎవరైనా కాకుల మైథునము చూచినచో, అతడు చనిపోయినాడని అతని అత్తవారింటికి వార్త పంపాలి. అపుడు అత్తంటివారు ఏడ్చుచు, అతని ఇంటికి వచ్చినచో దోషము పోవునని ప్రాచీన సంప్రదాయము)

11) కాకి తన తలను తన్నినచో కార్యహాని. కాకులు గూళ్ళు కట్టుకొంటే వర్షాలు కురియవు.

12) కాకి అమేధమును నోటిలో పెట్టుకొని ఎదురుగా వచ్చినచో కార్యజయము కలుగును.

13) కాకి ద్వారమునందు పోవుచు అడ్డుగా తిరిగి వచ్చినచో దూరప్రాంతములకు వెళ్ళిన ఆప్త బంధువులు త్వరలో తిరిగి వస్తారు.

14) కాని ఏదైనా క్రొత్త వస్తువునుగాని, ఎర్రగానున్న వస్తువునుగాని ఇంట్లో పడవేసినచో, ఆ యింటికి త్వరలో అగ్ని భయము కలుగును.

15) రక్తంతో కూడిన మాంసపు ముద్దను నోట కరచుకొని వచ్చి తనకెదురుగా పడవేసినచో కారాగృహ శిక్ష పడును.

16) వెండి, పచ్చని రంగుగల వస్తువులను తనకెదురుగా పడవేసినచో త్వరలో ధనలాభం కలుగును. అట్టి వస్తువులను తన ఇంటి నుండి ఎత్తుకొని పోయినచో ధన నష్టము కలుగును.

17) పై వస్తువులను తన గృహం నుండి కాని ఎత్తుకొని వెళ్ళినచో ధననష్టం కలుగును.

18) మట్టిని నోట కరచుకొని వచ్చి తనకెదురుగా పడవేసినచో భూలాభము మరియు రత్నములు లభించును. నోటితో తెచ్చిపడవేసిన రాజ్య (ప్రభుత్వ పదవి) లాభము, ధనలాభము కలుగును.

19) కాకి పచ్చి మాంసాన్ని తెచ్చి తనకెదురుగా పడవేసినచో అత్యంత ధనలాభము కలుగును.

20) రత్నములు తెచ్చి తనకెదురుగా పడవేసినచో రాజ్యలాభమును, ధనలాభమును, ఆభరణములు లభించును.

15. భారద్వాజ పక్షి శకునము :

(ఈ పక్షి నల్లగా ఉంటుంది. సాధారణంగా పశువుల మీద కూర్చుంటుంది. దీనిని ఎట్రింత పిట్ట అని కూడ అంటారు)

1) భారద్వాజ పక్షిని "పసలపోతు, పసలపోతు గాడు అంటారు. ఇది సిరిగల, సిరులిచ్చే పక్షి. కాబట్టి దీని శకునము సౌఖ్యాలను కలుగజేస్తుంది.

2) భారద్వాజ పక్షి అడ్డము వచ్చినచో శుభాలు కలుగును. పోతు పిట్ట మాత్రమే తీర్చినచో (కుడి నుండి ఎడమవైపునకు) కష్టము కలిగి, చిక్కుల పాలగుదురు.

3) ఆడపక్షి తీర్చినచో శుభము. ఆడపక్షి, మగ పక్షి కలిసి తీర్చినచో జయము. శుభము, కీర్తి ప్రతిష్టలు కలుగును.

16. కబ్బపులుగు లేక సరస్వతీ పులుగు శకునము :

1) కబ్బ పులు లేక సరస్వతీ పులుగు నాలుగు జాములలో నాలుగు, దిక్కులు, నాలుగు మూలలయందు పలికిన దానిని బట్టి ఫలాఫలాలను నిర్ణయించాలి. ఆ పలుకు ఫలాలీ క్రింది విధంగా ఉంటాయి.

జాములు

దిక్కులు మరియు మూలలు	1వ జాము	2వ జాము	3వ జాము	4వ జాము
అ) తూర్పు	మరణము	వాన	భయము	భోజనము
ఆ) ఆగ్నేయము	చేటు	సిరి	కలహము	అగ్ని భయము
ఇ) దక్షిణము	ప్రియము	అతిశయము	వాన	యుద్ధము
ఈ) నైరుతి	వాన	కార్యసాఫల్యము	చుట్టాలరాక	పగవారి (కి) చేటు
ఉ) పడమర	భయము	అనుమానము	ధనము	అతివృష్టి
ఊ) వాయవ్యము	శుభము	రాజశోకము	శుభము	మహాతేజము
ఋ) ఉత్తరము	సంతోషము	శత్రుభయము	ప్రయము	నష్టము
ౠ) ఈశాన్యము	స్థిరమైన బుద్ధి (మంచి బుద్ధి)	రక్త దర్శనము / రక్తదర్శన భయము	లాభము సంతోషము	కష్టం

2) తన ఇంటి యందు గాని, తను ఊరి యందు లేనప్పుడు గాని మరియు తన తల్లికి తెలియకుండినపుడు గాని కబ్బ పులుగు కుడి ప్రక్క నుండి కూసినచో ధనలాభము, శుభము కలుగును.

17. రాబందులు :

గృహము పైకప్పు మీద, లేదా గృహముపైన రాబందులు వాలినను, రాబందు గృహములో ప్రవేశించినను ఆ గృహ యజమానికి ధననష్టము, అనారోగ్య భయము, దరిద్రము కలుగును. కాబట్టి ఇంటిలో శాంతి చేసుకోవలయును.

18. తేనెపట్టు శుభాశుభములు :

1) కాపురమున్న ఇంట్లో తేనె పట్టు పట్టినచో గృహానికి, గృహాయజమానికి అరిష్టము. త్వరలో ఆ ఇల్లు కూడ కాలిపోయే ప్రమాదము కలుగును.

2) ఇంటి యందు తూర్పు భాగములో తేనె పట్టు పట్టినచో గృహాయజమానికి రోగభయము కలుగును.

3) దక్షిణ భాగములో తేనె పట్టువలన గృహ యజమానికి అరిష్టము.

4) పడమర భాగములో పట్టినచో గృహ యజమానికి స్థానచలనము కలుగును.

5) ఇంటికి ఉత్తర భాగమందు తేనె పట్టు వలన దరిద్రము కలుగును.

6) తేనె పట్టు పట్టిన ఇంటిని ఆరు నెలలు వదలి వేసి శాస్త్రోక్తముగా శాంతి చేయవలయును.

19. గృహావరణలో మొండిచేతుల శుభాశుభాలు :

1) గృహం యొక్క పశ్చిమ భాగంలో మొండి చేతులు మొలిచిన యెడల, గృహంలో నివసించే వారికి దరిద్రము కలుగును. అందుచేత అటువంటి ఇంటిని ఆరు మాసములు వదలి వేయవలయును.

2) ఈ మొండి చేతులయందు రామహస్తము, రావణహస్తము అని రెండు రకాలు కలవు. రామహస్తము తెల్లగా, ఉండి సువాసన కలిగి ఉంటుంది. రావణ హస్తము నల్లగా ఉండి చెడువాసన కలిగి యుండును. రామహస్తము మొలచినచో ఇల్లుని ఖాళీ చేయనవసరము లేదు. రావణ హస్తమయితేనే ఇల్లు వదల వలయును. లేనిచో చేటు కలుగును.

20. ప్రాణి ప్రభృతి శకునములు :

1) సాలెపురుగు శరీరము మీదను, వస్త్రములమీద ప్రాకినచో, త్వరలో కొత్త బట్టలు వచ్చును.

2) బరిణపురుగులు, కప్పలు, జలపక్షుల ధ్వనులు, చీమల బారులు ఎక్కువగా కనిపిస్తున్నచో వానలు కుంభవృష్టిగా కురియును.

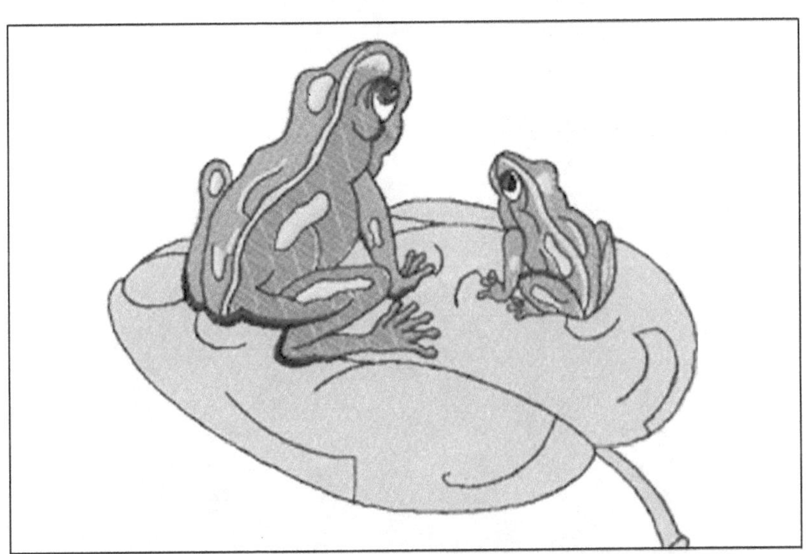

3) గుడిలో నుండే అఖండ దీపమారిపోయినను, సున్నపు కుండ నేల మీద పడి పగిలిపోయినను, దొంగలు పడి చెడు జరుగును.

4) చిన్న పిల్లలు, బాలురు గడప మీద నుండి మాట్లాడుచు మాత్రం విసర్జించి నేలమీద అలికినచో భోజన సమయానికి చుట్టాలు వస్తారు.

5) బాలురు, చిన్న పిల్లలు మట్టి తిన్నచో ధాన్యములకు ధరలు పెరుగును. గడ్డి తినిన యెడల పశువులకు హాని జరుగును.

6) శిశువు లేకుండ ఊయలను ఊపినచో, శిశువునకు కడుపు నొప్పి కలుగును. పాపను (శిశువును) గర్భిణీ స్త్రీ ముట్టుకొన్నచో ఆ పాప (శిశువు) కృశించును.

7) శిశువు బ్రహ్మరంధ్రము నందు తల్లి యొక్క చనుమొన తగిలినచో తల్లికి ఇబ్బందులు కలుగును. తల్లి యొక్క కాలిదుమ్ము శిశువునకు సోకినచో కడుపు శూల లేక గర్భశూల కలుగును.

8) స్త్రీలకు గోళ్ళ పైన తెల్లని చుక్కలు కనబడినచో, త్వరలో కోరుకొన్న గర్భము నిలుచును.

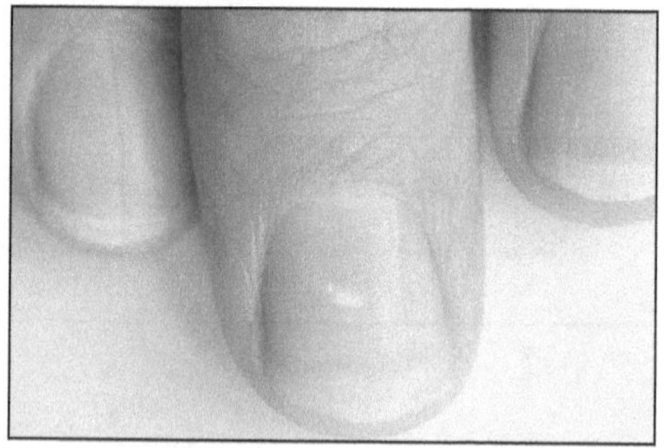

9) తోళ్ళు, బోరగిలపడినను, తోళ్ళ అడుగున తూట్లు (రంధ్రాలు) పడినను, తిరుగలి పగిలినను, దీపపు కొడి విరిగినను కీడు కలుగును.

10) కుడి అరికాలు అడుగున జిల పుట్టినను, ఎక్కువ దురద పెట్టినను చుట్టాలు వస్తారు. ఎడమ అరికాలు అడుగున జిలపుట్టినను, ఎక్కువ దురద పెట్టినను ప్రయాణము ఆలస్యముగా చేస్తారు. పైన చెప్పినవి స్త్రీలకు జరిగినచో కీడు కలుగును.

11) ఘనకార్యముల గురించి ఆలోచించునప్పుడు, శుభకార్యములను ప్రారంభించే సమయాల యందు గాడిద కూసినచో శుభమగును.

12) తాము పెంచుచున్నట్టి ఆవు, ఎద్దు, చిలుక, కుక్క, గుఱ్ఱము కళ్ళ నుండి నీళ్ళు సొనసొనగా కారినచో, కీడు జరుగును.

13) తన ఇంటి ఆవరణలోగాని, ఇంటిపై భాగమునగాని, ఇంట్లో గాని గుడ్లగూబ "హూహూ" అని అరచినచో కీడు.

14) చిన్న పిల్లలు సున్నము, పసుపు ఇంటి నేలపై చల్లుచండినచో, ఆ ఇంటి యందు నివసించే వారికి అప్పుల బాధ కలుగును.

15) ఊసరవెల్లి, నలికెల పాము (నలికండ్ల పాము), రాపులుగు ఎవరింటి మీద ఎగ ప్రాకునో, ఆ ఇంటి యజమాని రెండు నెలలలో ప్రమాదము పొలగును.

16) ఎవరింట్లో నల్లు లెక్కువగా ఉందునో, ఆ ఇంటి వారికి లాభములు తగ్గును. ఎలుకలు ఎక్కువగా ఉంటే భోజనమునందు అభివృద్ధి కలుగును.

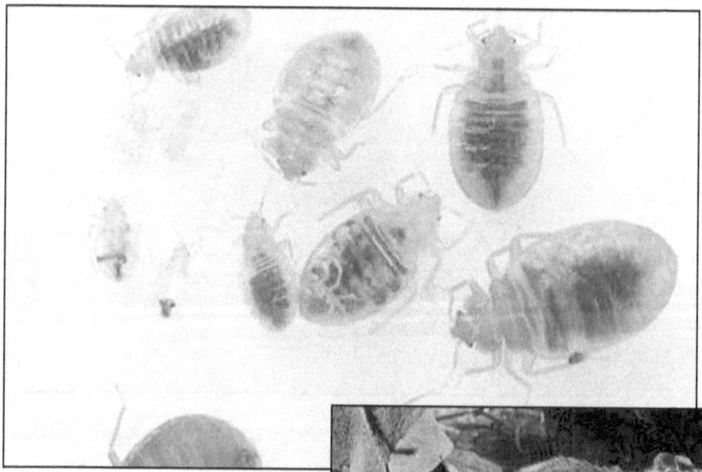

21. వాక్య శకునము :

1) ఒకటి అనుపదము వినినచో చేటు, రెండు అనుపదము వినినచో సంధి చెడిపోవును. మూడు వినిన కలహము, నాలుగు వినిన జగడము, ఐదు అనుపదము విన్నచో పెద్ద కొట్లాట జరుగును.

2) ఆరు అనుపదము విన్నచో శ్రేయస్సు. ఏడు విన్నచో కొట్లాట, ఎనిమిది విన్నచో మరణము, తొమ్మిది విన్నచో ధనలాభము, శుభము కలుగును

3) పదికి సంపద, పదకొండుకి గెలుపు, పన్నెండుకి మరణము. పదమూడు అన్న పదము వినపడిన స్థానభ్రష్టత కలుగును. పదమూడు అనే పదము విన్న తర్వాత పాండవులు హస్తినాపురిని వదలి అడవులకు వెళ్ళవలసి వచ్చినది.

4) పద్నాలుగు మేలు. పదిహేను వినుట చేత సీతాదేవి రావణాసురునికి బందీ అయ్యెను. పదహారు విని ఆంజనేయుడు సముద్రమును దాటెను. పదిహేడు పదము విని శ్రీరామచంద్రుడు సీతాదేవి వృత్తాంతమును తెలుసుకొన్నాడు. పద్దెనిమిది విని లంకకు వారధి కట్టెను. పందొమ్మిది విని శ్రీరామచంద్రుడు రావణుని జయించెను. ఇరువది అనే పదము విని పరమశివుడు త్రిపురాసురులను జయించాడు.

22. వైద్య సంబంధమైన శకునాలు :

1) వైద్యుని పిలుచుకొని వచ్చుటకు వెళ్ళే వారికి మంచి శకునము వచ్చినచో, రోగికి అనారోగ్యము తొలగి మంచి ఆరోగ్యము కలుగును.

2) కుక్కలు అనారోగ్యవంతుని ఇంటివాకిట గోళ్ళతో నేలను గోకుకు, తడుముచున్నచో, రోగి త్వరలో స్వర్గస్తుడగును.

3) వైద్యుడు, రోగిని చూడ్డానికి వెళ్ళేటపుడు అతనికి చెడ్డ శకునము ఎదురైనచో, రోగి అనారోగ్యము దూరమె కాదు.

4) వైద్యుడు రోగి గురించి ఔషధము సిద్ధము చేయునప్పుడు తన మనస్సులో సంతోషము లేకుండ విచారము కలిగినచో ఆ అనారోగ్యము బాగు కాదు. అటువంటి రోగిని విడిచి పెట్టాలి.

5) గర్భిణీ స్త్రీ తన భర్త వ్యాధిగ్రస్తుడైనప్పుడు, అతనిని తాకరాదు, అలా కాకుండ భర్తను తాకినచో, భర్త చనిపోవును.

6) మనుష్యులకు బలమైన రోగము, ఔషధము తీసుకొన్న వెంటనే తగ్గినచో, ఆ రోగమే మరల త్వరలో వచ్చి వారికి చేటు చేయును.

7) రోగియు, అతని భార్య, అతని కుమారుడును నిత్యము కలహించుకొనుచున్నచో, ఆ రోగము కుదరదు. హాని చేయును.

8) ఈ రోగి ఇంక బ్రతుకడు, మరణమే అని జనులు, పౌరులు, చెప్పుకొనుచుండినచో, ఆ రోగి యమసదనము చేరును. బ్రతుకడు.

9) వైద్యునిపై విశ్వాసము కలిగి, అతడిచ్చు మందుపై కూడ విశ్వాసము కలిగినచో, ఆరోగ్యము బాగుపడును.

10) వ్యాధిగ్రస్తులు చీటికి, మాటికి వైద్యుని పదే పదే పిలిచినచో ఆరోగ్యము కుదుటపడదు.

11) రోగి వైద్యునిపై భీషణముగా, రోషావేశములతో కఠినముగా దూషించుచుండినచో, రోగి మరణించును.

12) దీర్ఘరోగియైయున్న వానికి కుక్క మీదపడి తరిమి, కరిచినట్లు కలవచ్చినచో మరణము తప్పక సంభవించును.

13) రోగులకు, స్వప్నములో ఉత్తరములు చదివినట్లు కలవచ్చినచో త్వరలో యమపురికేగుదురు (చనిపోవును)

23. తుమ్ముల శకునము :

1) రెండు తుమ్ములు తుమ్మిన కార్యజయము, తుమ్మి, చీదినచో మరణము. నడుచుచు తుమ్మినచో దోషము తొలగిపోవును.

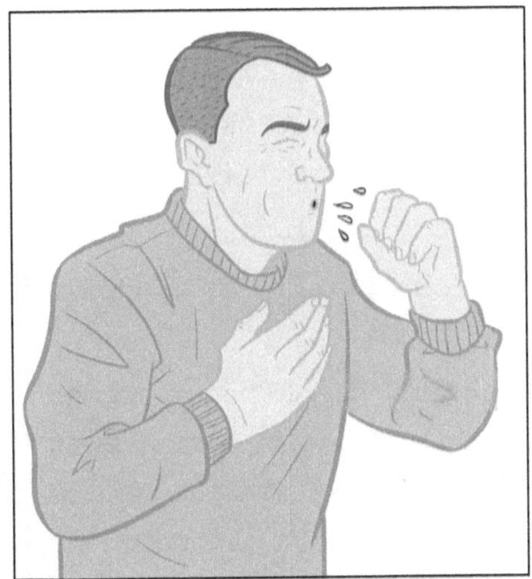

2) తుమ్ముచు, దగ్గుచు నడిచినాగాని, పడుకొని ఉమ్మివేసినాగాని అనేక వ్యాధులు కలుగును.

3) తుమ్ముచు భూమిని గోకినను, అవతలివైపు కెళ్ళినను, తల గోక్కొన్నను, చింతగానున్నను, తడబడినను, చీదినను రాళ్ళకైనా కూడ కష్టాలు వస్తాయి.

4) లేచుచు తుమ్మినచో శుభము. కూర్చొనిగాని, నీటి దగ్గఱుండి గాని, గొణుగుతూ గాని, కలహించుచూ గాని తుమ్మినచో కార్య హాని కలుగును.

5) ఇనుమును, వెండిని ముట్టుకొన్నాగాని, చూచినాగాని పనులు చెడిపోవును. కంచును, రాగిని ముట్టుకొన్నాగాని, చూచినాగాని కార్యజయము. తుమ్మిన తర్వాత పై వానిని ముట్టుకొన్నచో శుభము కలుగును.

6) పసిపిల్లలు, శిశువులు, భోగము స్త్రీ, బాలింతరాలు తుమ్మినచో శుభము, మంచిది. నీచజాతి వారు, కుంటివారు తుమ్మినచో పనుల యందు జయము కలుగును.

7) బానిస, గర్భిణీ స్త్రీ, గొడ్రాలు, ముత్తైదువ, విధంతువు, గ్రుడ్డివారగు స్త్రీల తుమ్ములు మరణము కలిగించును.

8) చాకలి స్త్రీ, గాండ్ల స్త్రీ, కుత్రవు స్త్రీ, మూగస్త్రీ, ఎరుకలస్త్రీ, మొండిస్త్రీ, ముక్కిడి స్త్రీ మొదలగువారు తుమ్మినచో దుఃఖము, ఫలనాశనము జరుగును.

9) ప్రయాణ సమయమప్పుడు, ఏదైనా ఆలోచించేటప్పుడు, చతుష్పాద జంతువులు తుమ్మినచో మరణము కలుగును.

10) మొసలినిగాని, బంగారాన్ని గాని, పండ్లనుగాని, స్త్రీ నాట్యాన్నిగాన్ని చూచినా, తాంబూలము వేసుకొన్నాగాని తుమ్ములవలన కలిగే దోషము పోవును.

24. తుమ్ముల ఫలితము :

తనకు ఎదుట ఏ దిక్కు నుండి తుమ్ముచున్నారో, ఆయా దిక్కులకు వార క్రమము, జాములతో ఫలములు ఈ క్రింది పట్టికలో వివరించబడినవి.

1) రెండుసార్లు తుమ్మితే శంకించాల్సిన పని లేదు. కార్యసాఫల్యము.

2) తుమ్మి చీదితే మరణం

3) పసి పిల్లలు, వేశ్య, బాలింతల తుమ్ము మంచిదే.

4) ఆలోచించే సమయంలో, ప్రయాణం చేసే సమయంలో నాలుగు పాదాల జంతువులు, పశువులు తుమ్మితే మరణం కలిగే భయాలున్నాయని తెలుసుకోవాలి.

వారం	జాము	తూర్పు	ఆగ్నేయం	దక్షిణం	నైరుతి	పడమర	వాయవ్యం	ఉత్తరం	ఈశాన్యం
ఆదివారం	1.	మంచిది	మధ్యమం	బంధువులు వస్తారు	మంచిది	రోగం	సజ్జనుల సంభాషణ	భాగ్యవృద్ధి	కన్యలు వస్తారు
	2.	మంచిది	మధ్యమం	మంచిది	ఇబ్బందులు	సుఖం	ధన నాశనం	సజ్జనుల ఆగమనం	బంధువుల ఆగమనం
	3.	వర్షం కురుస్తుంది	మధ్యమం	ఉత్తమం	శ్రమ	భాగ్యం వస్తుంది	మరణం	ఎరిగినవారు వస్తారు	ధన నాశనం
	4.	మంచిది	ప్రయాణము	మధ్యమం	వ్యసనం	బంధువులు వస్తారు	మరణం	అర్థనాశనం	ఇబ్బందులు
సోమవారం	1.	మంచిది	చిక్కులు	అన్యాయపు సొమ్ము వస్తుంది	వ్యసనం	సుఖం	మరణం	ధననాశనం	బంధువుల రాక
	2.	మధ్యమం	సుఖం	కష్టం	అయినవారు వస్తారు	ధన నాశనం	మంచిది	మరణం	బంధువుల రాక
	3.	మంచిది	మధ్యమం	సుఖం	సజ్జనుల రాక	ధన నాశనం	మంచిది	లాభం	బంధు దర్శనం
	4.	మరణం	మంచిది	విజయము	చిక్కులు	సుఖం	ఉత్తమం	అయినవారు వస్తారు	మంచిది
మంగళవారం	1.	ఉత్తమం	మధ్యమం	స్త్రీల రాక	శ్రమ	సుఖం	మరణం	లాభం	ధన నాశనం
	2.	తన అనుచరులరాక	జయం	మధ్యమం	రక్తదర్శనం	అధిక లాభం	వర్షనాశనం	సుఖం	కలహము
	3.	మరణం	ఉత్తమం	స్త్రీల రాక	చిక్కులు	జయం	అర్థనాశనం	అనుసరించిన వారి రాక	రక్తదర్శనం
	4.	చిక్కులు	ఉత్తమం	మధ్యమం	స్త్రీల రాక	ధన నాశనం	మంచిది	మరణం	కష్టము

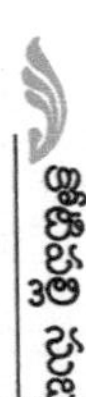

వారం	జాము	తూర్పు	ఆగ్నేయం	దక్షిణం	నైరుతి	పడమర	వాయవ్యం	ఉత్తరం	ఈశాన్యం
బుధవారం	1.	మంచిది	మధ్యమం	మంచిది	మరణం	సుఖం	వ్యాధి	మరణం	చెరుపు
	2.	అర్ధ నాశనం	చిక్కులు	రక్త దర్శనం	మంచిది	భయం	సుఖం	వర్ణనాశనం	భాగ్యము
	3.	అనుసరించే వారు వస్తారు	మధ్యమం	అన్యాయపు చెడ్డ సొమ్ము చేరును	అర్ధనాశనం	భయం	మంచిది	మంచిది	చిక్కులు
	4.	మరణం	శుభవార్తా శ్రవణం	క్రోధము	సుఖము	వర్షం వచ్చును	చిక్కులు	ఎరిగినవారు వస్తారు	మధ్యమం
లక్ష్మివారం (గురువారం)	1.	ఉత్తమం	మధ్యమం	సజ్జనుల ఆగమనం	చిక్కులు	లాభము	మరణం	శుభవార్త	మరణం
	2.	లాభం	మంచిది	మరణం	కన్యలరాక	మధ్యమం	అనుసరించేవారు వస్తారు	మరణం	శుభవార్తా శ్రవణం
	3.	లాభం	మరణం	సుఖము	మధ్యమం	తెలిసినవారి రాక	గ్రామ లాభం	భాగ్యం	మరణము
	4.	మరణం	లాభం	శుభ వార్తా శ్రవణం	సుఖం	అనుసరించేవారి రాక	మంచిది	ఎక్కువ లాభం	మధ్యమం
శుక్రవారం	1.	కన్యకల రాక	మంచిది	భయము	భయము	అనుసరించేవారి రాక	మంచిది	విశేష లాభం	మధ్యమం
	2.	మధ్యమం	మధ్యమం	చిక్కులు	మంచిది	అనుసరించేవారి రాక	సుఖం	వర్షం	ధననాశనం
	3.	శుభవార్త	ఉత్తమం	చిక్కులు	అధిక లాభం	సుఖము	లాభము	ధననాశనం	ధననాశనం
	4.	చిక్కులు	సుఖము	మధ్యమం	మరణము	విశేష ధనం	వర్షం	రక్తదర్శనం	స్నేహ ప్రీతి
శనివారం	1.	శుభవార్త	చిక్కులు	బంధుజనాగమనం	మధ్యమం	మరణం	శూల, బాధ	బంధు జనాగమనము	మరణం
	2.	శుభవార్త	శుభము	స్త్రీల ఆగమనం	మరణం	ధన లాభం	మంచిది	అనుసరించేవారి రాక	ఎక్కువ లాభం
	3.	మంచిది	సుఖము	అర్ధనాశనం	చిక్కులు	వ్యసనాలు	సజ్జనుల ఆగమనం	సజ్జనుల ఆగమనం	కన్యకల ఆగమనం
	4.	ఉత్తమము	కీడు	మధ్యమం	అనుసరించే వారి రాక	ఎక్కువ లాభం	దేవతా దర్శనం	పుత్రోత్పత్తి	సుఖము

25. అవయవముల అదురుపాటు :

1) కుడి దిక్కు యందు అదిరితే శాంతి, ఎడమ కణత మధ్య యందు, నడినెత్తి యందు అదిరినచో మృష్టాన్ని భోజనము, కుడి చెంప అదిరినచో చెడు కలుగును.

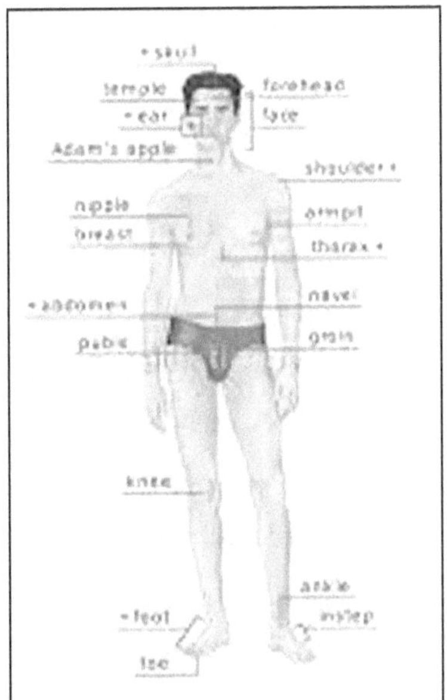

2) ఎడమ చెంప అదిరినచో రాచ (ప్రభుత్వ లేక అధికారిక) కార్యములు తటస్థించును. నొసలు అదిరినచో రాచ కార్యములు (ప్రభుత్వ లేక అధికారిక) రాజీ అగును. కుడి చెవి అదిరినచో ఆభరణములు లభించును. ఎడమ చెవి అదిరినచో జయము కలుగును.

3) కుడి కన్ను కొన దిగువ యందు, కన్ను పైన అదిరినచో కీడు. ఎడమ కన్ను పైభాగంలో మొదట అదిరినచో మేలు.

4) ముక్కు అదిరినచో రక్తాన్ని కళ్ళ చూస్తారు. రెండు కళ్ళు అదిరినచో పేరు ప్రఖ్యాతులు కలుగుతాయి. పై పెదవి అదిరినచో జగడాలు కలుగుతాయి.

5) క్రింది పెదవి అదిరినచో మృష్టాన్నము, గెడ్డము అదిరినచో ఎక్కువ లాభము, కుడి చెక్కిలి అదిరినచో ధనసంపద, ఎడమ చెక్కిలి అదిరినచో దొంగల భయము కలుగును.

6) కుడి భుజమదిరినచో స్త్రీ లాభము, ఎడమ భుజము అదిరినచో కుమారులకు కీడు, కుడి ప్రక్క, ఎడమ ప్రక్క అదిరినచో అగ్ని భయము కలుగును.

7) ఉదరము, చేతులు, మోచేయి, అదిరినచో వాహనము, ధనము లభించును. అతి చెయ్యి అదిరినచో పుత్రలాభము, కుడితొడ అదిరినచో సిరిసంపదలు, ఎడమతొడ అదిరినచో రాజ భయము (ప్రభుత్వము, ప్రభుత్వాధికారుల వలన భయము) కలుగును.

8) మోకాళ్ళు, మోకాళ్ళ మధ్యన అదిరినచో అనారోగ్యము, కాళ్ళు మాత్రమే అదిరినచో ఆభరణ ప్రాప్తి, కాళ్ళపై భాగము అదిరినచో ధాన్య లాభము, అరికాళ్ళు అదిరినచో శుభము కలుగును.

9) శిరస్సు అదిరితే భూలాభం.

10) చెక్కిళ్ళు అదిరితే స్త్రీ లాభం, చెవుల యందు మిత్ర వార్తా శ్రవణము కలుగును.

11) కంతమందు భోగం, భుజసంధుల యందు మిత్రలాభం, రొమ్మున జయం, స్తనములందు ఇష్టవస్తులాభం, పొత్తికడుపున స్త్రీ లాభం, ప్రక్కలందు ఆనందం, మొలయందు సంతోషం, మొల క్రింది భాగాన అదిరితే వాహన లాభం కలుగును.

12) శిశ్నమున, యోనియందు అదిరితే సంతానప్రాప్తి. ముందు తొడల యందు సహాయ లాభం, పాదాలయందు స్థానలాభం, పాదాగ్రాల యందు లాభ సహిత ప్రయాణము లభిస్తాయి.

13) హృదయంలో అదిరితే దుఃఖం, బొడ్డు యందు స్థానభ్రంశం, వీపు యందు అపజయం కలుగుతాయి.

14) వెనుక తొడల యందు అదిరితే దోషం, మోకాళ్ళ యందు జాడ్యం, పిక్కల యందు నష్టం కలుగుతాయని జ్యోతిశ్శాస్త్రం చెబుతుంది. పురుషులకు కుడి కన్నుదరడం, స్త్రీలకు ఎడమ కన్నుదరడం, శుభసూచకము. దానికి వ్యత్యయంగా పురుషులకు ఎడమ కన్నుదరడం, స్త్రీలకు కుడి కన్నుదరడం అశుభ సూచకమని రామాయణం తెలిపింది.

26. సర్వ లక్షణము :

ముక్కుకి కుడి రంధ్రమువైపున పుట్టిన గాలికి సూర్యనాడి అనిపేరు. అది ఐదు ఘడియలు సంచరించును. యుద్ధమునకు వెళ్ళునప్పుడు, వ్యవహారములకు వెళ్ళునప్పుడు, గర్భాధానమందును, భయము కలిగిన సమయమందును. మంగళ స్నానమునకు వెళ్ళునపుడు, భోజన సమయమందు, అపజయము తటస్థించునపుడు, బాధలు కలుగునప్పుడు, ఆ వాయువు (గాలి) శుభప్రదము.

ముక్కు యొక్క ఎడమవైపు రంధ్రము నుండి పుట్టిన వాయువు (గాలి)కి చంద్రనాడి అని పేరు. అది కూడ ఐదు ఘడియలు సంచరించును. ప్రయాణ సమయాలయందును, ఆభరణములు ధరించునపుడును, వివాహ సమయమందును, పొలం దున్న బోవునపుడును, ఇల్లు కట్టే సమయమందును, వనములు, తోటలు వేయబోవునపుడును ఈ వాయువు (గాలి) శుభప్రదము.

ముక్కుకుడి వైపున వాయువు (గాలి) వచ్చునపుడు కుడి కాలును, ముక్కు ఎడమవైపున వాయువు వచ్చినపుడు ఎడమ కాలును ముందుగా పెట్టి నడువవలయును. యుద్ధము మొదలగు పనులకు కుడి కాలును, ప్రయాణము మొదలగు పనులకు ఎడమ కాలును ముందుగా పెట్టి నడువవలయును.

27. సర్వజనావశ్యకములు :

1) పాదుకలు, పీటలు, మంచాలు, పాలకీను, మేజాబల్లలు, బెంచీలు తయారు చేయుటకు, ఎదురు నాలుకలుగల కలప పనికి రాదు.

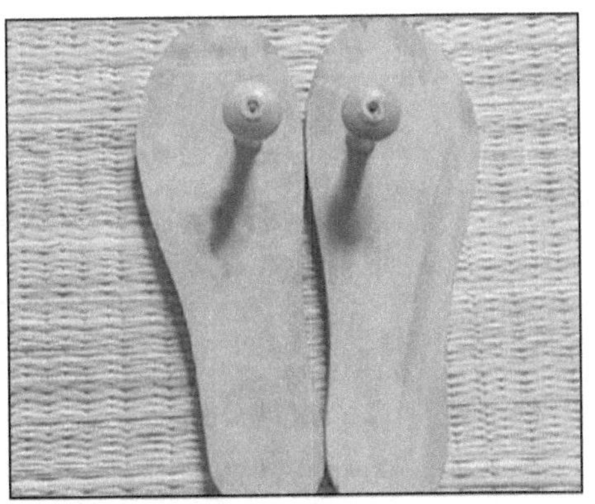

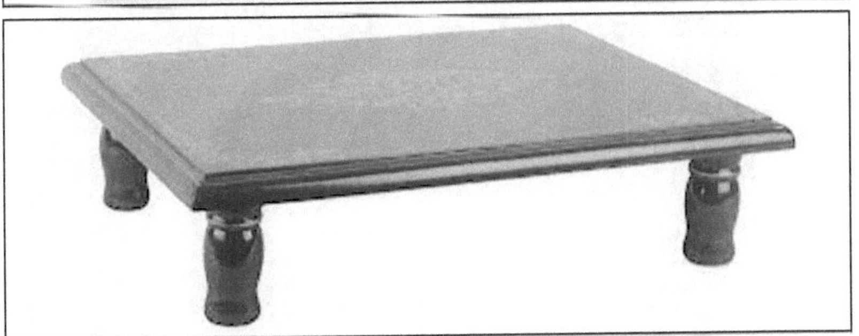

2) మొలకు కట్టుకొన్న ధోవతి యొక్క చెంగులను త్రొక్కుచు ప్రయాణము చేసిన
   యెడల జగడాలు, కార్యహాని, అంద విహీనము కలుగును.

3) 18, 3, 8, 13 దినముల యందు ఏ పనిని ప్రారంభించకూడదు. మొదలు
   పెట్టినచో చెడిపోవును.

4) కాని 8, 13, 18, 3 దినముల యందు జన్మించిన వారికి, ఆయా రోజుల యందు
   ఏ పని చేసినను నిరభ్యంతరంగా మేలు జరుగును.

28. ఇతరాలు :

పావురం పెంచని వారింట్లో పావురం ప్రవేశించడం, ఇంటిలో తేనె పట్టు పట్టడం,
గృహమందు పాము పుట్ట ఏర్పడడం, గ్రామారణ్య మృగ పక్షుల వికృత ప్రవర్తన,
కాకి వికృతంగా ప్రవర్తించడం కూడ అశుభ సూచకాలే. తేనె పట్టు, పుట్ట, గ్రద్ద
వాలడం, మొండి చెయ్యి మొలవడం, ఇంటికి తూర్పు, పడమర దిశలయందు
శుభసూచకమని కొందరి మతం. తక్కిన దిక్కులయందు మరియు గృహ మధ్య
భాగంలోను అశుభ సూచకాలు. జెవుడు (జేవురు రంగు) కాకి కనబడడం
ధనలాభ సూచకము.

29. అపశకునశాంతి :

1) తలపెట్టిన ఏ పనినైనను ప్రారంభించే
   ముందు అపశకునమెదురైనచో, ఆ
   పనిని విడిచిపెట్టుటయే, దానికది
   శాంతి యగును.

2) భూమిపై ఏ పనినైన
   మొదలుపెట్టేటప్పుడు అపశకునము
   ఎదురైనచో, వెనుకకు వెళ్ళి కాళ్ళు
   కడుగుకాని, దేవుని ప్రార్థించి, కొంత
   సమయమాగి, పనిని మరల
   ప్రారంభించవచ్చును.

4. ప్రయాణానికి శకునములు

1) విదియ, మంగళవారము నాడు నల మహారాజు ప్రయాణము చేసి చాల కష్టములు పడెను. కాబట్టి మానవులబట్టి రోజులలో ప్రయాణము చేసినచో క్షీణింతురు.

2) తదియ, శుక్రవారము రోజున బలి చక్రవర్తి ప్రయాణము చేసి చెడిపోయెను. మానవులబట్టి దినములయందు ప్రయాణము చేసినచో పాడయిపోతారు.

3) చవితి, ఆదివారము నాడు శ్రీరామచంద్రుడు ప్రయాణము చేసి పెక్కు కష్టములు పడెను. అటువంటి దినములలో ప్రయాణము చేయరాదు.

4) పంచమి, గురువారమునాడు అర్జునుడు ప్రయాణము చేసి కష్టాల పాలయ్యెను. కాబట్టి అటువంటి దినములలో ప్రయాణము చేసినచో అడవులలో చెంచుల పాలగుదురు. కనుక ప్రయాణము చేయరాదు.

5) షష్టి, శనివారము నాడు రావణాసురుడు ప్రయాణము చేసి బంధుమిత్రాదులతో నాశనమయ్యెను. కనుక మానవులబట్టి దినములయందు ప్రయాణము చేసినచో చెడిపోవుదురు. కావున ప్రయాణము చేయరాదు.

6) సప్తమి, సోమవారము నాడు పరశురాముడు బయలుదేరి బాహుబలమును, సంపదను పోగొట్టుకొన్నాడు. కాబట్టి అట్టి దినముల యందు ప్రయాణము చేసినచో మనుషుల సిరిసంపదలు తొలగిపోవును. ప్రయాణము చేయరాదు.

7) అష్టమి, గురువారం నాడు పాండవులు బయలుదేరి పెక్కు కష్టాల పాలయ్యేరు. కాబట్టి అట్టి నష్టదినములను, మంచిదని భావించి ప్రయాణము చేయరాదు.

8) ప్రయాణమై వెళ్ళునపుడు తన మేనుపైనున్న వస్త్రము చెట్టునకు తగులుకొని, లాగినను, రాకపోతే, అచ్చట ఒక విశేషము లేక వింత కనబడును.

9) యాత్రా నిషిద్ధకాలం

ప్రయాణానికి ఏయే పరిస్థితుల్లో వెళ్ళకూడదో తెలుసుకుందాం. తన గృహం అగ్ని దగ్ధమయినపుడు, భార్యతో కలహించినపుడు, భార్య రజస్వల అయినపుడు, శుభకార్యాల నడుమ, జాతాశౌచం మధ్యలోను, మృతాశౌచం మధ్యలోను, తానుపుట్టిన మాసానికి ఎనిమిదవ మాసంలోను, తల్లిదండ్రులు మృతి చెందిన సంవత్సరంలోను, తల్లిదండ్రుల శ్రాద్ధదినానికి మరుసటి రోజు, భార్య ఏడు మాసాల గర్భంతో ఉన్నపుడు యాత్ర చేయకూడదు.

10) యాత్రాకాలం

రవి ధనుర్మేషసింహ రాసుల్లో ఉండగా యాత్ర శుభప్రదం. మకర, కుంభ, కన్యా మిథున, వృషభ తులారాసులలో సూర్యుడుండగా మధ్యమం.

కర్కాటక, మీన, వృశ్చికాలలో రవి ఉండగా చేసే ప్రయాణం ఆలస్యమౌతుంది. హీన ఫలప్రదం. జన్మతార, విపత్తార, ప్రత్యక్తార, నైధనతార ప్రయాణానికి పనికిరావు.

11) తారాబలం :

జన్మనక్షత్రం నుండి చంద్రుడున్న నక్షత్రం వరకూ లెక్కించి ఆ సంఖ్యను 9 చే భాగించగా శేషం 1 సంఖ్య అయితే జన్మతార, 2 సంపత్తార, 3 విపత్తార, 4 క్షేమతార, 5 ప్రత్యక్తార, 6 సాధనతార, 7 నైధన తార, 8. మిత్ర తార, 9 పరమ మిత్రతార. వీటిలో సమ సంఖ్య గల తారలు మంచివి. మిగిలిన 1 జన్మ, 3 విపత్, 5 ప్రత్యక్, 7 నైధవ తారలు మంచివి కావు. చెడ్డతార అయినా ప్రయాణం తప్పనిసరి అయినపుడు జన్మతారలో 3వ పాదం, విపత్తారలో 1వ పాదం, ప్రత్యక్తారలో 4వ పాదం, నైధనతారలో 2వ పాదం విడిచిపెట్టి తక్కిన పాదాల యందు దానాలు ఆచరించి ప్రయాణించవచ్చు. జన్మతారలో శాకం, విపత్తారలో బెల్లం, ప్రత్యక్తారలో లవణం, నైధనతారలో నువ్వులు, బంగారం దానం చేయాలి.

12) చంద్రబలం :

జన్మరాశి నుండి చంద్రుడున్న రాశి వరకు లెక్కించగా 1, 3, 6, 7, 10, 11 రాశులలో చంద్రుడు శుభప్రదుడు. శుక్ల పక్షంలో 2, 5, 9 స్థానాలయందు, కృష్ణ పక్షంలో 4, 8, 12 స్థానాల్లోను శుభప్రదుడని కొందరి అభిప్రాయం. చంద్రుడు పూర్ణచంద్రుడుగా ఉన్నప్పుడు చంద్రబలం ముఖ్యమని క్షీణ చంద్రుడుగా ఉన్నప్పుడు తారాబలం ముఖ్యమని మరి కొందరి అభిప్రాయం.

13) త్రివిధ నవమి

ప్రయాణ నవమి, ప్రవేశ నవమి, ప్రత్యక్ష నవమి అని నవమి 3 రకాలు.

ఇంటికి వచ్చిన తరువాత 9వ రోజు తిరిగి ప్రయాణం చేయరాదు. దీన్ని ప్రయాణ నవమి అంటారు.

ప్రయాణం ప్రారంభించిన రోజు నుండి 9వ రోజు ఇంటికి రాకూడదు. దీనిని ప్రవేశ నవమి అంటారు.

నవమి తిథిని ప్రత్యక్ష నవమి అని కూడ అంటారు. దీనియందు కూడ ప్రయాణం చేయరాదు.

ప్రయాణ నవమి విషయంలో విశేషం ఉంది. ప్రయాణం చేసి తిరిగి వచ్చిన తరవాత ఇంట్లో ప్రవేశించిన తిథికి 9వ తిథి, ప్రవేశించిన నక్షత్రానికి 9వ నక్షత్రం, ప్రవేశించిన వారానికి 9వ వారం కూడా నిషిద్ధలే. ప్రయాణం చేసి తిరిగి వచ్చి గృహంలో ప్రవేశించిన రోజు నుండి 9వ రోజు, 9వ వారం రోజున, 9వ తిథి యందు మరల ప్రయాణం చేయకూడదు. అలాగే ప్రయాణమై వెళ్ళిన రోజుకు 9వ రోజున, 9వ తిథి యందు, 9వ వారం నాడు ఇంట్లో ప్రవేశించకూడదు.

14) ప్రయాణానికి తగిన తిథివార నక్షత్రాదులు

శుభగ్రహాల యొక్క దశ అంతర్దశ విదశలయందు, ఉపచయ స్థానమందున్న శుభగ్రహాల యొక్క వారాలలోను, గోచార గ్రహాలు శుభస్థానంలో ఉన్నప్పుడు, శ్రవణం, ధనిష్ఠ, రేవతి, అశ్విని, పునర్వసు, పుష్యమి, మృగశిర, అనూరాధ, హస్త నక్షత్రాలలో ప్రయాణం శుభప్రదం. జన్మనక్షత్రం ప్రయాణానికి పనికిరాదు. రిక్త తిథులు, పంచ పర్వాలు, షష్ఠి, అష్టమి, ద్వాదశి, శుద్ధ పాడ్యమి, ప్రతి బుధ, ప్రతి శుక్ర దోషాలు ప్రయాణానికి నిషిద్ధాలు.

షష్ఠి, ద్వాదశి, అష్టమి, శుక్లపక్ష పాడ్యమి, పూర్ణిమ, అమావాస్య, రిక్త తిథులైన చవితి, నవమి, చతుర్దశులు ప్రయాణానికి పనికిరావు. తక్కిన, విదియ, తదియ, పంచమి, సప్తమి, ఏకాదశి, త్రయోదశి, పనికివస్తాయి.

15) నక్షత్రాలు :

అశ్విని, పునర్వసు, అనూరాధ, మృగశిర, పుష్యమి, రేవతి, హస్త, శ్రవణం, ధనిష్ట అనే తొమ్మిది నక్షత్రాలు ప్రశస్త నక్షత్రాలు.

రోహిణి, పుబ్బ, ఉత్తర, పూర్వాషాఢ, ఉత్తరాషాఢ, మూల, జ్యేష్ఠ, శతభిషం, పూర్వాభాద్ర, ఉత్తరాభాద్ర అనే 10 నక్షత్రాలు మధ్యమాలు, భరణి, కృత్తిక, ఆరుద్ర, ఆశ్లేష, మఖ, చిత్ర, స్వాతి, విశాఖ అనే 8 నక్షత్రాలు నిషిద్ధాలు.

16) తిథి శూలలు :

తూర్పు దిశకు పాడ్యమి, నవమి తిథులు, ఆగ్నేయ దిశకు తదియ, ఏకాదశి తిథులు, దక్షిణ దిశకు పంచమి, త్రయోదశి తిథులు, పడమర దిశకు చవితి, షష్టి, త్రయోదశలు, నైఋుతి దిశకు చవితి, ద్వాదశ తిథులు, వాయవ్యానికి సప్తమి, పూర్ణిమ, అమావాస్యలు, ఉత్తరదిశకు విదియ, దశమి, ఈశాన్య దిశకు అష్టమి, అమావాస్య తిథులు, శూలలుగా పరిగణించబడ్డాయి. అనగా ఆయా దిక్కులకు ప్రయాణం చేసేటప్పుడు, ఆయా దిక్కులకు చెప్పిన తిథులయందు ప్రయాణం చేయరాదు.

17) వారశూల – నక్షత్రశూల :

జ్యేష్ఠానక్షత్రంలో, సోమ, శనివారాలయందు తూర్పుకు, పూర్వాభాద్రనక్షత్రంలో, గురువారమందు దక్షిణానికి, రోహిణి నక్షత్రంలో, ఆది, శుక్రవారాలయందు పడమరకు, ఉత్తరానక్షత్రంలో మంగళ, బుధవారాలయందు ఉత్తరానికి ప్రయాణించడం మంచిది కాదు. వారశూలలకు ఆదివారం నెయ్యి, సోమవారం పాలు, మంగళవారం బెల్లం, బుధవారం నువ్వులు, గురువారం పెరుగు, శుక్రవారం యవలు, శనివారం మినుములు తిని ప్రయాణానికి ఉపక్రమిస్తే వారదోషాలు బాధించవు.

18) లగ్న శూల :

తూర్పు	–	తులా, కుంభలగ్నాలు
దక్షిణం	–	మీన, వృశ్చికాలు
పశ్చిమం	–	సింహచ ధనుర్లగ్నాలు

ఉత్తరం	–	వృషభ, కన్యాలగ్నలు
ఆగ్నేయం	–	మకరం
నైఋతి	–	కర్కాటం
వాయవ్యం	–	మేషం
ఈశాన్యం	–	మిథునం

పై దిక్కులకు ఆయాలగ్నాలయందు వ్యవహారం కోసం ప్రయాణించడం అంత మంచిది కాదు.

19) **వారదుర్ముహూర్తం :**

ఆదివారం అర్యమం, సోమవారం బ్రహ్మ రక్షోముహూర్తాలు మంగళవారం అగ్ని, పిత్ృముహూర్తాలు, బుధవారం అభిజిత్ ముహూర్తం, గురువారం జలరక్షో ముహూర్తాలు శుక్రవారం బ్రహ్మపిత్ృముహూర్తాలు, శనివారం శివ, సర్వముహూర్తాలు మంచివి కావు.

ఈ దుర్ముహూర్త సమయాలు పంచాంగంలో చూసుకోవాలి.

20) **తిథిదోషహదాలు :**

పాడ్యమి రోజు ప్రయాణమైన అర్కపత్రం, విదియరోజున కుడితి, తదియనాడు నెయ్యి, చవితి నాడు యవాగులు, పంచమినాడు హవిష్యం, షష్ఠినాడు సువర్ణోదకం, సప్తమినాడు అపూపాలు, అష్టమినాడు రుచక ఫలం, నవమినాడు ఉదకం, దశమినాడు గోమూత్రం, ఏకాదశి నాడు యవాన్నం, ద్వాదశినాడు పాయసం, త్రయోదశి నాడు బెల్లం, చతుర్దశినాడు రక్తం, పౌర్ణమి మరియు అమావాస్య రోజున ముద్గాన్నం తిని ప్రయాణించాలి. కాని పైన చెప్పిన వాటిలో అన్నీ తినదగినవి కావు. అన్నీ లభ్యమయ్యేవి కావు, అందువల్ల వాటిని స్మరించిగాని, దానం చేసిగాని ప్రయాణించాలి.

21) **నక్షత్రదోషహదాలు :**

అశ్విన్యాది నక్షత్రాల్లో క్రమంగా ఈ క్రింద తెలిపిన అన్నాలను తిని ప్రయాణం చేయవచ్చును. తినకూడని వాటిని చూసి లేక వాటిని స్మరించుకొని ప్రయాణించవచ్చును.

| అశ్విని | – | మినుములు |

భరణి	–	బియ్యంతో కలిసిన నువ్వులు
కృత్తిక	–	మాషాలు
రోహిణి	–	ఆవు పెరుగు
మృగశిర	–	ఆవు నెయ్యి
ఆరుద్ర	–	పాలు
పునర్వసు	–	లేడిమాంసం
పుష్యమి	–	లేడిరక్తం
ఆశ్లేష	–	పాయసం
మఖ	–	పాల పిట్ట మాంసం
పుబ్బ	–	మృగమాంసం
ఉత్తర	–	కుందేటి మాంసం
హస్త	–	60 రోజుల్లో పండిన ధాన్యంతో చేసిన అన్నం
చిత్త	–	కొఱ్ఱలు
స్వాతి	–	అహూపం (నేతి పిండి వంట)
విశాఖ	–	పలురంగులుగల పక్షులు
అనూరాధ	–	ఉత్తమ ఫలం (మంచి పండు)
జ్యేష్ఠ	–	తాబేలు మాంసం
మూల	–	సారిక పక్షిమాంసం
పూర్వాషాఢ	–	ఉడుము మాంసం
ఉత్తరాషాఢ	–	ముక్కపంది మాంసం
అభిజిత్తు	–	హవిష్యం (పెసలు మొదలయినవి)
శ్రవణం	–	పులగం
ధనిష్ఠ	–	పెసలు
శతభిషం	–	యవధాన్యపు పిండి
పూర్వాభాద్ర	–	మత్స్య మాంస మిశ్రితాన్నం

ఉత్తరాభాద్ర   –   అనేక పక్వాన్నాలు (చిత్రాన్నం) *

రేవతి   –   దధ్యోజనం

* యవలు, నువ్వులు, బియ్యం, మేక పాలతో వండి, మేక చెవి రక్తం కలిపితే, అది చిత్రాన్నం అని పిలువబడుతుందనేది శాస్త్రవచనం.

22) దిగ్దోహదాలు :

తూర్పునకు నెయ్యి, దక్షిణానికి తిలాన్నం, పశ్చిమానికి చేపలు, ఉత్తరానికి పాలు భక్షించి వెడితే దిగ్దోషాలు నశిస్తాయి. – ముహూర్త చింతామణి.

23) వారదోహదాలు :

ఆదివారం రసాలం, దధి, శర్కర, మిరియం, కర్పూరం, ఏలకులు కలిపిన పదార్థం, సోమవారం – పరమాన్నం, మంగళవారం – కాంజికం, బుధవారం – కాచినపాలు, గురువారం – పెరుగు, శుక్రవారం – కాచిన పాలు, శనివారం – తిలాన్నం తిని ప్రమాణమైన వార దోషం నశిస్తుంది. – ముహూర్త చింతామణి.

24) ప్రయాణ లగ్న ఫలాలు :

మేషంలో ప్రయాణం చేస్తే   –   భద్రం (శుభం)

వృషభంలో   –   సుఖం

మిథునంలో   –   మృత్యుప్రదం

కర్కాటకంలో   –   ధన, భూలాభాలు

సింహంలో   –   వ్యసనం

కన్యలో   –   జ్వరభయం

తులలో   –   ధనలాభం

వృశ్చికంలో   –   కలహం

ధనుస్సులో   –   క్షేమం

మకరంలో   –   స్త్రీ మూలక లాభం

కుంభంలో   –   కౌటిల్యం

మీనంలో   –   భోజన సుఖం కలుగుతాయి

లగ్నంలో బలమైన గ్రహం ఉండాలి. ప్రయాణానికి తగిన తిథి, వార, నక్షత్ర, లగ్న, గ్రహ బలాలను పరిశీలించి ప్రయాణం చేస్తే ఎక్కువ శుభం. – కాలామృతం

25) **ప్రయాణం - దగ్ధయోగాలు :**

ఏకాదశి సోమవారం, ద్వాదశి శనివారం, షష్ఠి గురువారం, తదియ బుధవారం అష్టమి శుక్రవారం, నవమి ఆదివారం, పంచమి మంగళవారం వచ్చిన రోజులు దగ్ధయోగం కలిగినవి.

భరణి ఆదివారం, చిత్త సోమవారం, ఉత్తరాషాఢ మంగళవారం, ధనిష్ట బుధవారం, ఉత్తర గురువారం, జ్యేష్ఠ శుక్రవారం, రేవతి శనివారం వచ్చిన రోజులు ప్రయాణానికి పనికిరావు. – నారద సంహిత

అపవాదం : తిథివార యోగం వలన, వార నక్షత్ర యోగం వలన ఏర్పడే చెడ్డ యోగాలు హూణ, వంగ, ఖశదేశాలు కాక వేరే దేశాలలో శుభఫల ప్రదాలే అవుతాయి. దోష ప్రదాలు కావు. – నారద సంహిత

26) **ప్రయాణానికి దగ్ధ యోగాలు :** ద్వాదశి ఆదివారము, ఏకాదశి సోమవారము, దశమి మంగళవారము, తదియ బుధవారము, షష్ఠి గురువారము (లక్ష్మివారము), అష్టమి శుక్రవారము, సప్తమి శనివారము వచ్చిన రోజులు దగ్ధ యోగాలు. కావున పనికిరావు. – శిఖి నరసింహ శతకము

27) **ప్రతి శుక్రభౌమ బుధ దోషాలు :**

ప్రయాణం అయ్యేటపుడు తిరిగి గృహోన్ముఖుడైనప్పుడు కుజ, శుక్ర, బుధులకు అభిముఖంగా ప్రయాణించకూడదు. ప్రయాణిస్తే పీడ కలుగుతుంది. ప్రయాణించే వారికి దక్షిణ భాగంలో శుక్రుడుంటే అశుభం. కనుక శుక్రుడు తూర్పునందున్నప్పుడు వాయువ్య ఉత్తర, ఈశాన్య దిశలకు గాని శుక్రుడు పడమరలో ఉన్నప్పుడు నైరృతి దక్షిణ ఆగ్నేయ దిశలవైపు గాని ప్రయాణించరాదు. ప్రయాణం మధ్యలో ఎదురుగా బుధుడుదయిస్తే ఆ బుధుడు అస్తమించి తిరిగి ఉదయించేవరకు ప్రయాణం చేయకూడదు. – కాలామృతం

28) **ప్రతిశుక్రాదిదోషాలు లేనివారు :**

ప్రతి శుక్ర, బుధ, అంగారక దోషాలు ఈ క్రింద వివరించే వారికి లేవు. భరద్వాజ, వశిష్ఠ, వాత్స్య, భృగు, అత్రి, అంగీరస, కాశ్యప, గార్గ్య, గౌతమ గోత్రాలలో పుట్టిన వారికి, ఒక ఇంటి నుంచి వేరే ఇంటికి పెళ్ళికి వెళ్ళేవారికి, వలసపోయేవారికి, అన్నార్తులైన వారికి, యోగులకు బాధలలో నుండు వారికి పై దోషాలు వర్తించవు.

29) చంద్ర కంటక రాశులు :

పడమరదిశకు మేష, సింహ, ధనస్సులు, ఉత్తరానికి వృషభ, కన్యా, మకరాలు, తూర్పునకు మిధున, తులా, కుంభాలు దక్షిణానికి కర్కాటక, వృశ్చిక, మీనాలు చంద్రకంటకరాశులు. ఆయా రాశుల్లో ఆయా దిక్కులకు ప్రయాణం చేయకూడదు.

– కాలామృతం

30) సమ్ముఖ చంద్రుడు :

సమ్ముఖ చంద్రుడంటే ప్రయాణించే దిశయందే చంద్రుడుండుట అని అర్థం. ప్రయాణానికి సమ్ముఖ చంద్రుని చూడటం చాలా ముఖ్యం. సమ్ముఖ చంద్రుని వల్ల దోషపరిహారం జరిగి శుభం జరుగుతుంది.

మేషం నుండి మీనం వరకు గల రాశులు వరుసగా 3 సార్లు 4 దిక్కుల యందుంటారు.

తూర్పు	దక్షిణం	పడమర	ఉత్తరం
మేషం	వృషభం	మిధునం	కర్కాటకం
సింహం	కన్య	తుల	వృశ్చికం
ధనుస్సు	మకరం	కుంభం	మీనం

మేషంలో చంద్రుడంటే తూర్పున ఉన్నట్లు, వృషభంలో చంద్రుడంటే దక్షిణ దిశ యందు ఉన్నట్లు, మిధనంలో చంద్రుడున్న పడమరలో ఉన్నట్లు, కర్కాటంలో చంద్రుడున్న ఉత్తరదిశ యందు ఉన్నట్లు భావించాలి. మిగతా రాశుల వారు పై పట్టికను చూసి తెలుసుకోవాలి.

ప్రయాణించే దిశయందే చంద్రుడంటే అర్థలాభం, మహాసౌఖ్యం కలుగుతాయి. ప్రయాణ దిశకు కుడివైపున చంద్రుడుంటే ద్రవ్యలాభం, ఎడమవైపున ఉంటే ధన నాశనం, వెనుకవైపు ఉంటే దుఃఖం కలుగుతాయి.

ప్రయాణానికి శుభముహూర్తం చూసుకోవడం కుదరకపోతే ఈ సమ్ముఖ చంద్రుని చూసుకొని ప్రయాణిస్తే శుభాలు కలుగుతాయి.

31) ప్రయాణ నిషేధనక్షత్ర ఘడియలు

ఈ క్రింద తెలిపిన నక్షత్రాల్లో ప్రయాణించేటట్లైతే ఆయా నక్షత్రాలకు చెప్పిన చెడు ఘడియలను విడిచి ప్రయాణించాలి.

జ్యేష్ఠా నక్షత్రంలో మొదటి 7 ఘడియలు, ఆరుద్రకు మొదటి 3 ఘడియలు, భరణికి మొదటి పది, పూర్వ ఫల్గణి, పూర్వాషాఢ, పూర్వాభాద్రలలో మొదటి 16 ఘడియలు, చిత్తలో మొదటి 15, కృత్తికకు మొదటి 19, మఘకు మొదటి 22,

స్వాతిలో మొదటి 12, ఆశ్లేషలో 19, విశాఖలో మొదటి 27 ఘడియలు విడిచి ప్రయాణం చేయాలి. ఆయా దోష ఘడియల్లో ప్రయాణం చేసినట్లయితే భయము, కష్టము కలుగుతాయి. – కాలామృతం

32) ప్రయాణ నిషేధ తిథి ఘడియలు (పక్ష చ్ఛిద్రాలు)

చవితి యందు మొదటి 8 ఘడియలు, చతుర్దశి యందు 25 ఘడియలు, నవమి యందు 14 ఘడియలు, షష్టి యందు 6 ఘడియలు, అష్టమి యందు 14 ఘడియలు, ద్వాదశి యందు 10 ఘడియలు అశుభ ఘడియలు. ఇవి కాక మిగిలినవి మంచివి. శుక్ల పాడ్యమి, అమావాస్య అన్ని శుభకార్యాలయందు పూర్తిగా విడిచిపెట్టవలయుననే తెలియుచున్నది. – కాలామృతం

33) సర్వ దిగ్గమన నిర్ణయం

సూర్యోదయ కాలంలో ఉత్తర దిశకు, మధ్యాహ్నకాలంలో తూర్పుకు, సాయంకాలంలో పశ్చిమానికి, అర్ధరాత్రియందు దక్షిణ దిశకు ప్రయాణిస్తే అనుకున్న పనులు నెరవేరుతాయి. గోధూళి, అభిజిత్, సూర్యోదయానికి ముందు ఉషః కాలంలోను ఏ దిక్కుకి వెళ్ళినా ధనలాభం కలుగుతుంది. శన్యుషఃకాలం (అంటే శుక్రవారం రాత్రి చరమయామం) యందు శుక్ర, బుధ, చంద్రహోరా క్రాంతమై ఉంటుంది. కనుక ఏ విధమైన విచారణ చేయకుండా ప్రయాణించవచ్చును. ప్రయాణకర్తకు సర్వభీష్టాలు కలుగుతాయని గ్రహించవచ్చును.

34) యాత్రానివృత్తి తరువాత గృహప్రవేశం

యాత్ర చేసి వచ్చిన తరువాత ధృవ నక్షత్రాలలోను (ఉత్తర, ఉత్తరాషాఢ, ఉత్తరాభాద్ర, రోహిణి) మృదునక్షత్రాల్లోను (మృగశిర, చిత్త, అనూరాధ, రేవతి) స్వగృహంలో ప్రవేశించాలి. క్షిప్రనక్షత్రాలలో (అశ్విని, పుష్యమి, హస్త, అభిజిత్తు) చరనక్షత్రాలయందును (పునర్వసు, స్వాతి, శ్రవణం, ధనిష్ఠ, శతభిషం) ప్రవేశిస్తే మరల ప్రయాణం చేయవలసి వస్తుంది. ఈ ప్రవేశం విశాఖ నక్షత్రంలో అయితే స్త్రీనాశనం, కృత్తికలో అయితే గృహనాశనం కలుగుతుంది. దారుణ నక్షత్రాల్లో అయితే (ఆరుద్ర, ఆశ్లేష, జ్యేష్ఠ, మూల) పుత్రనాశనం. ఉగ్ర నక్షత్రాల్లో అయితే (పుబ్బ, పూర్వాషాఢ, పూర్వాభాద్ర, భరణి, మఘ) ఆత్మవినాశం కలుగుతాయి.

35) ధర్మసింధుయాత్రా ప్రకరణంలో ఈ క్రింది విశేషాలున్నాయి.

ధనాదులను సంపాదించుటకు ప్రయాణానికి శుభాశుభాలు

I.   శుభనక్షత్రాలు

శ్రవణం, ధనిష్ఠ, అశ్వని, పుష్యమి, రేవతి, అనూరాధ, మృగశిర, హస్త, పునర్వసు.

II.   అశుభనక్షత్రాలు

మఖ, చిత్త, స్వాతి, విశాఖ, ఆశ్లేష, భరణి, ఆరుద్ర, కృత్తిక, పూర్వాభాద్ర మరియు జన్మ నక్షత్రం – ఇవి ప్రయాణానికి నిషిద్ధాలు.

III.   అశుభతిథులు

చవితి, నవమి, చతుర్ధశి, షష్ఠి, అష్టమి, ద్వాదశి మరియు పండుగ దినాలు అశుభాలు. ఇవి కూడ ప్రయాణానికి పనికిరావు.

అయినప్పటికి జ్యేష్ఠ, ఆశ్లేష, విశాఖ, కృత్తిక, భరణి, పుబ్బ, మఖ, నక్షత్ర ప్రారంభ సమయానికి కొంత సమయం వర్జించి ప్రయాణం చేయవచ్చును.

IV.   వారాల యొక్క శుభాశుభాలు

ఈ క్రింది వారాల యందు ఆయా దిక్కులకు ప్రయాణం నిషిద్ధం.

సోమ, శనివారాలు	–	తూర్పు
గురువారం	–	దక్షిణం
ఆది, శుక్రవారాలు	–	పడమర
బుధ, మంగళవారాలు	–	ఉత్తరానికి

ప్రయాణ సమయానికి శుభ గ్రహాలు 1, 4, 7, 10, 5, 9 స్థానాలయందు ఉండిన శుభం.

దుష్టగ్రహాలు 3, 11, 6, 10 స్థానాలయందు ఉంటే మంచిది.

పదవ స్థానంలో శని, ఏడవ స్థానంలో శుక్రుడు, 6, 8, 12 స్థానాలలో చంద్రుడు ఉంటే అశుభం.

లగ్నాధిపతి 6, 7, 12 స్థానాలలో ఉండకూడదు.

మీనలగ్నమందుగాని, మీన నవాంశ యందుకానీ ప్రయాణం చేయడం వలన మార్గంలో అతి దుఃఖం కలుగుతుంది.

కుజలగ్నాలైన మేష, వృశ్చికాలు, కుంభ లగ్నం, లగ్నం యొక్క నవాంశ, కుంభం, కేంద్రాలైన 1, 4, 7, 10 స్థానాలయందు కుజుడు ఉండరాదు. అట్లే కుజుని షడ్వర్గులలో లగ్నం ఉండరాదు. మంగళవారం – ప్రత్యేకంగా విడిచిపెట్టాలి.

లగ్నమందు మౌఢ్యం పొందినరాశి, జన్మరాశి శుభాలు కావు. చంద్రుడు

వర్గోత్తమంలో ఉన్నా, లగ్నం వర్గోత్తమం అయినా జయం కలుగుతుంది. లగ్నం నుంచి 6వ స్థానాధిపతి, శత్రువులు కావున 6వ స్థాన అధిపతి శత్రుక్షేత్రంలో ఉన్నను, శత్రుక్షేత్ర నవాంశలో ఉన్నా శత్రుదృష్టి ఉన్నా లగ్నంలో ప్రయాణం మంచిది కాదు.

36) తూర్పు దిక్కునకు మంగళవారం నాడు ప్రయాణం చేస్తే లాభం. దక్షిణదిశకు సోమ, శనివారములు ప్రయాణం చేస్తే ధనలాభం. పడమరకు బుధ, గురువారములు కార్యసిద్ధి, ఉత్తర దిక్కునకు ఆది, శుక్రవారములు ధాన్యలాభము.
   – శశినరసింహ శతకం

37) **ప్రయాణానికి బయలుదేరడానికి ముందు పాటించవలసిన నియమాలు**

తన వారికి గాని, భార్యకు కాని దుఃఖం కలిగించరాదు.

బ్రాహ్మణులను అవమానించరాదు.
అస్వస్థతగా ఉన్నప్పుడు ప్రయాణం చేయకూడదు.
ఆకలితో బయలుదేరితే కార్య హాని
కోపంతో బయలుదేరరాదు.

క్షౌరం, తైల అభ్యంగనం, కన్నీరు, మద్యపానం, మాంస భక్షణం, బెల్లం తినడం, నల్లని బొట్టు, రంగు బొట్టు విడిచిపెట్టాలి. తేనె, నెయ్యి, ప్రయాణం రోజున విడిచిపెట్టాలి. భార్య రజ్యసల అయినా, ఋతుకాలంలోనైనా, దుష్టశకునం ఎదురైనా ప్రయాణం చేయకూడదు. భార్యను, సేవకుడిని సంతోషపెట్టి బయల్దేరాలి. ఒకే రోజు ప్రయాణం ప్రారంభించడం గమ్యస్థానం చేరడం ఉంటే ప్రయాణ గమ్యస్థానం చేరే సమయానికి మాత్రమే శుభాశుభ శుద్ధి ఆలోచించాలి. ప్రయాణం వలన జయం కలగాలంటే ప్రయాణ మారంభించిన రోజు నుంచి గమ్యస్థానం చేరేరోజు, తిథి, వార, నక్షత్రాలు 9వది కాకూడదు. మంచి ముహూర్తానికి వెళ్లడం సంభవించకపోతే ఇష్టమైన వస్తువును గృహ రాశి ఎదురుగా ఉంచాలి. అంటే యజ్ఞోపవీతం, తేనె, పళ్ళు, సువర్ణం, ధాన్యం, వస్త్రం మొదలైనవి ఉంచాలి.

38) **నిర్గమన లక్షణం :** బలమైన ముహూర్తంలో ప్రయాణం చేయడం కుదరకపోతే పిత్పదేవతలను, గ్రహాలను, దేవతలను ప్రయాణం చేసే దిక్కు యొక్క అధిపతిని పూజించి, వస్త్రాదులను ఆ మంచి ముహూర్తానికి స్నేహితుని గృహంలో ఉంచి, ప్రయాణించే సమయంలో వాటిని తీసుకొని ప్రయాణం చేయవచ్చును. దీనినే నిర్గమనం అంటారు. రాజు యొక్క ప్రయాణ విషయంలో ఈ నిర్గమనం పెట్టిన 3 రోజులలోపల ప్రయాణం చేయవలసి ఉంటుంది. బ్రాహ్మణులు, వైశ్యులు, శూద్రులు ధనం, బియ్యం మొదలుగునవి నిర్గమనం ఉంచినపుడు 5 రోజుల వరకు ప్రయాణం చేయవచ్చును. – కాలామృతం

39) ప్రయాణమే వృత్తిగా కలిగినవారి విషయములోను, తరచుగా ప్రయాణాలు చేసే వారి విషయమందు కూడ పైనియమాలను పాటించలేకపోయినప్పటికి, దోషం లేదు.

40) ఈ క్రింది ప్రార్థన చేసి ప్రయాణం చేస్తే కార్యసిద్ధి, ప్రయాణ సౌకర్యం కలుగుతాయి.

అ)	యఃశివోనామ రూపాభ్యాం యాదేవీ సర్వమంగళా తయోః సంస్మరణాదేవ సర్వతో జయ మంగళం

ఆ)	లాభస్తేషాం జయస్తేషాం కుతస్తేషాం పరాభవః
యేషాం హృదిస్థోభగవాన్ మంగళాయతనం హరిః

ఇ)	గచ్చగౌతమ శ్రీత్రుంమే ప్రయాణం సఫలం కురు
ఆసనం శయనం యానం భోజనం తత్ర కల్పయ

41) ప్రయాణానికి ముందు ఒక వెదురు వేణువుకి ఎర్రటి రిబ్బను కట్టి, ఆ వేణువుని మూడు సార్లు కుడి ఎడమలకు తిప్పి, తర్వాత బయలుదేరితే ప్రయాణం సజావుగాసాగి కార్యసిద్ధి కలుగుతుంది.

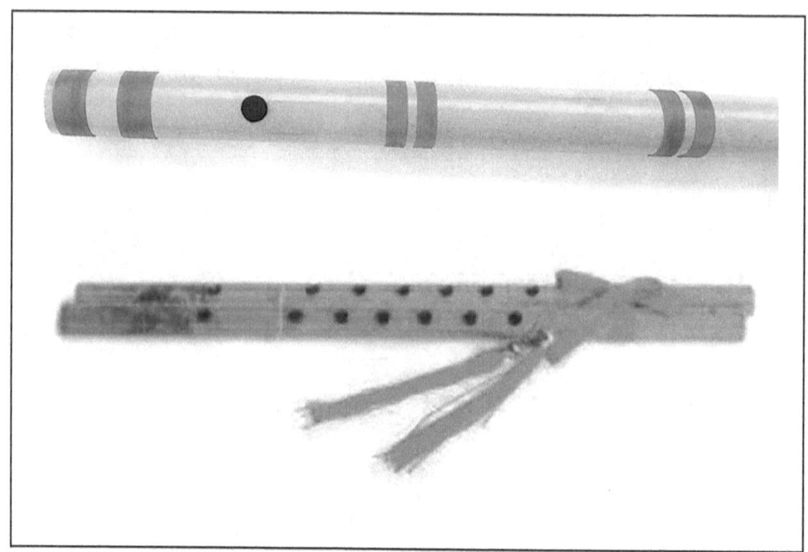

42) ప్రయాణానికి ముందు ఒక చాకుని తీసుకొని దానిని కూడ, ఉత్తర, దక్షిణ దిశలవైపుగా మూడుసార్లు తిప్పి బయలుదేరితే ప్రయాణంలో ఇబ్బందులు తొలగుతాయి.

5. ప్రశ్నశాస్త్రంలో శకునాలు

1) జ్యోతిష్యుని దగ్గఱకు ఏదైనా విషయమై ప్రశ్నలడుగుటకు వచ్చే వారి (పృచ్ఛకుల) చేష్టలననుసరించి శుభాశుభములను కూడ నిర్ణయించి చెప్పవచ్చును.

2) ప్రశ్న అడుగుటకు వచ్చిన, వ్యక్తి తన శిరస్సును తాకినచో శుభమగును. తలగోకినచో కీడు, కుడిచెవి తాకినచో శుభము చేకూరును.

3) పృచ్ఛకుడు ఎడమచెవిని తాకినచో చెఱుపును, రెండు చెవులను తాకినచో కష్టము, మరణమును, ఎడమ కన్నుని తాకినచో మేలు కలుగును.

4) దూత (ప్రశ్న అడుగుటకు వచ్చిన వ్యక్తి) ముక్కు తాకినచో రోగమును, ఎడమ మీసము ముట్టు కొన్నచో దిగ్విజయమును, కుడి మీసము ముట్టుకొన్నచో మోసమును, మెడతాకినచో శుభమును కలుగును.

5) పృచ్ఛకుడు గడ్డమును స్పృశించిన కార్యహానియు, రొమ్ము తాకినచో మేలును కలుగును. కుడి స్థనము తాకిన శుభమును, ఎడమ స్థనము తాకిన కీడును కలుగును.

6) పృచ్ఛకుడు కడుపు తాకిన సంతోషమును, నడుమును స్పృశించిన రోగమును, కుడి చేయి చివరను తాకిన శుభమును, పురుషాంగమును తాకిన కీడును కలుగును.

7) దూత బట్టను ముట్టుకొన్నచో మేలును, ఎడమ భుజము ముట్టుకొన్నచో కార్యహానియు, చేతి మొటికలు విరిచినచో గౌరవ నష్టము, కష్టాలు కలుగును.

8) పృచ్చకుడు వీపును కుడిచేతితో తాకినచో బంధువులు వస్తారు. శరీరాన్ని గోక్కొన్నచో కార్యహాని జరుగును.

9) దూత పాదములు పెనవేసుకొన్నట్లు నిలబడినచో దుఃఖమును, భూమికి మడమ ఆనించి నిబడినచో కీడును, పాదమును తొడమీద వేసుకొని కూర్చొన్నచో మేలును కలుగును.

10) దూత ఒంటికాలిపై నిలబడియున్నచో ప్రయాణము, పుల్లలు విరిచిన యెడల కార్యహానియు, తలవెంట్రుకలు తాకినచో కీడును కలుగును.

11) పృచ్చకుడు భూమి మీద కట్టెతో గీచుచుగాని, నారను వడుకుచుగాని ప్రశ్నడిగినచో పెక్కు కష్టములు కలుగును.

12) ప్రచ్చకుడు దగ్గుచుగాని, ఉమ్మి వేయుచుగాని, నవ్వుచుగాని, ఆనందంతోగాని, నీళ్లు తాకుచుగాని, తాంబూలము నములుచుగాని, ప్రశ్నవేసినచో, వ్యక్తికి మంచి మేలు జరుగుతుంది.

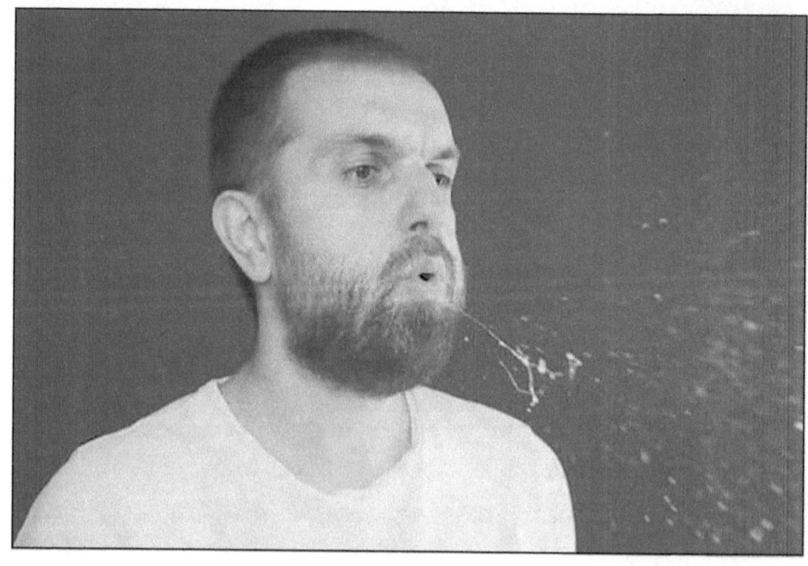

13) దూత చూరు, పెండెము, వాసముపైన చేయివేసిగాని, ఆకులు చీరుచుగాని, నారను చీల్చుచుగాని ప్రశ్న వేసినచో అశుభము కలుగును.

14) దూత భోజనము చేసి సంతోషముతో వేడుకగా ప్రశ్న లేక శకునము అడిగిన యెదల కార్యములు సిద్ధించును.

15) దూత చింతతో ప్రశ్నవేసిన చింతయే అగును. గొంతుక సవరించుకొని అడిగిన కీడు కలుగును. గొణుగుచు అడిగినచో శుభము కలుగును. దగ్గఱకు వచ్చి అడిగిన అపశకునము కలుగును.

16) దూత వచ్చి ఎడమవైపున నిలుచుండి తర్వాత కూర్చొని, పిదప కుడివైపునకు వెళ్ళిన యెదల కార్యసిద్ధియగును.

17) ప్రశ్న సమయంలో ఇతర శకునాలు

ప్రశ్న సమయంలో ఎదుటి వారు ఏం మాట్లాడుతున్నారో, ఏమి వినపడుతున్నదో, ఏం గమనిస్తున్నామో వీటన్నింటి ద్వారా ప్రశ్నకర్తకు శుభాశుభాలను నిర్దేశించాలి. ఏదైనా కార్య సంబంధంగా యాత్రకు బయలుదేరుతూ అడిగిన ప్రశ్న సమయంలో ఆ కార్యానికి ఉపయోగపడే వస్తువేదైనా కనిపిస్తే అతని కార్యం నెరవేరుతుంది. వివాహ సంబంధ ప్రశ్నలో కొత్తవి రెండులేక అంతకన్నా ఎక్కువ వస్తువులు ఒకేచోట కనిపిస్తే అతనికి శుభం కలుగుతుంది. అదేవిధంగా రెండు వస్తువులు వేరు పరచినట్లు కనబడితే అశుభం.

శరీరంలోని నవ రంధ్రాలలో ఎక్కడైనా చేతి వ్రేలు పెడుతూ ప్రశ్నిస్తే అది కన్యాదోషంగా భావించవచ్చు. ఏ దిశ నుండి ప్రశ్నకర్త వస్తాడో ఆదిశకు సంబంధించిన వారితో వివాహమవుతుందని చెప్పవచ్చు.

సంతాన ప్రశ్నలో పలక, పుస్తకాలు మొదలైన చదువుకునే సాధనాలు, బాలకుల ఆభరణాలు, జందెం, జింక చర్మం, దండం, గర్భిణీ స్త్రీ మరియు బాలకుడు కనిపిస్తే పుత్రుడు ఉదయిస్తాడని చెప్పవచ్చు. పెద్ద మంటను దర్శించినా శరీరం యొక్క భాగాల నుండి మల పదార్థాలు (కళ్ళు, ముక్కు, నోరు మొదలగునవి) వెలువడుతున్నా, ప్రశ్న స్థలం నుండి ఎవరైనా లేచి వెళ్ళిపోయినా అది గర్భపాతానికి గుర్తు అవుతుంది.

యుద్ధ ప్రశ్నలో కుడికాలుపై నిలుచున్నా, శస్త్రాలు కదులుతున్నా, కుడిచేయి కదులుతున్నట్లున్నా, బాగా మండుతున్న అగ్నిని దర్శించినా, ప్రఖ్యాతులు, ప్రసన్నులైన వ్యక్తులను చూసినా ఈ శకునాలు విజయాన్నిస్తాయి.

ఎడమ కాలు ఊనికగా నిలబడడం, భయంతో కూడిన స్వరం, కన్నీరు, ఎర్రటి కండ్లు కలిగి ఉన్నా, కన్నులు మూసుకున్నా ఈ శకునాలు పరాజయాన్ని సూచిస్తాయి.

ఏదైనా కార్యానికి వెళ్తున్నపుడు వ్యక్తి బంగారాన్ని గాని, ఫలాలను గాని చూస్తే నిస్సందేహంగా ఆ కార్యం సఫలమౌతుంది.

రోగ ప్రశ్నలో ఎవరైనా గుర్రాలు, ఏనుగులపై అటువైపు రావడం, ఏదైనా జీవిని అటువైపుగా తీసుకెళ్లడం లాంటి శకునాల వల్ల రోగి తప్పనిసరిగా జీవిస్తాడు. దీనికి విపరీతంగా ప్రశ్నస్థలం నుండి ఎవరైనా వెళ్లిపోతే రోగికి మరణం కలుగుతుంది.

ఆయ ప్రశ్నలో శవంపై వేసే పుష్పాలు, అగ్ని, నువ్వులు, కొత్తవస్త్రం, దర్భ, పెరుగు మొదలైన శ్రాద్ధ సంబంధ వస్తువులు, అంత్యేష్టి కర్మ నుండి వచ్చే వ్యక్తులు, సమిధలు, కట్టెలు, పిండి, నెయ్యి మొదలైన ఇతర ద్రవ్యాలు కనిపిస్తే ఆ రోగికి ఆయువు తీరిందని భావించాలి.

యాత్రా ప్రశ్నలో ప్రశ్నించగానే నిద్రపోవడం, యాత్రలో విఘ్నకారకమవుతుంది. పాదాలు దూరంగా ఉంచినా, దగ్గరకు పెట్టుకున్నా అది యాత్రలో ఆలస్యహేతువు అవుతుంది. ప్రశ్నించడం, వెంటనే అక్కడ నుండి వెళ్లిపోవడం వేగమైన ప్రయాణానికి హేతువు.

ఇద్దరు వ్యక్తులు పరస్పరం చేతులు కలుపుకుంటే ఎవరో వస్తున్నట్లు సూచన. ఏదైనా వస్తువు పగలడం, దానిలో రంధ్రాలు ఏర్పడడం ఇద్దరు వ్యక్తుల మధ్య అభిప్రాయ భేదాలు ఏర్పడడానికి హేతువు అవుతుంది. హాహాకారాలు మొదలైన భయంకర శబ్దాలు, పూజిత వృక్షాలు లేదా ధ్వజాలు క్రిందపడడం లేదా కోయడం, జండా క్రింద పడడం లేదా విరగడం, బట్టలు, గొడుగు, చెప్పులు చిరిగిపోవడం, విధ్వంసకరమైన శబ్దం, కోలాహలం, క్రూరమైన జంతువులు, పక్షులు నాలుగువైపుల నుండి అరవడం, దీపం ఆరిపోవడం, నీటితో నిండిన కుండ పడిపోవడం మొదలైన అంశాలను విద్వాంసుడు కష్ట విషయాలని గుర్తించాలి.

పిల్లి, ఎలుగుబంటి మొదలైన భయం కలిగించే జంతువులు ఎడమవైపు నుండి ప్రయాణం చేయడం, గాడిద ఓంద్ర వినిపించడం మొదలైనవి ఇబ్బంది కలిగించే వినాశకాలు.

కోకిల, గాడిద, పాము, గ్రద్ద మొదలైన జంతువులు లేదా వాటి అరుపులు శుభ ప్రసంగాల మధ్యలో వినపడడం లేదా కనపడడం అశుభకరం. కోతి, ఎలుగుబంట్లను చూడడం లేదా అరుపులు వినడం మంచిదే కాని ప్రసంగవశాత్తు వాటి పేరు రావడం అశుభం.

ప్రశ్న సమయంలో ఏనుగు, గుర్రం, ఎద్దు మొదలైన జంతువుల అరుపు లేదా వాటి చర్చ లేదా దర్శనం ప్రశ్న కర్తకు అభీష్ట లాభాన్నిస్తుంది. వీణ, వేణువు, మృదంగం, శంఖనాదము, భేరీఘోష, స్త్రీల మంగళ గీతాలు, వేశ్య, పెరుగు, అక్షతలు, పండ్లు, కన్య, గంట, దీపం, కమలం, మొదలైనవి శుభసూచకాలే.

చత్రం, తోరణం, సుందర వాహనం, వేదమంత్రాలు, బంధించిన పశువు, ఆవు, గరుడ పక్షి, దూడతో కూడిన ఆవు, తినే పదార్థాలు, భూమి నుండి త్రవ్వడం మొదలైన విశేషాలు కూడ శుభ నిమిత్తాలే.

లోకులనుండి, శాస్త్రం నుండి, గురువులనుండి ఇతర నిమిత్తాలను బాగా తెలుసుకుని వాటిని అనుసరించి సావధానంగా విద్వాంసుడు శుభాశుభాలను తెలియజేయాలి. ప్రశ్న కర్త ప్రశ్నించడానికి వచ్చినపుడు అతని సమీపంలో ఏదైనా అశుభ నిమిత్తం కనబడితే అది కార్యనాశనానికి సూచన. శుభకరమైనది ఉంటే అంతా శుభం అవుతుంది.

6. జపము చేయవలసిన పద్ధతి

తూర్పు ముఖముగా జపము చేస్తే ఇష్ట కార్యసిద్ధి. భూత, ప్రేత, పిశాచ, ప్రయోగాది దోష శాంతికి దక్షిణాభిముఖగా జపము చేయాలి. రాజ, వశీకరణాది కార్యసిద్ధికి పశ్చిమాభిముఖముగాను, దేవతారాధన మొదలగు కార్యములయందు ఉత్తరాభిముఖముగా కూర్చొని జపము చేయవలయును.

7. ఇతర (ప్రత్యేక) శకునాలు

రచయిత వివరణ : వసంతరాజ శకునము ప్రాచీన కాలమందలి రాజ్యాల యొక్క రాజుల మధ్య యుద్ధాలు, రాజుల మధ్య జరిగే సంధులు, బాటసారులు చేసే ప్రయాణాలు, మంచి శకునమునకు పొందే విధానాలు, శాకునికుని (శకున శాస్త్రజ్ఞుడు) సంప్రదించి శకునాలను పొందే విధానము మొదలగు విషయములను శకున రత్నములనబడే పక్షులు, కుక్కలు, నక్కలు, కాకులు, గుడ్లగూబలు మొదలుగుగాగల పక్షి జంతుజాలాదుల ప్రవర్తనను బట్టి చెప్పుచున్నది. ప్రాచీన కాలమందు ఇప్పటివలె రవాణా సౌకర్యములు లేని కారణం చేత క్షేమంగా ప్రయాణం చేసి తిరిగి రావాలనే ఉద్దేశ్యంతో ప్రయాణమందు బాటసారి, ప్రయాణీకుడు శకునపరంగా తీసుకోవలసిన జాగ్రత్తలు మొదలగునవి వివరించబడ్డాయి. ప్రాచీన కాలమందు ప్రయాణాలు ప్రధానంగా కాలిబాటన అరణ్యాదులను దాటుకుంటూ సాగెడివి. వ్యాపార, రాజసేవాదికము, యుద్ధము, తీర్థక్షేత్ర దర్శన స్నానాదులు, దొంగతనము, వివిధ శాస్త్రాధ్యయనము, రాజుల విజయయాత్రలు ఇత్యాదుల ప్రయోజనార్థము యాత్రలు చేపట్టేవారు. మరియు ఆ శకునాలు, ఫలితాలు సూర్యగమనమునుబట్టి కూడ మారుచుండును. సూర్యగమనమును దగ్ధ, ప్రదీప్త, ధూమిత, శాంతమనే ఎనిమిది దిక్కులుగా నిర్వచించబడ్డాయి. ఇవి అన్నియు సామాన్య పాఠకునికి క్లిష్టముగా నున్నప్పటికి, ప్రాచీన శకున సాహిత్య సంపదననుసరించి కూడ శకునాలను చూడగోరువారి సౌకర్యార్థము, విషయ పరిఙ్ఞానము కొరకు ఈ వసంతరాజశకునాన్నంతయు సంస్కృత శ్లోకములను విడిచిపెట్టి, వాటి తాత్పర్యమునంతయు ఇచట పొందుపరుస్తున్నాము.

1. వసంత రాజ శకునం - పూర్వాపరాలు

1) విజయరాజను రాజునకు శివరాజు, వసంత రాజులను ఇద్దరు కుమారులుండిరి. వారిలో వసంతరాజు బహు ప్రసిద్ధుడు, పండితుడు. ఆ రోజులలో మిథిలా నగరమును చంద్రదేవుడను రాజు పరిపాలించుచుండెను. చంద్రదేవుని కోరిక మేరకు వసంత రాజు వసంతరాజ శకునమను పేరుతో ఈ శకున శాస్త్ర గ్రంథాన్ని మహేశ్వర, సహదేవ, బృహస్పతి, గర్గాదుల (జ్యోతిషశాస్త్ర ప్రవర్తకులు) ననుసరించి రచించెను. భారతదేశమును అక్బర్ జలాలుద్దీన్ పాదుషా పరిపాలించుచున్న రోజులలో 'శాహిరాజు' అనే రాజు కోరిక మేరకు శ్రీ భాను చంద్రుడను కవి ఈ గ్రంథానికి టీక వ్రాసెను. ఈ వసంతరాజ శకున గ్రంథమందు మొత్తము వేయి వరకు శ్లోకములు, 500 సపాదములు గలవు.

2. ప్రాచీనత - ప్రామాణికత

వసంత రాజ శకునంలో వివిధ రకాలైన శకునాల ప్రస్తావన ఉంది. మొట్ట మొదటిసారిగా శివుడు అంధకాసురుని సంహరించునపుడు శకున బలమును చూచెను. పిదప, శివుడు తారకాసురునితో యుద్ధము చేయునపుడు తన కుమారుడైన కార్తికేయునకు ఇంద్రుడు ఉపదేశించెను. జంభాసురుని వధించునపుడు కార్తికేయునకు ఇంద్రుడుపదేశించెను. అమృతమును సంపాదించునపుడు, అంతకు పూర్వమే ఇంద్రుని వలన తాను గ్రహించిన శకున శాస్త్రమును కశ్యపుడు గరుత్మంతు నకుపదేశించెను. కాలాంతరమున ఈశ్వరుడు అత్రి మహర్షికి, గర్గనకు, భృగుమహర్షికి, శుక్ర, సహదేవులకు తెలియజేసెను. పరపరంగతమైన ఈ శకున శాస్త్రము అతి ప్రాచీనమైనది. పరమ ప్రామాణికమైనది. జ్యోతిశ్శాస్త్రంలో శకునానికి ప్రత్యేక స్థానమున్నది. సర్వశాస్త్ర పురాణాలలో సందర్భానుసారముగా శకున ప్రసంగాలున్నాయి. పశుపక్ష్యాది సర్వజంతుజాలముల చేష్టారుతాధికములచే, శుభాశుభములు నిర్ణయింపబడును. సర్వప్రాణికోటి కళ్యాణమునకు ఈ శకున శాస్త్రముపయోగపడును.

3) రెండు పాదములు గల మనుష్యులు, పక్షులు ప్రతిభతోకూడిన బుద్ధిని ప్రసాదించుగాక. నాలుగు పాదములు గల ఏనుగు మొదలగు జంతువులు గౌరవమును (గొప్పదనమును) ఇచ్చుగాక. ఆరుపాదములు గల షట్పదములు (భృంగాదులు) విషయ సుఖములను కల్గించుగాక. ఎనిమిది చరణములుగల శరభమృగాదులు మంచి ఉత్సాహమును కలిగించుగాక. అనేక చరణములు గల ఖర్జూరాదులు (తేళ్ళు మొదలగునవి) (శ్రేయస్సులను పొందించుగాక. చరణములు లేని భుజంగాదులు (సర్పములు) గొప్ప భోగములను పొందించుగాక. ఇవి అన్నియు ముందు ముందు శకునములుగా చెప్పబడుట చేత రచయిత వానిని స్మరించి నమస్కరించుచున్నాడు. శుభమనగా (శ్రేయము. దీనికి విరుద్ధమైనది అశుభము. ఈ శుభాశుభముల జ్ఞానము తెలిసి నిర్ణయించుటకు హేతువైనది శకునము. ఈ శకునము ద్విపదాదుల గతి, స్వర, ఆలోకన, భావ, చేష్టలపై ఆధారపడి యున్నది. గతి యనగా నడక, స్వరమనగా భాష, ఆలోకనమనగా చూపు, భావమనగా అధ్యవసాయము, చేష్టయనగా శరీర వ్యాపారము. శకున శాస్త్రము దివ్యదృష్టి గలది. కనుక శకున శాస్త్రజ్ఞులచే చెప్పబడిన శకున సమయాలలో కనపడిన శుభాశుభములను గుర్తించి, తమ తమ సమస్త కార్యములను అపాయరహితముగా లోకులు నెరవేర్చుచున్నారు. శకున శాస్త్రము బాగుగా తెలిసినవాడు కార్యారంభమున కనిపించిన శకునములనుబట్టి ఆపాయమును, కష్టమును గుర్తించి అప్పటికా కార్యమును విడిచి పెట్టును. మరల అనుకూల శకునములో (ప్రారంభించి

నిరపాయముగా ఫలితమును పొందును. జ్యోతిషమును చెప్పెడి చూడామణి గ్రంథము, సంహితాదులు, జాతక విభాగమును చెప్పెడి హోరా గ్రంథములు, మహేశ్వర కృతమగు స్వరోదయము మొదలగు గ్రంథములందని వారలకీ శకున శాస్త్రము ఔషధము వంటిది, ఇష్టసిద్ధిని కలిగించును.

3) పూర్వం చెప్పబడిన ఏనుగులు మొదలగు జంతువుల గతి, స్వర, ఆలోకన, భావ, చేష్టాదులచే క్షణకాలములో భవిష్యత్తులో జరుగబోవు శుభాశుభములను యోగులకు వలె సూచించును.

4) ఈ శాస్త్రంలో శుభాశుభములు నిర్ణయించుటకు గణితమవసరము లేదు. కాబట్టి శాస్త్రోపదేశమునకు గురువు కూడ అవసరము లేదు. శాస్త్రమే గురువయి పఠన మాత్రముచేతనే జ్ఞానమును కలిగించును.

5) నక్షత్రము, వారము, తిథి, మంచి లగ్నము ఇవి అన్నియు కుదిరినను, శకునము విరుద్ధమైనచో ఆ కార్యము చెడిపోవును. పై తిథి వార నక్షత్రాదులు దోషయుక్తములైనను అనుకూల శకునమైనచో ఆ కార్యము సిద్ధించును.

6) పూర్వ జన్మలో చేసిన కర్మ యొక్క శుభాశుభఫలములు నియమముగా దేహికి ఉదయించును. దేహి ఎక్కడున్నా సరే, దైవప్రేరణచే ఆ ఫలితము శకునము ద్వారా ముందుగనే ప్రకాశింపబడును. సూచించబడును.

7) మానవుడు తాను పూర్వజన్మలో చేసిన కర్మఫలమును తప్పక అనుభవించి తీరాలి కదా! అందుచేత శకున కోవిదుడు దైవ నిర్ణయమును ఉల్లంఘించుటకు సమర్థుడెట్లుగును?

8) అనుభవించుటమవశ్యమని నిరూపించి శకున శాస్త్రజ్ఞుల సాయముతో దేశకాల రూప దుఃఖమును దాటుటకు బుద్ధిమంతులగు పురుషులు పౌరుషముతో ఆత్మహితము కొరకు ప్రయత్నిస్తారు. దైవశరణమును పొందిన మానవుడు కూడ సర్ప, వహ్ని, విష, కంట కాదులకు దూరంగా ఉంటాడు. అనగా పౌరుషము దైవము కంటే అధికమని స్పురించుచున్నదని వసంతరాజు అభిప్రాయము.

9) అరణ్యాదులలో నివసించు దైవశరణులను కూడ దావానలము నశింపజేయును. కాని పౌరుషము పరాక్రమముగల పురుషులు దహింపబడక తప్పించుకొందురు. కావున దైవము కంటే ఉద్యమమే బలమైనది. నియామకమునకు దైవమే కారణమైనచో, నీతిశాస్త్రము ఎట్లు ప్రవర్తించును? ప్రవర్తించుట కవకాశమే యుండదు. నీతిశాస్త్ర బలముచే రాజులు జగత్తును పాలించుచున్నారు. మహోద్యమములచే, తమ తమ బుద్ధి కుశలతతో సకలాభీష్టములను పొందుచున్నారు. కావున పౌరుషమే ప్రధానము. జన్మాంతరమందార్జించిన

(పుట్టిన) కర్మను పండితులు దైవ సంబంధమని చెప్పుచున్నారు. ఆ కర్మ దేహులకు ఉద్యమములచేతనే సంపాదించబడినది. అందువలన దైవము ఉద్యమ వశమై ఎట్లు కాకుండును? ఉద్యమవశమని వసంతరాజు అభిప్రాయము.

10) పూర్వ జన్మ పరిపాకముచే పశుపక్ష్యాది శకునములు శుభాశుభ సూచకములపై ఇతరుల కార్యములందు ప్రవేశించవు. అనగా సంభవించవు. ఇవి దైవకృతములు. జనులు శకునముల అనుగ్రహముచే యోగులకువలె భూత భవిష్యద్వర్తమానములను తెలుసుకొంటారు.

11) అత్రి, గర్గ, గురు, శుక్ర, వశిష్ట, వ్యాస, కౌత్స, భృగు, గౌతమాదిముఖ్యమునులు, పశు పక్ష్యాదుల శకునములను గూర్చి లోకము ననుగ్రహించుటకు తెలిపితిరి.

12) వేదశాస్త్ర పురాణేతిహాస స్మార్త్తాదులు నాశ్రయించి శకున జ్ఞానమున్నది.

13) పరమశివుడే స్వయముగా తనగణములకు, మహర్షులకు, నరులకు ఉత్తమ శకున జ్ఞానమునుపదేశించెను. ఈశ్వరునిచే ఉపదేశింపబడిన శాస్త్రము కాబట్టి ఈ శకున శాస్త్రము చక్కని జ్ఞానముతో కూడుకొన్నది. ఇది సమస్త కార్యములకు ఉపకరించును.

3. శకున పూజావిధానము

1) శకున జ్ఞానమును కలిగించునవి పక్షులు. కాబట్టి పక్షులే గురువులు.

2) **పోదకము :-** పోదకియనగా దేవి లేక బాలిక లేక పది సంవత్సరాల ఏనుగు పిల్ల అని అర్థములు. ఇచట దేవిగా గ్రహించవలెను. ఇతరత్రా కాళీ, చండియని వ్యాఖ్యాన కారుల అభిప్రాయము.

3) దేవి, కుక్క, కాకి, ఉలూకము (గుడ్లగూబ), ఆడనక్క – ఈ ఐదింటిని శకున పంచరత్నములుగా ముని శ్రేష్ఠులు పేర్కొన్నారు. సరస్వతీదేవి పాండవికను, యక్షుడు శ్వానమును, గరుడుడు కాకిని, చండి గుడ్లగూబను, శివా (అమ్మవారు తనకు దూతికయైన నక్కను) అధిష్టించియుంటారు. కాని పక్షి జంతువులపై దేవతామూర్తులు అధిష్టింపరు. ఆయా దేవతలకు పై పశు పక్ష్యాదులు సన్నిహితముగా నుండునని భావము. పైన చెప్పినవే కాకుండ ఇతరములు గూడ ఆయాదేవతలకు దగ్గరలో ప్రవర్తించును. కాబట్టి శాకునికుడు జంతుపశు పక్ష్యాదులనెప్పుడూ హింసించకూడదు (సంహరించుట, బంధించుట కూడదు)

4) శాకునికుడు శక్తినిబట్టి బంగారంతో గాని, వెండితో గాని, పిండితోగాని పైన పేర్కొన్న శకునాలను మిధునములుగా నిర్మించి పూజింపవలెను. పై 5 జంటలను పూజించినచో సర్వశకున పశుపక్ష్యాదులు సంతుష్టి చెందుతాయి. ఏయే

దేశములందేయో శకునములుగలవో, ఎచ్చట వానికి అనురాగములుగలవో, వానిని బాగుగావించారించి శకున శాస్త్ర పండితుడు పూజింపవలెను. తరచుగా వానిని చూచుటవలన శకున యదార్థమును తెలుసుకొనగలడు.

5) పురాణ శ్లోకములలో చెప్పినట్లుగా నడివయస్సులోనున్న గోవు యొక్క గోమయము భూమిపై పడకుండా సంగ్రహించి, దానితో పరిశుద్ధమైన నేలపై వృత్తాకారముగాగాని, చతురస్రాకారముగా గాని మండలమును నిర్మించవలెను. వృద్ధగోవు యొక్క, సంతతి లేని గోవు యొక్క, రోగముతోనున్న గోవు యొక్క కొత్తగా ప్రసవించిన (ఈనిన) గోవు యొక్క గోమయమును వాడకూడదని పురాణ శ్లోకములు గలవు. ఆ మండలమునందు చిత్రవిచిత్రమైన రంగులతో కూడిన అష్టదళ పద్మమును పిండిచేతగాని, కుంకుమ, చందనము మరియు ఇతర వస్తువుల చేతగాని నిర్మించవలెను. అష్ట దళములను క్రమముగా పీత, కపిల (ఎరుపు + పీతము), కృష్ణ (నలుపు, నీలము), శ్యామ (ముదురాకు పచ్చ), తెలుపు, హరిత (పచ్చని), చిత్రవర్ణము, స్వచ్ఛముగు తెలుపు రంగులతో నిర్మించవలెను. పీతవర్ణపు రేకున ఇంద్రుడు, కపిలవర్ణమున అగ్ని, కృష్ణవర్ణమున యముడు, శ్యామవర్ణమున రాక్షసుడు (అనగా నిర్ఋతి) తెల్లని వర్ణమున వరుణుడు, హరితవర్ణమున వాయువు, చిత్ర వర్ణమున కుబేరుడు, స్వచ్ఛముగు తెలుపున మహేశ్వరుడు అను అష్టలోకపాలురు (దిక్పాలకులు) ఉంటారు. అలా రంగులు వేసిన దళములలో శకునాచార్యుడు చెప్పిన విధి విధానముచే అష్టలోక పాలురను ప్రతిష్ఠించి, పిదప ఆచార్యుడు చెప్పినట్లుగా ఆ దేవతలను పురుషుడు పూజించవలెను.

6) ధనుర్ధారియగు పోదకీ (దేవిని), వాయసమును (కాకిని), పింగళమును (గుడ్లగూబను), కౌలేయకము (కుక్కను), శివా (నక్కను) పద్మము యొక్క మధ్య భాగమున పూజించవలెను. హోమాదుల తర్వాత దుర్గాదేవి మొదలగు శకునరత్నములను పూజిస్తే, శకున దేవతలు సంతసించి ప్రసన్నులవుతారు.

7) ఒక హస్తమున జ్ఞానముద్ర, రెండవ హస్తమున పుస్తకమును ధరించి హిమముపవలె, చంద్రునివలె, తెల్లని కాంతులతో ప్రకాశించుచు, పద్మ ఆసనము నధిరోహించియున్న స్వరస్వతీదేవిని (పోదకి) స్మరించి; శ్వానమును అర్చించి; తర్వాత గదాధరుడు, భూమిలో నుండెడి సర్వధనములకు ప్రభువు, మకర కుండల భూషితుడు, కిరీటధారి, విచిత్రవర్ణుడు, మహోదరుడు అగు కుబేరుని స్మరించి; తర్వాత వాయసమును పూజించి; పిమ్మట ముక్కుపుటములచే మహో సర్పమును ధరించి, రత్నముల వంటి అనగా శ్రేష్ఠముగు సర్పములను ఆభరణములుగా ధరించి లేక మస్తకములపై నుండెడిమణులను ధరించి తన యొక్క

స్వర్ణకాంతులచే వ్యాప్తమైన ఆకాశము కలిగినటువంటి గరుత్మంతుని ధ్యానించవలెను. పిమ్మట పింగళికను, పూజించి; మానవ కపాలమును హస్తమున ధరించి శవ వాహనమునదిష్టించినట్టి, శూలమును ధరించి, నరకపాల మాలను ధరించి, శుష్కించిన శరీరము గల్గి రక్తమును (త్రాగుచున్న చండీదేవిని ధ్యానించాలి. తర్వాత అధోముఖముతో నుందునది, ఘోరమైన అరుపులు (ధ్వనులు) గలది, అగ్ని జ్వాలలచేవికారమైన ముఖము గలది, ఏడుగురు పుత్రులతో కూడి యున్నది, అమ్మ వారికి దూతగా ఉందునదియగు శివదూతిని (ఆడనక్కను) ధ్యానించవలెను.

శకున శాస్త్రమును బాగుగా తెలిసినమునిని (గురువును) విశేషంగా పూజించాలి. శకునములను చూచి చెప్పుటలో విశేష (పజ్ఞ గల ఆచార్యుని పూజించిటచే సర్వాభీష్టము కలుగును. తర్వాతి పూజాదికములనిచ్చుట (పస్తావించుట లేదు.

4) విమి(శక శకున వర్గము (మిశ్రమ శకునములు)

1) ఒకే విధమైన శకునము, వేర్వేరు వ్యక్తులకు ఫలితాలు వేర్వేరుగా ఉందును. దీనికి కారణము ఇడా, పింగళుల ద్వారా కలిగే వాయు సంచారము. కావున (పయాణ సమయమున (పాణవాయు సంచారభేదముచే ఫలితములు వేరుగా నుందును.

2) ఇడ (చంద్ర నాడి) పింగళ (సూర్య నాడి) సంపూర్ణముగా పూరింపబడినచో ఆయాదిక్కుల నుండి వెడలు శకునములు సంపూర్ణ శభాలను కలిగించును. రెండునాడులు పూరింపబడుచున్నను, రెండూ ఖాళీగా ఉన్నను అశుభ శకునము లేయగును.

3) (పజలు అశుభశకునమును చూచినచో వెనుకకు వచ్చి కాళ్ళు, చేతులు కడుగుకొని, ఆచమించి, పాలచెట్టు నీడలో కొంచెము సేపు నిలబడి మరియొక్క శకునము కొరకు చూడవలెను. మొదటి శకునమను కూలించినచో యా(తీకుడెనిమిది (పాణాయామములు, రెండవ శకునము కూడ అనుకూలించనిచో 16 (పాణాయామములను చేసి, మరల (పయత్నించవలెను. మూడవ శకునము కూడ విరుద్ధముగానున్నచో యా(తను వాయిదా వేసుకోవాలి.

4) (గామ నిర్గమనానంతరము, (గామ సమీపములందుగల తత్కాల శకునములు శీ(ఘముగా ఫలితములనిచ్చును. (గామమునకు దూరముగా సంభవించిన శకునములు చిరకాలానంతరము ఫలితములనిచ్చును. ఏ స్థానములలో ఏయే జీవులుందునో, ఆ జీవులు మిక్కిలి బలవంతములై వాటి, వాటి కాలములలో శోభన ఫలములనిచ్చును. స్వస్థానములందులేనివి, స్వకాలమందుగాక

అన్యకాలములలో శకునమైనచో అశుభ ఫలముల నిచ్చును. యాత్రికునకు క్రోశము మార్గ మధ్యములో లేడి కనిపించినచో ఆ శకునము ఫలించును. క్రోశము దాటినచో దాని ఫలితముండదు. కొందరాచార్యులు క్రోశము దాటినను చిరకాలము తర్వాత స్వల్పఫలముంటుందని చెబుచున్నారు.

5) పరాజయమొందినపుడు, యుద్ధముల యందు, అత్యంత క్రూర కర్మలందు, క్రొత్త మండప ప్రవేశములందు, రాజులకు పన్ను కట్టునపుడు, పోయిన వస్తు దర్శనము లందు, రోగములందు, నదులు దాటునపుడు, భయములు కల్గినప్పుడు, దుర్గశత్రు సంకటములందు విపరీత శకునములు ప్రశస్తాలు.

6) నపుంసక, స్త్రీ, పురుష భేదములతో నుండెడి పక్షులు ఒక దానికంటే మరొకటి బలవంతముగా నుండును. బాగుగా బలిసి, ఉన్నతమైన బాహు మూలములు గలిగి, విస్తీర్ణమైన కంతము గలిగి, మంచి వక్షస్థలము గలిగి, కొద్దిపాటి గంభీరమగు కూతలు గలిగిన పక్షులు, పురుషజాతి పక్షులు. సన్నని కంతము, దుర్బలమైన బాహుమూలములు, సూక్ష్మ ముఖము, పరాక్రమరహిత పాదములు, ప్రసన్నము, మృదువైన కంతస్వరముగల పక్షులు స్త్రీ జాతి పక్షులు. ఈ రెండింటికి భిన్నమైనవి నపుంసక జాతి పక్షులు. శకున పక్షుల బలాబల విచారము జాతి పరముగను, స్వరముల పరముగను, స్థాన పరముగను, బలముల పరముగను, ఆనందము, వేగము మొదలగు వాటి పరముగా విచారించవలెను.

7) శకున పక్షుల బలాబలవిచారము జాతిపరముగను, వాని స్వరముల (ధ్వనులు) పరముగను, స్థానపరముగను, బలముల పరముగను, ఆనంద, వేగము మొదలగు వివిధ విధములుగా విచారించవలెను.

జాతుల పరముగా క్షత్రియజాతి బలమైనది. స్వరపరముగా మంద్ర, మధ్య, తారాస్వరములలో మంద్రము బలమైనది. పరస్థానములు నిర్బలములు. రాత్రిబలముగల పశుపక్ష్యాదులు పగలు నిర్బలములు. పగలు బలము గలవి రాత్రి నిర్బలములు. శీఘ్రగతి బలకరము. మందగతి బలహీనము. బలసంపన్నమైన వానిలో శరభమృగము మిక్కిలి బలమైనది. మిగిలినవానిని బలములను బట్టి చూడవలెను. శుభకార్యములలో శుభములు, అశుభకార్యములలో అశుభములు బలమైనవి. కాలము, దిక్కు, తిథ్యాదులు, సూర్యచారమును కూడ చూడవలెను.

8) గ్రామమందలి శకునములు గ్రామ బహిః ప్రదేశములందు వ్యర్థము. బహిర్దేశ శకునములు గ్రామములందు వ్యర్థము. రాత్రి సంచరించునవి పగలు, పగలు సంచరించునవి రాత్రి వ్యర్థములు. స్వక్షేత్రములో లేనివి, స్వకాలములుగాక, ఇతర కాలములందుందునవి రాజుకు, రాజ్యమునకు భయమును కలిగించును.

9) కూట పూరకము (పక్షి విశేషము), మయూరమ్ము, పుట్టిని (ఇతర (ప్రాంతపక్షి), సింహగర్జన, ఏనుగు, వంజులకమను పక్షి, చిక్కరము (లేడి), కృకవాకురము (కోడి) మొదలగునవి తూర్పు దిక్కున అధిక బలము గలవి.

10) హరీతమ్ము (పచ్చ పిట్ట), కాకి, బుక్క (ఎలుగుబంటి), కపోతమ్ము, కోకమ్ము (చక్రవాకము) ఘూకమ్ము (గుడ్లగూబ), పింగళికము (కోతి), ఆడ నక్క వీటి ఆక్రోశము (రోదనలు), నవ్వులు – ఇవి పశ్చిమ దిక్కున బలవంతములు.

11) ఉత్క్రోశమ్ము (లకుముకి పిట్ట), గోవు, కొంగ, పిల్లి, హంస, కపింజలమ్ము (చాతకము లేక తిత్తిరిపక్షి), గొర్తె, కుందేలు, వాద్య చతుష్టయము, గీతములు, ఉత్సవములు, నృత్యములు, నవ్వులు – ఇవి పశ్చిమ దిక్కున బలవంతములు.

12) కమలము, చాషపక్షి, ఏకశఫమ్ము (తురగము = గుఱ్ఱము), ఎలుక, మృగమ్ము (లేడి), కోకిల, సల్లకమను పక్షి, పుణ్యహమ్ము అనెడి వేదధ్వనులు, ఘంటానాదమ్ము, శంఖధ్వని, ఇవి ఉత్తర దిక్కున మిక్కిలి బలవంతము.

13) ఒక శకునము విరుద్ధముగను, మరియొక శకునమనుకూలముగను వచ్చినచో యాత్రకు వెడలు దిక్కు ప్రదీప్తమా? శాంతాదికమా? అను విచారణ చేసి, రెండింటి లోను జాత్యాదులచే బలవంతమైన దానిని స్వీకరించవలెను.

14) సూర్యసంచార మెల్లప్పుడు 8 దిక్కులందుందును. సూర్యుడు వదిలిన దిక్కును దగ్ధ దిక్కు అందురు. సూర్యుడు పొందిన దిక్కును ప్రదీప్తమందురు. సూర్యుడు ప్రయాణించనున్న దిక్కును ధూమితమందురు. మిగిలిన ఐదు దిక్కులను శాంతదిక్కులందురు. ప్రభాతకాలమున ఈశాన్యము దగ్ధదిక్కు, తూర్పు ప్రదీప్త (జ్వలిత) దిక్కు, సూర్యుడు ఆగ్నేయమునకు ప్రయాణించును. కాబట్టి ఆగ్నేయము ధూమితము. మిగిలిన 5 దిక్కులు (దక్షిణము, నైరుతి, పడమర, వాయవ్యం, ఉత్తరం) శాంతదిక్కులగును. ప్రతి దినము సూర్యుడు 8 ఝాములందు 8 దిక్కులందు సంచరించును.

15) బాటసారికి దగ్ధదిక్కు నుండి శకునమైనచో ఫలితము దగ్ధమగును. నరులకు విత్తహాని. ప్రదీప్త (జ్వలిత) దిక్కు నుండి శకునమైనచో ఫలితము దీప్తముగా నుండును. నరులకు జీవ నాశనము కల్గును. ధూమిత దిక్కు నుండి శకునమునకు ఫలితము దీప్తమే. సంతాప శోకములు కల్గును.

16) ఉభయ సంధ్యలందు ప్రదీప్తశకునమైనచో శస్త్రభయం. కాని వ్యాఖ్యానకారుల ప్రకారము సాయం, సంధ్యా శకునములు శస్త్ర భయమును, ఉదయ సంధ్యాశకునములు దుష్టవార్తా (శవణము కలిగించును. మేఘ ధ్వనులతో

కూడినప్పుడు ప్రదీప్త శకునము గాలి భయమైను, వర్షకాల దీప్త శకునములు జల భయమును కల్పించును.

17) కపాలము శకునమైనచో వధ, చితిని చూచిన మరణము, వ్యర్థ పదార్థములు శకునమైన అశుభములు, ముళ్ళ వృక్షములను చూచిన కలహములు, భస్మమును తెచ్చుచున్న శకునము దుఃఖమును కల్గించును. అప్రసిద్ధములెదురైనచో అపకీర్తి, రాళ్ళ మీద కూర్చున్న వారిని, తెచ్చువారిని చూచినచో అప్రసిద్ధ శకునములుగా పరిగణించాలి.

18) తృణములను (గడ్డిని) గాని పండ్లనుగాని ఏ శకునములు భక్షించుచు కనిపించునో అవి శాంతములనబడును. ఏవి మలములను, మాంసములను తినునో అవి రౌద్రములు. ఇక్కడ శాంతకార్యములందు శాంత శకునములు, రౌద్ర కార్యములందు రౌద్ర శకునములు శుభకరములు. అన్న భక్షణ చేయువారు ప్రదీప్త కార్యములందు శుభలు. ఇట్లు రెండు విధములుగా శాంత, దీప్తములుగా శకునములు గలవు.

19) ప్రాసాద భూములు (రాజమందిరాది భూములు) దేవాలయములు, గజ, అశ్వ గోశాలలు, జన గృహములు, క్షీరవృక్షములు, మేడలు, తోరణములు శుభస్థానములు. పూర్వోక్తమనోహర ఉచ్చస్థానములు శుభ ఫలదాయకములు.

20) నీచ ప్రదేశములందు కూడ పవిత్ర ప్రదేశములు, నీటితో కూడినవి, నిర్మలమైనవి, మనోహరమైనవి, పంటలతో కూడినవి, వృక్ష సమూహములచే నీడనిచ్చునవి, గోమయముతో గూడినవి, పచ్చగడ్డితో నిండినవి అగు ప్రదేశములు శుభప్రదములే.

21) కంకాళములు, అస్థికలు, శూలములు, చితి, కొమ్ములు, యూపస్థంభములు, శవములు, గాడిదలు, దున్నలు, పందులు, ఒంటెలు, పుట్టలు, గాలికి పడిపోయిన వృక్షములు, గురుకులములు గల ప్రదేశములు ఉచ్చములయినను ప్రశస్తములు (మంచివి) కావు

22) నిప్పులు, బూడిద, రాళ్ళు, చెట్టు, చర్మము, బురద, గొయ్యి, గుహలు, వెంట్రుకలు, మలము, భయం కలిగించే వస్తువులు, కపాలము, తొళ్ళలు (చెట్టుతొళ్ళలు మొదలగునవి) అశుభ శకునములే.

23) ఒకే ప్రదేశము వారాంతమున ప్రదీప్త శకునమైనచో గ్రామమును, మాసాంతమున అయినచో పురమును, అయనాంతమునైనచో దేశమును, హోయన (సంవత్సరములు) అంతమున అయినచో రాజును (అధిపతిని) నాశనము చేయును.

24) పిల్లి, ఎలుక, చేప, పెద్దమిసాల చేపలు, సర్పములు తమ జాతి మాంసమును భక్షించును. అందుచేత పై 5 జంతువులు కాక మిగిలిన ఇతర జంతువులు స్వజాతి మాంసభక్షణ చేయుచున్నచో కరువు, కాటకములు వచ్చును.

25) మనుష్యులు, గాడిదలు కాకుండ, ఇతరములు పరజాతి స్త్రీ సంగమము చేసినచో దేశమునకు అరిష్టము కల్గును. పక్షిగూడు లేక పక్షులు, నిద్రాసక్తుడు, రతి యందాసక్తులు, మాంసలుబ్ధులు, భీతుడు, ప్రమత్తుడు (పిచ్చివాడు), ఆకలిగొన్నవాడు, రోగపీడితుడు – ఈ శకునములను వెంటనే గ్రహించకూడదు. బాగుగా ఆలోచించి, చూచి నిశ్చయించవలెను. శకునమునకు, బాటసారికి నడిచే అంతరమున్నను గ్రహించకూడదు.

26) శిశిర ఋతువులో గుఱ్ఱము, ఒంటె, పిల్లి, గాడిద, పంది, కుందేలు, లేడి శకునములు మేలును కలిగించవు. అలాగే హేమంతఋతువు నందు దున్నపోతు, ఎలుగు, సింహము, బిలములో నుండే సర్పాదులు, పెద్దపులి, పులిపిల్ల, కోతి శకునములు కూడ వ్యర్థములే. వసంత ఋతువులో కాకి, కోయిల శకునములు కూడ మేలును కలిగించలేవు. భాద్రపదమాసమున సూకరము, తోడేలు శకునములు పనికి రావు. శ్రావణమాసమున ఏనుగు, చాతక పక్షులు పనికిరావు. శరత్కాలములో అనగా వర్షా కాలాంతమున పద్మములు మొదలగునవి, క్రౌంచ పక్షి మొదలగు పక్షుల శకునములు కూడ ఉపయోగించవు.

27) రోగార్తుల ధ్వనులు, భయపడిన వారి శబ్దములు, ముసలి వారి ధ్వనులు, దీనాలాపములు, ఘర్ఘరపోయిన (జీర పోయిన) కంఠస్వరములు, నీచుల శబ్దములు, భయంకరధ్వనులు, తేజోవిహీనులు, వారి శబ్దములు అశుభసూచకములు.

28) యాత్రికునికి ఎదురుగా దక్షిణభాగమున వచ్చు శకునము యాత్రికుని దక్షిణాంగములను స్పృశించినచో కార్యసానుకూలత కల్గును. దీనికి విపరీతమైనచో అశుభ ప్రదము.

29) పోదకము, నక్క, గుడ్లగూబ, కోకిల, బల్లి, ఆడ పంది యొక్క ధ్వనులు, ఆడచంచు యొక్క ధ్వనులు మంచివి. అలాగే పురుషనామములతో అనగా పుంలింగ నామాలతో పిలువబడే వాని ధ్వనులు కూడ శుభకరములే.

30) శ్రీ కంతము (కాటుక పిట్ట), చ్చిక్కరమను మృగవిశేషము, రురుమృగము, కోతి, శ్రీకర్ణ (పాలపిట్ట), భషక అనే పక్షి విశేషము, నెమలి, డేగ, పిప్పిక (పక్షి విశేషము) దక్షిణముగా వచ్చుట మంచిది కాదు. అనగా పైవి వామ గతిలో రావలెను.

31) కాటుక పిట్ట, మేక, ముంగిస, నెమలి, పాలపిట్ట – వీనిలో ఏదో ఒక దానిని గూర్చిన ప్రసంగము లేక దాని చూపు లేక వాని ధ్వనులచే ప్రయాణీకునకు శుభములు కల్గును. అట్లే జాహకము అనగా సేహల నామముతో ప్రసిద్ధి చెందిన మృగము, సర్పము, కుందేలు, వరాహము, ఉడుము – వీని ప్రసంగముచేతనే శుభములు కల్గును. కాని వాని చూపులతోను, కూతలతోను శుభములు కలుగవు.

32) ఎలుగు, భల్లమను పేరుగల జంతువులు, కోతి – వీని దర్శనము, ధ్వనులు శుభకరములు. కాని వీనిని కీర్తించుట శ్రేయస్సు గాదు. ముంగిస, పక్షులు, వివిధ మృగములు విషమ సంఖ్యగా అనగా బేసి సంఖ్యగా దక్షిణ దిశగా నడుచుట ప్రశస్తము. పక్షియనుటచే పాలపిట్టను (చాషము) గ్రహింపరాదని వ్యాఖ్యానకారులవచనము.

33) పురల్లికలు, చ్చిక్కరములు, కూట పూరములు (అడవులలో సంచరించే మృగ, పక్షి విశేషములు) – ఇవి పగలు ప్రదక్షిణ పూర్వకముగా వెడలినచో ప్రశస్తము. దిశా వసానమున అనగా సాయంకాలమున ముంగిస, పాలపిట్ట అప్రదక్షిణముగా వెడలినచో శ్రేష్టమని ఆచార్యుల వాక్కు.

34) దంష్ట్రలు (కోరలు) కలిగి బిలములలో నుండెడి సమస్తములు ఎడమ వైపుగా వచ్చుట ప్రశస్తము, స్త్రీలందరకు వామశకునము శ్రేష్టము.

35) తూర్పు దిక్కునకు గుజ్జిము, తెల్లని వస్తువులు, శుభశకునములు. దక్షిణ దిక్కునకు మాంసము, శవము శకునములైనచో మంచిది. పడమర దిశకు కన్య, పెరుగు శుభశకునములు. ఉత్తర దిక్కునకు బ్రాహ్మణుడు, సాధువు, గోవు శుభశకునములు.

36) తాను బయలుదేరుటకు ముందుగానే ప్రవర్తించుచున్న శకునము మధ్యలో ఆగిపోయినచో ప్రయాణీకునకు శత్రువుల వలన మరణము గాని, యుద్ధముగాని, రోగము గాని లేక ఇతరములగు అనర్థములను గాని కలిగించును.

37) స్వజాతి శకునములు సవ్యదక్షిణ భేదములు పాటించకుండా వరుసగా వచ్చుచున్నచో వానిని తోరణ నామధేయ శకునములందురు. ఇవి సర్వార్థ సిద్ధులను కలిగించును.

38) పాలపిట్ట, భాస (కాబరియను పక్షి), బంజులమను పక్షి, కాకి, చక్రవాకము, కాటుక పిట్ట, గ్రద్ద, దేవి, కోతి, చిలుక, డేగ, వార్త్తకమను పక్షి, గాడిద, అనునవి పగలు సంచరించును.

39) పింగలపక్షి, గుడ్లగూబ, ఛిప్పికయను పక్షి (తీతువై యుండును), కాను పక్షి, వాగులి పిట్ట, కుందేలు మొదలగు ప్రాణులు రాత్రివేళలయందు సంచరించును.

40) మనుష్యులు, ముంగిసలు, పిల్లులు, మేకలు, గోవులు, సింహము, నక్క పులి, సర్పము, కోయిల, బెగ్గరు పక్షులు, హంసలు, వరాహములు మొదలగునవి రాత్రింబవళ్ళు సంచరించును.

41) అనుకూల శకునమైనను, శకునముతోపాటు, గాడిద అరుపు వంటి పెద్ద ధ్వనులు వినిపించి, వెంటనే వేరు పశు పక్ష్యాదుల శాంత స్వరము వినిపించిననూ వెళ్ళరాదు. దారిలో దొంగల భయము కల్గును. కాబట్టి మంచి శకునము గూర్చి ఆగవలెను.

— గతులను గురించి ఈ విధముగా నున్నది.

అ) ఉత్తరమునుండి దక్షిణమునకు వెదలుట సవ్యగతి

ఆ) దక్షిణమునుండి ఉత్తరమునకు వెదలుట అపసవ్య గతి

ఇ) ముందుదుకొచ్చి అభిముఖముగా వెదలుట సమ్ముఖగతి

ఈ) ముందుకొచ్చి వెనుకకు వెళ్ళుట పరాజ్ముఖగతి

ఉ) వెనుకకు లేచి ముందునకు వెదలుట ఊర్ధ్వముఖగతి

ఊ) క్రిందకు నడుచుట (పడుట) అధోముఖగతి

బు) సవ్యముగా కొంత దూరమేగి సగములో వెనుకకు వచ్చుట

బూ) అపసవ్యముగా కొంత దూర మేగి వెనుకకు వచ్చుట, ముందునకు, వెనుకకు విభజింపబడి 16 గతులగుచున్నవి.

42) దీప్త దిశ యందు నాదము22వచ్చి, ప్రశాంత దిక్కున శకునమైనచో శ్రేయస్సులు కల్గును. ప్రజలకు ఉత్తరోత్తరముగా (ఒక దాని వెంట మరి యొకటి) వచ్చు లేక ఐదు లేక ఆరు శకునములలో అవి పూర్వ పరమును బాధించుచు చివరకు వచ్చిన శకునము ఫలములనిచ్చును.

43) ఒకే సమయమున (ఏక కాలంలో) పక్షుల, వన్య మృగముల ధ్వనులు వినిపించినచో పరదేశాగాములకు మరణము నిశ్చయమని చెప్పబడుచున్నది

5) శుభాశుభశకునములు

1) మంగళములు పురుష ప్రయత్నముచే కల్గినవనియు, అప్రయత్నముగా సిద్ధించినవనియు రెండు విధములు. అమంగళములు అప్రయత్నము గానే కల్గును. శుభములు ఉత్తరోత్తరముగా బలమైనవి. ఇవి ఆయా నామ సంకీర్తనలు చేయుట, లేక వినుట, దివ్యములను చూచుట వలన కలుగును. యాత్రాదులకు వెళ్ళునపుడు, గృహ, గ్రామ ప్రవేశములు చేయునపుడు చందనాదులను స్పృశించుచు వెదలుట శ్రేయోదాయకము. విఘ్నములు తొలగిపోవును.

2) దధి, ఆజ్యము, దూర్వాలు, అక్షతలు, నీటితో నింపిన కుంభములు, సిద్ధమైన అన్నము, సిద్ధార్థములు (ఆవాలు), గంధము, అద్దము, శంఖము, మాంసము, చేపలు, మట్టి, గోరోచనము, గోమయము, గోవులు, తేనె, దేవ ప్రతిమలు, వీణ, ఫలములు, సింహాసనము, పూవులు, కాటుక, అలంకరణలు, ఆయుధములు, తాంబూలము, పల్లకి, ఆసనము, ఎగురుచున్న ధ్వజము, గొడుగు, విసనకఱ్ఱ, వస్త్రములు, కమలము, ఝారీ చెంబు, ప్రజ్వలించుచున్న అగ్ని, ఏనుగు, మేక, వాద్యము, అంకురము, చామరములు (చమరీమృగ సంబంధమైన వెంట్రుకల కుచ్చు), రత్నములు, బంగారం, వెండి, గోవుల మంద, ఔషధులు, మద్యము, వనస్పతి (వృక్షము), నూతన శాకము – ఇవి మంగళ ద్రవ్యములు. ఈ మంగళ వస్తువులను శుభాశుభకార్యములలో చూచినచో (శకునమైనచో) శుభములు కల్గును. పైన చెప్పిన శుభ వస్తువులను మార్గమందు చూచి తనకు దక్షిణముగా (దిశ) వదలవలయును. అశుభ వస్తువు ఎడమ భాగమునుండి విడువ వలయును. అప్పుడు శుభము కలును.

3) సప్తస్వరములలో గాంధారము మూడవది. షడ్జము మొదటిది. ఋషభము రెండవది. అనగా 1,2,3 స్వరములు తప్ప ఇతరములగు స్వరములు రౌద్రముగా లేకున్నచో అవియు, నృత్యగీత వేదాధ్యయన ధ్వనులు ప్రశస్తములు.

4) యాత్రికులలో ఎవరైనా ఒకరు ఖాళీ కలశంతో వచ్చి త్రోవలో జలములు నింపుకొని సమూహములో కలిసినచో ఆయా(త్రి) కుల సమూహమంతయు కృతార్థులై సుఖముగా నందురు. మరియు క్షేమముగా ఇండ్లకు చేరెదరు.

5) సగము కాలిన కొఱికంచులు, భస్మము, కాష్టము మొదలగునవి, త్రాడు, బురద, తెలగపిండి. ధాన్యపు పొట్టు, అస్థికలు, వెంట్రుకలు, నల్లని వస్తువులు, ఇనుము, నారలు, మినుములు మొదలగు నల్లని ధాన్యములు, రాళ్ళు, మలము, సర్పములు, మండలు, నూనెలు, బెల్లము, చర్మములు, మాంసరసములు, విరిగిన లేక ఖాళీ కుండలు, ఉప్పు, గడ్డి (ఎండినది), మజ్జిగ, (మతాంతరములో శుభము) అర్గలకాష్టము, వాన, గాలి – ఈపై వానితో కలిసిన 30 ద్రవ్యములు అశుభప్రదములు.

6) తన పాద జానువులనుండి ద్రవములు కారుట, పలాయనము (పరుగు) వలన వస్త్రములు కొంత శరీరముపై యున్నను కొంతజారిపోవుట, ద్వారకాష్టము (గుమ్మము)చే దెబ్బ తగులుట, ధ్వజము, వస్త్రములు జారిపడిపోవుట అనే దుశ్శకునములు ప్రయాణ విషయములో యాత్రికునకు విఘ్నములు (అశుభములు) కలిగించును.

7) పిల్లి, యుద్ధ సంబంధమైన ధ్వనులను చూచినను, విన్నను కుటుంబ కలహములు వచ్చును; యాత్రికుని మనస్సు కాలుష్యముతో నిండును. ఆ సమయములో ప్రయాణము చేయరాదు.

8) ఉద్యమాలు చేయునప్పుడు రోదనలు (ఏడుపులు) లేని శవము కనిపించినచో కార్యసిద్ధియగును. గృహప్రవేశము చేయునపుడు శవ దర్శనమైనచో యజమాని శవమగుట గాని, దీర్ఘరోగముగాని వచ్చునని పండితుల ఉవాచ.

9) ప్రజలకకస్మాత్తుగా అంతర్జలము పొంగి నోటిలోనికి వచ్చినచో ఇష్ట భోజన ప్రాప్తి కలుగును. ఏ రోజున ఎక్కడ దంత ధావనము వదలి వేయబడునో అచట సమ్ముఖముగా ఆ రోజు యందే ఇష్టభోజన ప్రాప్తి కల్గనని వ్యాసుని వచనము.

6. ఆలోకన ప్రకరణము - స్త్రీ పురుష శకునములు

1) యోగ్యమగు రూపముగలవారు, తెల్లని వస్త్రములు ధరించినవారు, శుభకరములైన మాటలు మాట్లాడువారు, పురుషులు, స్త్రీలు యాత్రలందు, గృహ ప్రవేశాదులందు సర్వసిద్ధులు పొందుతారు.

2) స్త్రీలలో తలవెంట్రుకలు తొలగింపబడినవారు. మానాభిమానములు లేనివారు, శరీరాంగములు చిన్నమైన వారు, నగ్నముగా నున్నవారు, అంత్యజులు, నూనె పూసుకొన్న వారు, రజస్వలగానున్న వారు, గర్భముతోనున్నవారు, రోగముతో నున్నవారు, మాలిన్యముతోనున్నవారు, మద్యపానమత్తులోనున్నవారు, జటలను ధరించినవారు, దీనమైన ముఖము గలవారు, కలహ కారిణులు, నల్లనివారు, జుట్టును బంధించక విరబోసుకున్నవారు, ఒంటెలపైనున్నవారు, గాడిద, దున్నలనధిరోహించినవారు, సన్యాసినులు, ఆక్రందనలు చేయువారు, నపుంస కాదులు దుఃఖదాయక శకునములు.

3) నల్లని వస్త్రములు, నల్లని గంధము, నల్లనిపూలు ధరించిన స్త్రీగాని, కోపముతో నుండు స్త్రీ గాని ఆపదలను కలిగించును.

4) శ్వేత వస్త్రధారిణి, శ్వేతగంధ మాలలను ధరించిన స్త్రీ, అధిక సంతోషముతో నుండే స్త్రీ, గౌరవర్ణముతోనున్న స్త్రీ శకునములు అభీష్టి సిద్ధులను కలిగించును.

5) రాజు, సంతోషముతో నున్న బ్రాహ్మణుడు, వేశ్య, పెండ్లి కాని స్త్రీ, సజ్జనులు, మంచి వస్త్రాలంకరణతోనున్న వారు, స్త్రీలు, అశ్వము, వృషభము నధిరోహించిన పురుషులు సకలకార్యములకు శుభశకునములే.

6) చేతియందు గొడుగు ధరించి, శుచిగా నున్నవాడు, తెల్లని వస్త్రములను ధారణ చేసినవాడు, పుష్పాదులచే నలంకరించుకొన్నవాడు, చందన గంధమును

ధరించినవాడు, అన్న ప్రదానము చేయుచున్న వాడు, లేక భోజనము చేసినవాడు అగు విప్రుడు వేదాదులు చదువుచున్నచో సర్వసిద్ధులు కల్గును.

7) ప్రయాణమై వెళ్ళువానికి ఎదురుగా స్త్రీపురుషులిరువురు కలిసిగాని, ప్రత్యేకముగా పండ్లు చేతిలోగల స్త్రీ, పురుషులలో ఒక్కరైనా గాని వచ్చినచో ప్రయాణీకునకు సమస్త అభీష్ట సిద్ధులు కల్గును.

7. ఉపశ్రుతి

1) మానవుల అభీష్టములు, అనిష్టములు, దృష్టి ఫలితములు నిశ్చయించుటకు ఉపశ్రుతులను పరిగణనలోకి కూడ తీసుకొంటారు. అవి ఈ క్రింది విధముగా నున్నాయి.

2) వెనుక భాగము నుండి గచ్చ (నడవండి, వెళ్ళండి) అవియు, ముందుభాగము నుండి ఆగచ్చ (రండి) అనియు వినిపించినచో కార్యసాధకునికి జయము కల్గును.

3) శత్రు సంహారము చేయువానికి జహి అనియు ఛింది, ఛింది (చంపు అని అర్థము) అను పదములు వినిపించినచో కార్యసిద్ధి యగును. ఎక్కడికి వెళ్తున్నావు? వెళ్ళకు మొదలగు పదములు వినిపించినచో కార్యసిద్ది కలుగదు.

4) ఉపశ్రుతులలో స్థిరార్థ వాక్యములు స్థైర్యమును కలిగించును. గమనార్థ వాక్యములు, గమనమునకు తోడ్పడును. నివర్తన వాక్యములు నివృత్తిని కలిగించును. పై ఉపశ్రుతుల నాలోచించి నడచినచో జయము, లాభము, మంగళములు కల్గును.

5) ఏ విధమైన ప్రేరణా లేకుండా శిశువులచే పలుకబడే ఉపశ్రుతులు యుగాంతరమందు కూడ వ్యర్థములు కావు. ఉపశ్రుతికి మించిన సత్యశకునము మరొకటి లేదు.

6) ప్రయాణీకునకు వామ (ఎడమ) భాగమందు కనబడకుండా రోదించినచో మంచి జరుగును, దక్షిణ దిశయందు రోదించుట అమంగళము. మార్గ మధ్యములో రోదనము రాజునకు ప్రశస్తము. వెనుక నుండి కుమారులు రోదించినచో మరణము కలుగును. ఎదుటి భాగమున రోదనము వదలినచో లాభము కల్గును. శత్రువులు దుఃఖించినచో కార్యసిద్ధియగును.

7) ఎదురుగా ఉగ్రమైన రోదనమున్నచో దుష్ట ఫలితములు కల్గును. ఆగ్నేయ దిశయందు రోదనము భయము, నైఋతి దిశయందు యుద్ధము, మార్గ నిరోధము, వాయవ్య దిశయందు సర్వ సమృద్ధులు కల్గును. ముందు వెనుకల పార్శ్యములందు అవిచ్చిన రోదనము సిద్ధిని కల్గించును. శుభరోదనమైనచో శుభసిద్ధి, అశుభరోదనమైనచో అశుభసిద్ధి కల్గును.

8. క్షుతాఖ్యచ్చిక్కా (తుమ్ముల) ప్రకరణము

క్షుతమను పేరుగల చ్చిక్కా శకునము క్రింది విధంగానున్నాయి.

1) అందరికి, సర్వత్ర, సర్వకార్యములందు, సమస్త కార్యములందు క్షుతము (తుమ్ము) ప్రశస్తము కాదు. పని ప్రారంభించే ముందు తుమ్ము వచ్చినను, వినిపించినను పని ప్రారంభించకూడదు. ఆవుల తుమ్ము ప్రాణహాని.

2) కార్యారంభమునకు ముందటి తుమ్ము నిషేధము. దక్షిణపు కన్ను, దక్షిణపు చెవి వద్ద వినిపించిన తుమ్ము ధననాశనము కల్గించును. దక్షిణ వామకర్ణముల వెనుక భాగమందలి తుమ్ము శత్రువృద్ధిని కల్గించును, కంఠనాళము వెనుక తుమ్ము శుభప్రదము.

3) ఎడమచెవి వెనుక భాగ క్షుతము (తుమ్ము), భోగములను కల్గించును. వామకర్ణ సమీపమున జయమును కల్గించును. వామనేత్ర క్షుతము అన్ని విధాలా లాభము. ఎనిమిది దిక్కులందలి తుమ్ము ఎనిమిది విధముల ఫలితములనిచ్చును.

4) దగ్ధ, దీప్త, ధూమిత దిక్కులందలి తుమ్ము – గమనమునకు నిషేధము. మరియు విరోధములను, ఆకలి బాధను, ఉగ్రరోగములను కల్గించును. ప్రశాంత దిక్కులందయినచో రోగ నాశనము, ధనలాభము కల్గును.

5) వరుసగా ఒకరి తర్వాత మరియొకరు తుమ్మినను, వృద్ధులు గాని శిశువులుగాని కఫముచే (శ్లేష్మముచే) తుమ్మినను నిష్ప్రయోజనము. పడక సమయములో ఆద్యంతములలో తుమ్ము ప్రశస్తము కాదు. భోజనాలందు కూడ మంచిది కాదు. భోజనాంతరమునన్నైనచో మరునాడు భోజన లాభము కల్గును.

6) శకునము కంటె ముందుగా తుమ్ము వచ్చినచో శకున ప్రయోజనముతో పనిలేదు. శకునమైన తర్వాత్య వచ్చిన తుమ్ముకూడ ప్రయోజనకారి కాదు. అనగా తొలి తుమ్ము, వరుసగా వచ్చెడి శకునములను పాడు చేయును.

7) ఏదైనా కార్యమునుద్దేశించి బయలుదేరునపుడు తుమ్ము మంచిది కాదు. కొంత సమయము నిరీక్షించి, తిరిగి బయలుదేరవలెను.

8అ) మతాంతరమందు తుమ్ముల ఫలితాలు

మతాంతరమున చెప్పబడిన విషయములు కొన్నిటిని వ్యాఖ్యానకారులిట్లు చెప్పుచున్నారు. యాత్రీకునకు ఎదురుగా ఎవరైన తుమ్మినచో మరణము సంభవించును. దక్షిణ భాగమందలి తుమ్ము కూడ శుభకరము కాదు. ఎడమ వైపు వెనుక భాగమందు వినిపించినది, గ్రామ ప్రవేశములందు ఎడమ తుమ్ము శుభము. దక్షిణ మందలిది అశుభము. వెనుకది అపజయము. ఎదుటది లాభదాయకము. ఏదేని కార్యారంభమున తూర్పున లాభము, ఆగ్నేయమునహోని, దక్షిణమున మరణము, నైబుతిలో ఉద్వేగము, పశ్చిమమున సంపదలు, వాయవ్యమున శుభవార్తలు, ఉత్తరమున ధనలాభము, ఈశాన్యమున విజయములు కల్గును.

9) మరో అభిప్రాయము ప్రకారము తూర్పు తుమ్ము మృత్యు ప్రదము. ఆగ్నేయమున శోకము, దక్షిణమున హోని, నైబుతిలో ప్రియ సంగమము, పశ్చిమమున ఇష్టభోజనము, వాయవ్యంలో శుభసంపదలు, ఉత్తరమున కలహము, ఈశాన్యమున ధనలాభము ఆకాశమున సర్వనాశనము, పాతాళమున సంపదలు కల్గును. తన తుమ్ము పెద్ద భయమును కల్గించును. నూతన వస్త్రాభరణధారులకు తుమ్ము మంచిది. స్నానము చివరదీపు దిశతుమ్ముచే స్నానము దుష్టమగును. రోగి వెనుక వెడలు వైద్యుడు అకారణముగా తుమ్మినచో రోగికి మృత్యువు కల్గును. వైద్యుడు రోగిని చూచుటకు వచ్చుచు తుమ్మినచో రోగము తగ్గును.

10) ఎనిమిది దిక్కులందు, 8 ఋఖాములలో తుమ్ముల శుభాశుభములను ఈ క్రింది పట్టికలో చూడవచ్చును.

ఈశాన్యం	తూర్పు	ఆగ్నేయం
1. హర్షము	1. లాభము	1. లాభం
2. నాశనము	2. ధన ప్రాప్తి	2. మిత్ర దర్శనం
3. వ్యాధి	3. మిత్ర లాభము	3. శుభవార్తా శ్రవణం
4. మిత్ర సంగమం	4. అగ్ని భయం	4. అగ్ని భీతి
ఉత్తరం	**యాత్రీకుడు**	**దక్షిణం**
1. శత్రు భయం	**పశ్చిమం**	1. లాభం
2. శత్రుకలయిక	1. దూరప్రయాణం	2. మృత్యువు
3. లాభము	2. హర్షము	3. నాశనము
4. భోజనము	3. కలహము	4. కలి
వాయవ్యం	4. చోరత్వము	**నైబుతి**
1. స్త్రీ లాభం		1. లాభము
2. సాధారణ లాభం		2. మిత్రభేదము
3. మిత్రలాభం		3. శుభవార్త
4. దూర ప్రయాణం		4. లాభము

8ఆ) అంగ స్పురణము - అవయవముల అదురుపాటు

1) మానవులకు శరీరములోని ఒక్కొక్క అంగము అదిరినచో, ఒక్కొక్క ఫలితము కల్గును. కర్మ విపాకముచే ఆయా అంగములదిరి ఫలములను సూచించును.

2) తల అదిరినచో శీఘ్రముగా స్థానమభివృద్ధియగును. కనుబొమ్మలు - ముక్కు వీని మధ్య అదిరినచో ప్రియులగు వారితో కలయిక జరుగును. ముక్కు - కన్నులు వీని మధ్య అదిరినచో సహాయ లాభములు కలుగును.

3) నేత్రముల చివర మధ్య భాగములందదిరినచో ధన సంపద కల్గును. నేత్రాదులలో స్పురణమయినచో ఉత్కంఠితుడగును. నేత్రములు అధోభాగమందైనచో యుద్ధమున జయమునొందును. కర్ణ (చెవి) ప్రాంత మందైనచో జయ వార్తలు వినబడును.

4) కపోలములు (చెక్కిళ్ళు - దవడలు) అదిరినచో స్త్రీ సమృద్ధి కల్గును. ముక్కు అదిరినచో సుగంధ ప్రాప్తి కల్గును. అధరోష్టములయినచో ఇష్ట భోజనము, ఇష్టులతో కూడికలు కల్గును. స్కందములందు భోగ వృద్ధి, కంఠమందు లాభము కల్గును.

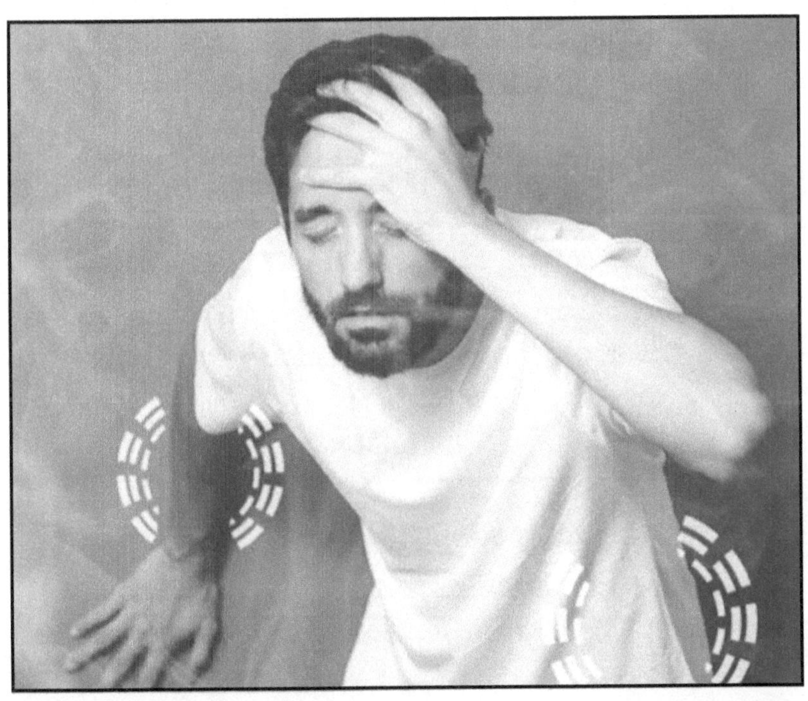

5) భుజ స్పందన కలిగినచో ఇష్ట సమాగమము జరుగును. చేయి తొలి భాగము స్పందించినచో సంపదలు ప్రాప్తించును. పృష్ఠభాగమదిరినచో పరాజయము కల్గును. హృదయము స్పందించినచో జయము కల్గును.

6) పార్శ్వములు (బాహుమూలములు) కంపించినచో ఆనందము కల్గును. స్థనములు కంపించిన విషయానందము (శృంగారానందము) కల్గును. కటి కంపించినచో బలము, ఆనందము కల్గును. నాభి (బొడ్డు) కంపించినచో దేశమున నిజనివాసమున కరిష్ఠము కలుగును.

7) ప్రేగులదిరినచో ధనవృద్ధి, హృదయము చివరి భాగముచే ధననాశన దుఃఖములు, పిరుదులు, గుదము అదిరినచో వాహన ప్రాప్తి కల్గును. వరాంగము (తల) కంపించినచో పురుషనకు స్త్రీ లాభము, స్త్రీకి పురుష లాభము కల్గును.

8) వృషణములు చలించినచో కుమారుడు జన్మించును. వస్తి (బస్తి = మూత్రనాళము = నాభి క్రింద భాగము) చలించినచో స్త్రీలకభివృద్ధి కల్గును. బాహువులు కంపించినను, వక్షము అగ్రభాగము కంపించినను గొప్ప సహాయము లభించును.

9) మోకాళ్ళ దిరినచో శత్రువులతో సంధియగును. పిక్కలదిరినచో లాభనాశనమగును. చరణముల పైభాగమదిరినచో స్థానచలనము లేక యాత్రా యానము కల్గును.

10) పురుషలకు కుడి భాగము, అందలి అవయవములు, స్త్రీలకు ఎడమ భాగము అందలి అవయవములు అదురుట శుభకరము. దానికి వ్యతిరేకముగా అదిరినచో సత్ఫలితముల నీయవు.

11) శరీరముపై నల్లనిమచ్చ, తిల ధాన్యరూపముగానున్నచో దాన్ని తిలకమందురు. ఎట్టిని, నల్లని పెద్ద మచ్చను పిటకమంటారు. దీనికి ప్రణమని ప్రసిద్ధిగలదు. ఇవి ఎంత కాలము శరీరముపై కనబడునో అంతకాలము ఫలితములనిచ్చును.

12) వాయువులు దక్షిణమార్గమును వదలి ఉత్తరమార్గ గమనము చేయుచు కమలముల కానందము కల్గించినచో ప్రయాణీకులకు నిశ్చయముగా కార్యసిద్ధి యగును.

9. పాదకీధ్వని

9.1 అధివాస మరియు శాంత ప్రకరణములు

1) సమగ్రముగా శకున శాస్త్రము నభ్యసించువారికి, సర్వపక్షుల యందు ఉత్తమమైన శ్యామ (దేవి, నల్లపిచ్చుక)ను గూర్చి ముఖ్యంగా తెలియాలి. ఇచ్చట శకునములు

మూడు విధములు. అవి 1. క్షేత్రికము 2. ఆగంతుకము 3. జాంఘికము. క్షేత్రములందు తోరణములుగా నుండునవి క్షేత్రికములు. క్షేత్రములందు నివసించుచు అకస్మాత్తుగా మానవులు బయలుదేవునప్పుడు దిక్కుల నుండి వచ్చునవి ఆగంతుకములు. మనుష్యులు ప్రయాణమగునపుడు మానవులకు సవ్యాప సవ్యములుగాను, వెనుక ముందుగాను, వచ్చెడి గ్రామ్యవన్య జీవములను జాంఘికములందురు.

2) దేవి మొదలగు శకునములను చూచుటకు ముందు అధివాసన చేయవలెను. అధివాసనమనగా శకునదేవతలను గంధమాల్యాదులచే నర్చించుట. ఇట్లు పూజించినచో శకునాధిష్ఠాన దేవత మిక్కిలి ప్రసన్నమై సత్యవాదినియగును.

3) జనహితము, మృగ, గో, అశ్వాదులులేనిది, సర్వకాలములందు ఉపద్రవములు లేనిది, పెద్ద వృక్షములు, పొదకముల జంటలు లేనిది యగు ప్రదేశము శకున దర్శనమునకు ప్రశస్తము.

నూతనము, మృదువుగానున్న పూలు, చిగురుటాకులు, పండ్లుగలిగిన ప్రదేశములు, శాంతమైన సంతానముతో సంచరించెడి (లేక మానవులను చూచుచు సంచరించెడి) మృగములుగల ప్రదేశములు, గోతులు, గొప్పులు లేక సమానమైన ప్రదేశములు, అత్యంత సుందర ప్రదేశములు శకున దర్శనమునకు సమర్థమైనవి.

ఒకే జాతికి చెందిని పక్షి జంటలు, ఒకే పక్షి జంటగల ప్రదేశములను, అగ్నిచే భస్మమయిన ప్రదేశములు, ముళ్ళు, ఎండిన వృక్షముగల ప్రదేశములు క్రూరమృగములు గల ప్రదేశములు, మనోహరముగాలేని ప్రదేశాలను విడిచిపెట్టాలి.

4) జ్యోతిష శాస్త్ర ప్రకారము రోజు, నక్షత్రము, గ్రహములు, లగ్నము శుద్ధిగానుండి తారాబల, చంద్రబలములున్న రోజున కార్యసాధకుడు ఇష్టసిద్ధులను పొందుటకు సుశకునమునకు ప్రయత్నించవలెను.

5) శాకునికునితో కలిసి యాజమాని 8వ ఝాముున అనగా తెల్లవారు ఝాముున స్నానము చేసి దేవపూజాదికములు చేసికొని, తెల్లని వస్త్రములను ధరించి, ఆశీస్సులనొంది మౌనముగా శకున దర్శనమునకు వెళ్ళి అర్జునుని దశనామములను (అర్జునుడు, ఫల్గుణుడు, పార్థుడు, కిరీటి, శ్వేతవాహనుడు, భీభత్సుడు, విజయుడు, కృష్ణుడు, సవ్యసాచి, ధనంజయుడు) కృష్టిక (పోదకి అనగా శకునము) పేర్లను స్మరించవలెను.

6) గ్రామములలో నుండు పిచ్చుకలు నీలవర్ణముగాను, తెలుపుగాను ఉండి వెనుక, భాగము (తోక భాగము) చిన్న విసనకర్రవలె నుండు పిచ్చుక పురుష జాతిది – చిన్నదిగా నుండి పొగరంగులో నుండు పిచ్చుక స్త్రీ జాతిది. ఈ రెండింటినీ పోదకీ యుగ్మమందురు. ఇటువంటి పిచ్చుకలు కనిపించినను, కనిపించకపోయినను మూలమంత్రము పఠించుచు, శిరసు నమస్కరించి అర్ఘ్యమియవలెను. (మూలమంత్రం: ఓం నమో భగవతి. పోదకి, కృష్ణశకుని, శ్వేతపక్షిణి, పాండ వోపకారిణి, పాంథోభయతటప్రచారిణి, వృక్షగుల్మ లతావాసిని, సర్వాంగ సుందరి, సర్వకార్యాసాధిని, దేవి, దివ్యమూర్తి ధరే, సత్యవాదిని, ఆగచ్చ, ఆగచ్చ । మమ చింతితం కార్యం సత్యం బ్రూహి ఓం హ్రీం ఫట్ స్వాహా॥ ఓం హ్రీం ప్రజాపతయే స్వాహా॥ అయం మంత్రః జ్ఞానముద్రయైక మంకితం కరం పుస్తకేన చిహ్నితం తథా పరమ్। బిభ్రతీం హిమేందుకుందదీధితం పంకజాసనాం, స్మరేత్సర స్వతీమ్॥) తరువాత శాకునికుని దర్శించి పూజించి తాను చేసిన పూజను గూర్చి చెప్పవలెను. తన కార్యమును మనస్సులో స్మరించుకుంటూ నమస్కరించి తన ఇంటికి వెళ్ళవలెను.

7) పూజ పూర్తయిన తర్వాత మర్నాడు పశ్చిమమున సూర్యుని చూచి పిదప శకునములను చూడవలెను. వృక్షతోరణములవద్దగల శ్యామా యుగళము (జంట)ను బాగుగా పరిశీలించాలి. ఆ జంట యొక్క అంగచేష్టలు శుభములా? అశుభములా అని తెలుసుకొని తమ కోరికలకు అన్వయించుకోవాలి. ధర్మ సంబంధ, ధర్మయుక్త ప్రశ్న (కోరిక) యైనచో ఆ పక్షి జంట చూడకపోయినను కార్యసిద్ధి కలుగును.

8) సూర్యుని పర్యటనలో విడువబడిన దిక్కుకు దగ్ధ దిక్కని, సూర్యుడు ప్రస్తుతమున్న దిక్కును ప్రదీప్త (జ్వలిత) దిక్కని, పర్యటించబోవు దిక్కును భూమితదిక్కని, శేషించిన 5 దిక్కులు శాంత దిక్కులని అందురు అనగా సూర్యుడున్న దిక్కు జ్వాలినీ, తరువాత వానిని క్రమముగా ధూమితము, ఛాయా, జల కర్దమితా, ధరిత్రి, భస్మాన్వితా, అంగారవతీ అను పేర్లతో పిలువబడుచున్నవి.

9.2 దిక్కులు నామములు – ఫలములు
(ఆ యాదిక్కులందు శకునమైనచో కలిగే ఫలితాలు)

1) చాయ, జల, కర్దమిత దిక్కులందు శకునమైనచో జయము కల్గును. ధరిత్రి దిక్కున ధనలాభము, భస్మిత అంగారవతి దిక్కులందు విశేషముగా ప్రాణులు నశించును.

2) దిక్కు, కాలము, చేష్ట, గతి, భావము, శబ్దము, స్థానము అను ఏడు విధములు ప్రశాంతాది దిక్కులందు శకునములు శుభకరములుగానున్నచో సర్వశుభములు కల్గును. విపరీతముగానున్నచో, విపరీత ఫలితములు కల్గును. భస్మిత (దగ్ద), దీప్త (జ్వతిత), ధూమిత దిక్కులు తప్ప ఇతరములైన 5 దిక్కులు శాంత దిక్కులు. ఇవి సర్వదా శ్రేష్ఠములు. విష్టిదోషములు లేకున్నచో ప్రశస్తము. కార్యారంభములందు దక్షిణ చేష్ట, దక్షిణగతులు మంచివి. ప్రసన్నముగా నుండి మధుర ధ్వనులు కూడ ప్రశస్తములు. అనగా అవి ప్రశాంతములే యగును.

<table>
<tr><td colspan="3">ఈ — తూ — ఆ</td></tr>
<tr>
<td>అంగారవతి విశేషముగా ప్రాణులు నశించును</td>
<td>జ్వాలితము యుద్ధమున మరణము</td>
<td>ధూమితము (సంధుక్షితము) సమస్త కార్యములు నశించును</td>
</tr>
<tr>
<td>భస్మాన్విత విశేషముగా ప్రాణులు నశించును</td>
<td>శకునము చూచువాడు</td>
<td>చాయ జయము</td>
</tr>
<tr>
<td>ధరిత్రి ధనలాభము</td>
<td>కర్దమిత జయము</td>
<td>జల జయము</td>
</tr>
<tr><td colspan="3">వా — ప — నై</td></tr>
</table>

ఉ (left side), ద (right side)

9.3 పొదకీరుత ప్రకరణము – భావికర్మఫలపాకము

1) చిలి చిలి శబ్దము లాభదాయకము. అట్లే శూలి శూలి నినాదము కూడ లాభదాయకమే. చిలి, చిలి శూలి శూలి, శబ్దములకు పార్థివ శబ్దములని పేరు. చికు, కూచి శబ్దములు అప సంజ్ఞ కలవి. చికు చికు శబ్దము శృంగారాహ్వానము కొరకు చేయును. కూచి, కూచి, శబ్దము నీటి కొరకు చేయు శబ్దము.

2) కీతు, కీతు అను మధుర స్వరము వామాధిక్యము చేతను స్థలానంతరము కల్గును. చిచీతి శబ్దము క్రమముగా చేయుచున్నచో భయ వాతావరణమును తెలియజేయును.

3) చిరి, చిరి శబ్దము కష్టములను (బాధలను) సూచించును. చీకు, చీకు శబ్దములు తమ దైన్యమును తెలుపును. ఈ విధముగా భగవతియగు పోదకీ ధ్వనులు చెప్పబడినవి. రుతములకు ఈ విధమగు ఫలితములుండును.

4) ఈ భగవతి (పోదకి) స్వరములందు బయలుదేరు యాత్రికునకాయా ఫలితములు ప్రత్యక్ష మరియు పరోక్షములలో కలిగి వాని కార్యములందు ప్రతిఫలించును. ప్రవాసమునకు వెళ్ళునపుడు ఎడమవైపు నుండి వినబడు ధ్వనులు మంచివి. దక్షిణ ధ్వనులు అనర్థములను కలిగించును. వెనుక నుండి వచ్చెడి ధ్వనులు వెనుకనున్న వారికి ఫలించును. ఎదురుగా వినబడు ధ్వనులు మంచివి కావు. మతాంతరములలో వెనుక ధ్వనులు కూడ చెడ్డవే.

5) యుద్ధములందు ప్రవేశించునప్పుడు, గృహ ప్రవేశములందు అపసవ్య (దక్షిణ) ధ్వనులు ప్రశస్తములు, తెల్లని తిలకముగల పోదకి వామ ధ్వనులు కోరికలు తీర్చేవిగా అయినను ప్రతి కూలములే అగును.

6) కీతు కీతు శబ్దము తైజస సంజ్ఞ కలది. స్థలిత శబ్దములన్నియు తైజస సంబంధములే యగును, చిలుకు, చిలుకు స్వరములు చీచీ చీచీ స్వరములు మారుత సంజ్ఞ గలవి.

7) చిరి చిరి స్వరము కష్టములను (బాధలను) సూచించును. చీకు చీకు శబ్దములు తమ దైన్యమును తెల్పును. భగవతియగు పోదకీ ధ్వనులు పైవిధంగా ఉంటాయి. రుతములకు అదే విధమైన ఫలితాలుంటాయి.

8) చిరి చిరి శబ్దాలు, చీకు చీకు శబ్దాలు ఆంబర సంజ్ఞ కలిగి ఉంటాయి. పంచ భూతములగు పృథివీ, జల, తేజ, వాయు, ఆకాశములకే పది రకములైన ధ్వనులు అధీనములై యుండును.

9) శకునదేవియను పోదకి యొక్క తొలి నాదము పృథివియందైనచో మిగిలినవి కూడ క్రమముగా అట్లే అయినచో కొద్దికాలములోనే పురుషల యొక్క సమస్త కోరికలు పూర్ణములగును.

10) నల్లని పోదకి నుండి క్రమముగా భూమి, జలము, అగ్ని వీని సంబంధ శబ్దములు వచ్చినచో అధికమైన కోరికలన్నియు పరిపూర్ణముగా, శీఘ్రముగా సిద్ధించును.

11) పార్థివ నాదము పిదప అగ్ని సంబంధనాదమైనచో ఆ ఫలము అక్షతమగును అనగా వృద్ధిలో నుండును. పార్థివ శబ్దానంతరము వాయు శబ్దము, అనగా మారుత సంజ్ఞగల ధ్వనిగాని, నాభస సంజ్ఞ గల ధ్వనిగాని వినబడినచో సమస్త ఫలితములు నాశనమగును.

12) పృథివీ జల సంబంధ ధ్వనులు శాంతముగను, సమీర (మారుత) అంబరధ్వనులు దీప్తముగను ఉన్నప్పుడు తేజశ్శబ్దము రెండిటిని ఆలంబనము చేసుకొనును. తేజశ్శబ్దము కూడ శాంతముగానున్నచో శాంతఫలములు, దీప్తముగానున్నచో దీప్త ఫలములు కలుగును.

13) శుభకార్యములందు శాంతశకునమైనచో శుభములు కల్గును. భయాదులందు దీప్త ధ్వనులు భయములను పోగొట్టును. విపరీతములైనచో ఫలితములుండవు.

9.4 పక్షుల శుభచేష్టా ప్రకరణము

1) స్వర కథనానంతరము ఇప్పుడు శకున చేష్టల ఫలములను, అందులోను శుభచేష్టలు, వాని ఫలితములను కలిపి చెప్పబడ్డాయి. కొందరు చేష్టల ఫలితములను పిష్టపేషణముగా చేసి చెప్పుచున్నారు.

2) శనకునదేవి ప్రసన్న ముఖముతోగాని, వికసించిన ముఖముతోగాని ఎదురైనచో ఇష్ట ఫలములు సిద్ధించును.

3) శకున దేవి ప్రసన్న ముఖముతో (సన్ముఖము) మానవులను చూచినచో వారల కానందకర ఫలితములు కల్గును.

4) పోదకీదేవి ప్రసన్నమయిన చూపులను సర్వ దిక్కులకు ప్రసరింపజేయుచున్నచో కార్యశీలియగు పురుషనకు అన్ని దిక్కులందు జయము, ఇష్టఫలములు కలుగును.

5) పోదకి దక్షిణ రెక్క భాగము దురద (కండూయము) గా కనబడినచో శత్రుక్షయము, మిత్ర లాభము కలుగును. అలాగే దక్షిణపు రెక్కను పైకి లేపినచో యుద్ధమందు జయము కల్గును.

6) రెండు రెక్కలను పైకెత్తినచో జయార్థియనియు, ఉత్సాహ ప్రోత్సాహములు లభించును. ముక్కుచేగాని, పాదములచేగాని అపసవ్యముగా తన అవయవములను స్పృశించినచో ఆ అవయవములకు తగిన అలంకార ప్రాప్తి కలుగును.

7) పోదకి భక్ష్యాభిలాషతోనున్నపుడు, తినుచండగాను యాత్రికునకు కోరికలు తీరును. భక్ష్యములను భక్షించిన పిదప సమస్త కోరికలు తీరుచు కోరిన స్త్రీ ప్రాప్తి కూడ కలుగును.

8) పోదకి ఉత్తమ సుందర స్థానములందు విహరించుచున్నచో యాత్రికునకు ఉత్తమ స్థానములు దొరకును. పోదకి ఉత్తమ స్థానమందు కూర్చొనియున్నచో కూడ యాత్రికునకుత్తమ స్థానము దొరుకును.

9) పోదకి శాంత దిక్కుగా గమనము చేసినచో యాత్రికునకు సమస్త కార్యసిద్దులు కలుగును. పొదకి ఖేలన చేష్ట గమన శీలురకు సుఖ సంతోషములను కలిగించును.

10) పోదకి సజాతి పక్షులతో కలిసినచో మిత్ర లాభము కలుగును. విజాతి పక్షుల గుంపుతో కలిసినచో విజయము కలుగును. తన దక్షిణ పాదముచే తన నేత్రమున దురదను శమయింపచేసుకొన్నచో యాత్రికులకు ఇష్టుల దర్శనమగును.

11) పోదకి తన పుచ్చమును పైకి లేపినచో కోరిన కోరికలు తీరును. ఉత్సాహముతో నర్తించుచున్నచో గమనకునకు ఉత్సవములు, శుభములు చేకూరును.

12) వక్షస్థలములనుగాని, గుహ్యప్రదేశమును గాని స్పృశించినచో బలిసిన స్థనములగల స్త్రీతో సంగమించగలడు. వృక్షముల నెక్కినచో సంపద కలుగును. కంఠమును స్పృశించినచో కంఠాభరణములు ప్రాప్తించును.

13) ఇతర పక్షులకు తన ముక్కు ద్వారా ఆహారమును దానము చేయుట చేతను, పొట్ట యొక్క దురదను, అట్లే ముఖము యొక్క దురదను దక్షిణ పాదముచే తీర్చుకొనుచున్నను, కోరిన భోగములు లాభములు కలుగును. దక్షిణ, పృష్ట భాగములలో దురదను తీర్చుకొన్నచో పురుషులకు ఏనుగు, గుఱ్ఱముల లాభము కల్గును. పోదకి తన పాదములను శిరస్సునకు తగిలించినచో నిశ్చయముగా సర్వాధిపత్యము కల్గును.

14) పోదకి తన శరీరమును సిద్ధము చేసుకొన్నచో పురుషులకు వాంఛితములు నెరవేరును. నిర్మానుష్యముగానున్నచోట పోదకి నీటిలో స్నానమాచరించినచో రాజ్యాభిషేక లాభము కల్గును.

15) పైన చెప్పిన విహంగ చేష్టలచే జనులు ఇష్ట సిద్ధులను పొందుదురు.

9.5 పోదకీరుత అశుభచేష్టా ప్రకరణము

1) తలను వెనుకకు త్రిప్పి కోపముతో చూచుచున్నను, పరుగిడుచున్నను, భయముతో కూడియున్నను, పరాజ్ముఖముగనే తీవ్రముగా రోదనలు (ధ్వనులు) చేయుచున్నను ఆడపంది సత్ఫలితములనీయదు. కష్ట ఫలితములే వచ్చును.

2) దేవి ఆలస్యముగా చూచినచో వ్యాధి, భయము కలుగును. దేవికి ఉత్సాహ భంగమైనదిగా కన్పట్టినచో జనులకు కార్య భంగమగును. క్రూరముగా దేవి చూచినచో శత్రువులతో యుద్ధము వచ్చును. ధ్యాన స్థితిచే సమస్త అర్ధనాశనము కలుగును.

3) పోదకి శిథిలమైనను, శరీరమునకు దెబ్బలు తగిలినను పరివారమునకు పీడ కలుగును. పోదకి విమనస్కురాలైనచో వ్యాకులము కలుగును. మూత్ర పురీష, వమనములను చేసినచో అర్ధనాశనమగును.

4) పోదకి కంపించుచున్నచో అధిక భయములు కలుగును. పోదకికి శరీరపీడ కలిగినచో స్వజనులకు హాని కలుగును. రెక్కలు పైకి లేవకపోయినచో బంధు క్షయముగాని, మరణముగాని చెప్పబడుచున్నది.

5) పోదకి ప్రత్యక్షముగా లభించిన ఆహారమును త్యజించినచో అన్నమునకు హాని కలుగును. పోదకి ఆహారమును స్వీకరించుచు భక్ష్యమును త్యజించినచో జనులకు హస్తగతమైన ధనము కూడ నశించును.

6) పోదకికి స్వజాతితో యుద్ధము వచ్చినచో జనులకు స్వజాతి యుద్ధములు జరుగును. పరజాతితో యుద్ధమైనచో, జనులకు పరజాతితో యుద్ధములు జరుగును. ఈ యుద్ధములందు మన శకునదేవి (పోదకి) ఓడినచో జనులు కూడ ఓడిపోవుదురు.

7) శకునము కొరకు నియంత్రించిన పోదకి, ఇతరత్రా వెడలుట చేత కార్యసిద్ధి వేరొకచోట జరుగును. ఆయానము ప్రదీప్త దిశగా చేసినచో యుద్ధము, ద్రవ్యనాశనము కలుగును. కార్యనాశనము కూడ జరుగును.

8) దీప్త దిశలో పక్షియున్నచో దేశభంగము కలుగును. దుష్ట ప్రదేశమందున్నచో దుఃఖము కలుగును. కూర్చున్న పక్షి పలాయనము చేసినచో సుఖ దుఃఖములు రెండును కల్గునని భావము.

9) పోదకి రతి భావమును త్యజించుటచే స్త్రీనాశనము, మనస్సులోని కోర్కెల నాశనము కలుగును. సర్పము, అగ్ని ప్రభవించినచో భవిష్యత్తులో భయము కలుగును.

10) పక్షి తన ముక్కుతోను, చరణముతోను వామ భాగమున దురద గోకినచో మానవుల కావామ భాగమున దెబ్బలు తగులును. వామ పక్షమును (రెక్కను) పెద్దది చేసినను, పైకి లేపినను కులక్షయమగును.

11) గుదాంకురములకు దురద కల్గినచో అతిసార భయము కలుగును, పొదకి తన గుద స్పర్శను చేసినచో గ్రహణి భయము కలుగును. నింద్య ప్రదేశములనుపసర్పణ చేయుచున్నచో నరులకుపతనము సంభవించును.

12) శకునము కొరకు నియంత్రించబడిన పోదకికి రోగము వచ్చినచో కార్యనాశనము జరుగును. పక్షి యొక్క శరీరము మొత్తం రోమాంచితమైనచో (గగుర్పాటు కలిగినచో) సర్పము ద్వారా భయము కలుగును.

13) పక్షి దుమ్ముతో స్నానము చేసినచో ఆపదలు కల్గును. దుష్ట జలములలో స్నానము చేసినచో అనిష్టములు కలుగును. బురదయందు రోగము, భస్మమందు జీవనాశనము లేక సన్యాస యోగము కలుగును.

14) పోదకి వక్రించిన ముఖముతో కేశములు, అస్థికలను పట్టినచో నరులకు మరణము చెప్పబడుచున్నది. ముక్కుతో కాష్ఠమును తెచ్చినచో కష్టములు కల్గను. నిప్పును తెచ్చినచో కుల నాశనమగును. త్రాళ్ళను తెచ్చినచో బంధన భయములు కలుగును.

15) పోదకి తన శరీరమును కంపింపచేయుచున్నచో కార్యహాని కలుగును. ముక్కుతో శరీరమును కొట్టుకొనుచున్నచో శస్త్రఘాతములు కలుగును. తన రెక్కలను ముక్కుతో త్రోయుచు భూమిపై పరచినచో కార్యహాని కల్గను.

16) పక్షి శిరస్సును కంపింపచేయుచున్నచో సమస్తము నశించును. ఎడమ రెక్కను బాగుగా విస్తరింపచేసినచో అనగా చాపినచో శత్రు భయములు కలుగును.

17) పోదకి నిశ్చేష్టితముగానున్నచో జనులకు దాస్య భావనలు కల్గను. మూర్ధముతో ఆకాశమును చూచినచో అనగా ముఖమును ఊర్ధ్వ భాగమునకు ఎత్తినచో మరణము చెప్పబడుచున్నది. వృక్షముల నుండి భూమి పైకి వచ్చినచో ధననాశనము కల్గను. పక్షి నిద్రావస్థను పొందినచో స్థానభ్రంశము కల్గను.

18) పోదకి అధోముఖియైనచో కార్యనాశనమగును పరాజ్ముఖియైనచో కార్యము కూడ ముఖము చాటు వేయును. భర్తను వదిలి పోదకి వచ్చినచో వియోగము చెప్పబడుచున్నది. పలాయనముచే కర్తవ్యనాశనము జరుగును.

19) పక్షి తన శరీరమును చర్వణ (నములుట) చేయుచున్నచో రోగములు కలుగును. కొద్దిసేపు కనబడి వెంటనే మాయమైనచో అధిక భయములు కలుగును. తన రెండు రెక్కలను విస్తరింపచేసినచో కుటుంబ కలహములు వచ్చును.

20) పోదకి కాష్ఠమును ముక్కుతో (శిరస్సుతో) ఘర్షణ చేసినచో (రాసినచో) అధిక కష్టములు కలుగును. పక్షి వామగతితో బిల ప్రవేశము చేయుచున్నచో మరణము సూచించబడుచున్నది.

21) శకునమునకు నియంత్రించబడిన పక్షి శకున సమయమున కనబడకపోయినచో మరణము కల్గును. ఇతర జాతి పక్షి ప్రదక్షిణముగా కనబడినచో శుభములు కలుగును.

22) పాదములను పైకెత్తి, ముక్కుతో పాదము పెట్టిన స్థలమును స్పృశించినను, కాష్ఠమును కాళ్ళతో పట్టుకాని ఎగురుచున్నను, కాష్ఠముపై పాదములను మోపినను, చరణముల దురదను కాష్ఠముల ద్వారా పోదకి తీర్చుకొన్నను, నరునకు విదేశయానము చెప్పబడుచున్నది.

23) భయము చేతను, రోగము చేతను, మరణశిక్షల చేతను ఆర్తిని పొందినవారి విషయమున పైపోదకి చేష్టలు ప్రశస్తములని చెప్పబడుచున్నవి. ఇతరత్రా, అనగా శాంత కార్యములందు పైన చెప్పబడిన భీతి, రోగము, వధలందు కార్యనాశనమును కలిగించును. బుద్ధిమంతులు ఈ విధమగు ఇతర జంతువులను విమర్శించి నిర్ణయించుకొనవలెను.

24) పైన చెప్పిన 25 చేష్టలను తెలిసికొన్న పురుషుడు, తన పురుష కారముచే దైవమును కూడ ఉల్లంఘించగలడు.

9.6 పోదకీరుతే-గతిప్రకరణము

1) బాటసారులకు తల్లి వంటి పోదకిదేవికి అనేక రీతుల గమనములు గలవు. దైవానుకూల్యము లేని గమనములను పరిశీలించి పురుషుడు ప్రవర్తించవలెను.

2) పోదకి ఎడమదిక్కు నుండి పైకెగురుచు అపసవ్యముగా (దక్షిణముగా) వెడలినచో ఆగమనమును ప్రదక్షిణ దక్షిణ గమనములందురు. పోదకి కుడివైపు భాగము నుండి పైకి ఎగురుచు ఎడమవైపునకు ప్రదేశమునకు చేరినచో ఆగమనములు అప్రదక్షిణ ఉద్బత, వామా, వితార, ప్రతికూల అను పేరులతో పిలువబడును.

3) అభిముఖము 2. పరాంజ్ముఖము 3. ఆకాశమువైపు 4. పై నుండి భూమి వైపు దిగుటను అధోముఖమనియు, 5. సవ్యముగా దక్షిణ వేష్టన ముందుకు 6. వెనుకకు 7. అపసవ్యముగా ముందుకు 8. వెనుకకు వెడలుట. ఇట్లు పోదకికి ముందు 8 గమనములు, వెనుక 8 చొప్పున మొత్తం 16 గమనములు గలవు.

4) పాంథమాతయగు పోదకికి తారయను పేరు గలదు. తారయను పేరుతో
పిలువబడు పోదకికి యథార్ధమగు 12 నామములు గలవు. అవి 1. బుజ్వీ 2.
కపాట 3. స్ఖలిత 4. అంధ 5. వక్ర 6. దూర 7. గులికి 8. ఊర్ధ్వ 9. కాండ
10. పృష్టగతా 11. అర్ధతారా 12. రెండవ అర్ధతార అనే 12 నామములు తారకు
గలవు.

5) వామభాగ ప్రదేశమునుండి దక్షిణ భాగమునకు తిన్నగా ప్రయాణించుటను బుజ్వి
యందురు. ఇదే విధముగా సగము దూరము వెళ్ళి వెనుకకు తిరిగి వచ్చునది
కపాట మందురు. ఏ తార కప్పవలె గెంతి త్రొత్రుపాటు పడుచు పయనించునో
అది స్ఖలితము. తార ప్రయాణము చేయుచు చెట్లపైకి, చెట్టు తొఱ్ఱలలోనికి వెళ్ళునో
ఆతారను అంధమంటారు. ఏది గోమూత్రము వలెను, సర్పముపవలెను వంకరగా
వెడలునో, దానిని వక్రమంటారు. పై తార అతి దూరముగా ప్రయాణించినచో,
దానిని దూరతారయంటారు. భూమి మీద గోలీవలె వెనుక ముందులకు పొర్లి
నడకతో వెళ్తే 'గులికి', ఆకాశముపవైపు ఊర్ధ్వముగా వెళ్తే ఊర్ధ్వతార యనబడును.
బాణముతో సమానమైన వేగముతో ప్రయాణించి తిరిగిరాని తారను కాండ తార
యందురు. పృష్ట ప్రదేశమందు వామభాగమునుండి దక్షిణ భాగమునకు వెడలు
తార పృష్ట తారయనబడును. ప్రదక్షిణముగా పైకెగురుచు వెళ్ళుతారను అర్ధతార్ధ
అనియు, మార్గములో పై విధముగ ఎగురుచు ఆగిన తారలను కూడ అర్ధతార
యందురు.

6) పోదకి తారాగతులా కస్మికముగా మారినచో కలిగే ఫలితములీ క్రింది
విధముగానున్నవి. బుజ్వీగతి పురుషలకు శుభములనిచ్చును. కపాటగతి
ఫలహీనమైన భయమును కలిగించును. స్ఖలితగతి నీచఫలములనిచ్చును.
అంధగతి ఫలితముల నీయదు. వక్రాతి వక్రగతులు అర్ధసిద్ధులను
దూరదేశములందు కలిగించును. గులికి గతికార్యనాశనమును చేయును.
ఊర్ధ్వతారాగతి యుద్ధమును కలిగించును. కాండతార ఫలహీనమైనది. పృష్ట తార
నష్ట ద్రవ్యలాభము నిచ్చును. రెండు రకముల అర్ధతారలు అర్ధఫలములను
కలిగించును.

ఇక్కడ ఏ ప్రకారముగా తారల గతులు చెప్పబడినవో అట్టి ఫలితములే
మానవులకు వచ్చును. శ్యామ (పోదకి) వామ మార్గగామియైనచో, ఆ
ప్రకారముగానే భయములను కలిగించును.

7) కంఠ ప్రదేశపు తెత్తులో పోదకి ప్రయాణము చేయుచున్నచో కంఠాభరణ లాభము,
లలాట ప్రదేశమున రాజ్యాధికారము, శిరః ప్రదేశమున ఛత్రలాభము, తార గ్రామ
ప్రదేశమున చేసినచో సిద్ధించును.

8) జాను ప్రదేశమున శ్రేష్టమగు తురగరథాది వాహనప్రాప్తి, తొడల ప్రదేశమందు చక్కని వస్త్రప్రాప్తి, కటియందైవచో సుందరమగు ఆసనము లేక సుందరమగు స్త్రీ పాప్తి, ఉదర ప్రదేశమున మృష్టాన్న భోజనము కలుగును.

9) పోదకి ప్రయాణీకునితో వామ మార్గమునగాని, ముందుగా గాని, దక్షిణముగా గాని వెళ్ళుచున్నచో శ్రేష్ట, మధ్యమ, అధమాధమ ఫలితముల నిచ్చును. పోదకి దక్షిణ, మధ్య, వామ మార్గముల గుండా గమనశీలికి ఎదురుగా వచ్చుచున్నచో క్రమముగా అధిక, మధ్యమ, అల్ప, దుష్టఫలములనిచ్చును. కుమారి (పోదకి) గమనవంతుని చుట్టుగా ప్రదక్షిణ క్రమములో తిరిగినచో ఇష్టలాభము కలుగును. ఎడమవైపు నుండి గమనకునకు చుట్టు తిరిగినచో మరణము సంభవించును.

10) పోదకి కర్త యొక్క పృష్ఠ భాగము నుండి పరాజ్ముఖముగా వెళ్ళి, అక్కడే ఉన్నచో కార్యము చేయనని చెప్పుటను సూచిస్తుంది. మరల పృష్ఠభాగమునకు సమ్ముఖముగా వచ్చినచో కార్యమయినదని సూచన.

11) పోదకి నడుస్తున్న పురుషునకు వెనుక భాగమున ఎడమ వైపున వచ్చుచున్నచో, వెనుకనున్న జనులకు గాని, రాజుకు గాని క్రోధము లేక ధననాశనము కల్గును. ఎడమ భాగమున అధోముఖిగా పడినచో మృత్యువు కలుగును. దక్షిణ భాగమున పైకి వెడలుచు అధోముఖిగా పడినచో శత్రునాశనము కల్గును. పోదకీదేవి, కర్త యొక్క వెనుక భాగము నుండి ఎడమవైపుగా చుట్టి వచ్చినచో కోరికలు సిద్ధించవు. అధిక భయములను కలిగించును. అలా కాకుండ దక్షిణముగా తిరిగి వచ్చినచో అభీష్టములను సిద్ధింపజేయును.

9.7 పోదకీగతి స్వర ప్రకరణము

1) యాత్రలు చేయువారికి, యాత్రాదులు ముగించుకొని స్వగ్రామ, స్వగృహ ప్రవేశాదులు చేయు వారలకు కుమారీదేవి (పోదకి) యొక్క గతి, స్వర, రూప మిశ్రమ ఫల సంకేతాలు ఈ క్రింది విధముగా నున్నవి.

2) ఒక తార భయమును కలిగించును. రెండవ తార సర్వార్థ లాభమును చేకూర్చును. అక్కడ మూడవ తార కూడ యున్నచో రాజ్యలాభము నిచ్చును.

3) మొదటిది, రెండవది, మూడవది అను సంజ్ఞలు గల పోదకులు తోరణముగా వరుసగానున్నచో కర్తకు ఏనుగులు, శ్రేష్ట స్త్రీ, రత్నములు, రత్నాభరణాదుల లాభము కల్గును.

4) ఏ తార భూమిపై (ఆకాశమున గూడ) అనగా భూమ్యాకాశ వృక్షముల మధ్య మరల మరల కర్తకు వామభాగమున తిరిగినచో ఆ దుర్గను (తారను) వక్రితార యందురు. అది కార్యనాశనమును చేయను. ఒకటవ పక్షి భయమును కలిగించును. రెండవది కూడ ఎడమ భాగమునందే ప్రవర్తించినచో మృత్యువును

కలిగించును. మూడవది కూడ అట్లే సంచరించినచో ధన ప్రాణ నాశనమును కలుగజేయును.

5) శకున సూచన కొరకు పూజింపబడిన తార శకున సూచన దినమున కర్తకు ఎడమ భాగమున వచ్చినచో సకల శుభములను చూపించి, శీఘ్రముగా నశింపచేయును.

6) అధివాస దినమున (శకున నిమంత్రణ రోజున) పోడకి ప్రదక్షిణముగా వచ్చినను, శకున వీక్షణ సమయమున కూడ అట్లే వచ్చినచో కర్త మనోగత సమస్త కార్యములు, కోరికలు తప్పనిసరిగా సిద్ధించును. పూజాదినమున, శకున సూచన దినమున కూడ తార (పోడకి) వామ గతిలో నున్నచో కర్తకు కార్యనాశనమే చెప్పబడుచున్నది.

7) అధివాస సమయమున తార దక్షిణగతి గల్గి వచ్చి తిరిగి వెళ్ళునప్పుడు ఎడమ మార్గమున వెళ్ళినచో కర్తకు సకల కార్యసిద్ధులు కలుగును. తార ఎడమవైపున వచ్చినచో సిద్ధమైన కార్యము కూడ నశించును. ఎడమగా వచ్చి కుడిభాగము నుండి వెడలినచో కార్యము నశించినను, మరల నెరవేరును.

8) శకున దేవులు ఒకటి, రెండు, మూడు తిరిగి వెళ్ళుపోవుచున్న నరునకు అప్రదక్షిణముగా వచ్చినచో ఆనరుని వాంఛలన్నియు సిద్ధించును.

9) చేష్ట (శరీర వ్యాపారము), స్థానము, శబ్దము (స్వరము) శాంతముగానున్న శ్యామాత్రయము ప్రదక్షిణముగా వెళ్ళి, తిరిగి వచ్చునపుడు అపసవ్యముగా వచ్చినచో కర్తకు నాశనము లేని రాజరికము ప్రాప్తించును.

10) మొదటి పూజా సమయమున మూడు తారలు ఉండి పూజావసానమున (పూజ ఆఖరున) మరియొక తార వెనుకగా వచ్చినచో ముందటి తారలు సమృద్ధులను, వెనుక తార ఆపదలను కలిగించును. లేక నిరస్తకాలమున ముందుగా మూడు పోడకులు వెళ్ళి చివర మరి యొకటి వెడలినచో మొదటి మూడును ఆపదలను, చివరిది సంపదలను కలిగించును.

11) మొదటితార దక్షిణముగా వచ్చి, ఎడమవైపుగా వెళ్ళినను, మరల రెండవతార కూడ అట్లే చేసినచో మిశ్రమ ఫలము చెప్పవలెను. పూజాంతమున, మరల ఎడమ భాగమున వెడలినచో ఆ ఫలమును చెప్పుట కష్టము. దంపతులైన పక్షులలో స్త్రీ ముందు, వెనుకగా పురుషుడు ఉన్నచో సమస్త కోరికలు సిద్ధించును. అట్లుగాక వృత్యస్తమయినచో కొంచెము తక్కువ ఫలములు కలుగును.

12) శకునమునకు చూచుచుండగా మొదట ఆడ పక్షి కనిపించినచో ప్రశస్తము, పురుషపక్షి కొంచెము తక్కువ ఫలము నిచ్చును. స్త్రీ తార ఎడమ వైపున, పురుష తార కుడివెపున మిక్కిలి వేగముగా వెళ్ళగలవు, శకునములను చూచు

సమయమున పురుషపక్షి ప్రదక్షిణ క్రమములో వచ్చినను, నివర్తన సమయమున స్త్రీ పక్షి ఎడమభాగమున వెళ్ళినను మంచి ఫలితములు కల్గును. అట్లుగాక పక్షులు వ్యత్యస్తమయినచో మధ్యమ ఫలితములు కల్గును.

13) మొదటి తారా తోరణము చివర తార దక్షిణముగా వచ్చి వామ భాగమునకు తిరిగినచో ఆశకునము సుఖ దుఃఖములు వేనిని ఈయదు. నిష్ప్రయోజనమగును. సాధకుడు వేరొక శకనము కొరకు నిరీక్షించవలెను. శకున నిరీక్షణ సమయమున తోరణాంతమందు పోదకి కనపడకపోయినను, లేక కొద్ది దూరము వచ్చి తిరిగి వెళ్ళి పోయినను అనర్థములు కల్గును.

14) పోదకి నిమ్ను ప్రదేశము (నీచ) నుండి ఉన్నత ప్రదేశమునకు వచ్చినచో మహాఫలములు కలుగును. దీనికి వైపరీత్యముగానున్నచో స్వల్ప ఫలము కలుగును. ఒక ప్రదేశము నుండి అటువంటి సమానమైన ప్రదేశమునకు చేరినచో సమఫలితము కలుగును.

15) వారాహీ (ఆడపంది) శకనము ఎడమవైపుగా వచ్చినచో భయమును కలిగించును. ప్రదక్షిణ క్రమములో వచ్చినచో అధిక ఫలములు కల్గును. శబ్దము చేయుచు ప్రదక్షిణ క్రమముగా వచ్చినచో భయములు కల్గును. శబ్దము చేయుచు వామగతిలో వచ్చినచో మరణమును కల్గించును.

16) సవ్యదిశలోను, అపసవ్యదిశలోను రెండు పక్షులు ఒకసారి వచ్చినచో ప్రశస్త ఫలములు గల్గును, అవి రెండును ఒకదాని వెనుక తోరణముగా ఎడమభాగమున వచ్చి దక్షిణ శరీర చేష్టలు కలిగి చెట్లనాశ్రయించినలో ఫలవృద్ధి జరుగును.

17) శకునైక దేవియగు పోదకి దుష్టప్రదేశమునకు జేరియున్నచో క్షేమము మాత్రమే కల్గును. ఫలితములుండవు. భక్ష్యములను తినుచు, శబ్దము చేయుచు ఎడమ వైపుగా వచ్చి వృక్షము నాశ్రయించినచో కొద్ది కాలములో ఆపదలతోబాటు సంపదలు కూడ వచ్చును.

18) దక్షిణపు రెక్కను ఉన్నతముగా చేసి, భక్ష్యమును తినుచు, శాంత దిక్కుగా పయనించు పక్షి (శాకుని) పార్థివ శబ్దము చేసినచో రాజ్ఞత్వము కల్గును.

19) తార శుభ ప్రదేశంలో కూర్చొని భక్ష్యమును వెదుకుచుండగా కొద్ది లాభమే కల్గును. భక్ష్యము లభించినచో సంపూర్ణ లాభము కల్గును. పోదకి భక్ష్యమును సంగ్రహించుచున్న సమయములో అంతకు ముందే భక్ష్యమును తినుటకు అక్కడికి వచ్చిన కీటకాదులు పలాయనము చేసినచో అతి కష్టము మీద ఫలితము దక్కును. కృష్ణ పక్షి (పోదకి) ఒక భక్ష్యమును భుజించుచుండగా మరియెుక భక్ష్యము గూడ ప్రాప్తించినచో ప్రధాన కార్యము ఫలించులోపులోనే మరియెుక అవాంతర కార్యము కూడ ఫలించును. రెండు భక్ష్యములకు రెండు కార్యములు సిద్ధించును

20) వారాహీ పోదకి ఏదో ఒక క్రిమినాశించి వెళ్ళినచో ఆ క్రిమి పలాయనమై, మరియొక క్రిమి లభించినచో తాను కోరుకున్న వానికంటె భిన్నమైన లాభము కల్గును. భక్ష్యము దొరకనిచో ఫలితము కలుగదు.

21) శలభాది భక్ష్యములను వెదుకుచు పోదకి (శ్యామ) ఎట్టి గతి కలిగి ఉండునో, కర్త కార్యము కూడ అల్లే ఉండును.

22) వారాహీ తార మౌనముగానున్నను, ఎడమవైపుగా శబ్దము చేసినను, విత్తకీర్తులు గల్గును. ఎడమ భాగమనగా ఎడమ ప్రదేశమునకు శబ్దించుచుగాని, మౌనముగా గాని వెడలినచో అర్థసిద్ధులు గల్గనని అర్థము.

23) ఒకతార ఎడమ భాగమునకు వెళ్ళాలని కోరుచుండగా ఇంతలో మరియొక తార అక్కడికి వచ్చి చేరినచో అల్పమైన లాభము కలుగును. ఆహారమును పొందిన తార ఎడమ వైపుగా వచ్చి వృక్షము నధిరోహించినచో ముందు అనర్థములనిచ్చి, పిమ్మట లాభమును కలిగించును.

24) మొదటిది తార అయి, రెండవది అర్ధతారయి, మూడవది తార అయి నాల్గవది వామ అయి తెల్లని రెక్కలతోనున్నచో వాని వాని కను రూపముగా ధనాదులను కలిగించును.

25) ఒక తార ప్రయాణీకునితో వెడలుచు మధ్యలో అన్య ప్రదేశమునకు వెడలుటగాని, లేక మధ్య మధ్యలో విశ్రమించుచు వెడలుటగాని చేసినచో ఆ చటిక (పిచ్చుక) శ్రమ ఫలితములనిచ్చును.

26) ఒకటి ఊర్ధ్వముగా వెళ్ళి, మరల క్రిందనుండి వచ్చి తార అయినచో భయములను కలిగించును. ఆ సమయమందుగాని, కాలాంతరమందు గాని పక్షి వామగతిలో వచ్చినచో మరణమును కలిగించును.

27) పోదకి (ధనుర్ధరి) ఆకాశమున గోళీవలె అతి వేగముగా బహుదూరము వెళ్ళి దక్షిణ భాగమున వచ్చినచో యుద్ధము, వామ భాగమున వచ్చినచో మరణమును కలుగజేయును.

28) బ్రహ్మపుత్రియగు శకునదేవి ప్రయాణీకులకు ముందుండి అభిముఖముగా ఎడమ భాగమునుండి వచ్చినచో కార్యము చెడిపోవును. దక్షిణమార్గమున వచ్చినచో ధనలాభము కల్గును.

29) తెల్లని రెక్కలు గల్గిన ఏతార ధూళిలో పొర్లి (స్నానము చేసి) నచో లేక దుష్ట చేష్టలు చేసి వెళ్ళిపోయినచో ఆపదలను తొలుత కల్గించి క్షణకాలములో సంపదలను కలిగించును.

30) దిక్కు, కాలము, చేష్ట, నాదము, స్థితి, ఈ ఐదింటిలో ఒకటి దీప్తమయి దక్షిణముగా దుర్గమయున్నచో భయమును కలిగించును. ఆ పోడకి వామముగా కదలి వచ్చినచో గమనకర్తకు మరణమును సూచించును.

31) శుష్కమైన, భగ్నమయిన, కారపురుచిగల, లేక ముళ్ళతో కూడుకొన్న వృక్షమునుగాని, ఆకులు రాలిపోయిన వృక్షమును గాని అధిష్టించిన పోడకి దక్షిణ భాగమునననున్నచో కొద్దిపాటి లాభమును కలిగించును. వామభాగమునననున్నచో ఆప శక్యముగాని అనర్థములు వచ్చును.

32) ప్రత్యక్షదేవియగు పోడకి దక్షిణభాగము నుండి ఎగురుచు వామభాగమున మనోహర ప్రదేశమందున్నచో ప్రశస్తము. దుష్ట ప్రదేశమునకు చేరినచో అప్రశస్తము.

33) పోడకి ప్రయాణము చేయుచు శబ్దము చేసినను లేక వెనుకకు తిరిగి మరలి దుష్టప్రదేశమందు నిలచినచో పూర్వము సంపాదించిన ఫలములు కూడ నశించును.

34) శ్యామ (కృష్ణపక్షి) గమనము చేస్తూ శబ్దము చేసి, మరల ఒకచోట కూర్చొని మరల శబ్దము చేసినచో నడుచుచు చేసిన ప్రథమ శబ్దఫలములను పోగొట్టి తుచ్చ ఫలితములనిచ్చును.

35) ప్రదక్షిణముగాగాని, ఎడమ భాగమునగాని వెడలి తార కూర్చున్నచో తనకనుకూల రూప ఫలితమునిచ్చును. వచ్చి కూర్చేకుండా తిరిగి వెడిలిపోయి అక్కడ కూడ కూర్చేకున్నచో ఫలితములనిచ్చి వెంటనే నాశనము చేయును.

36) బ్రహ్మపుత్రియగు తార దక్షిణముగా వచ్చి శబ్దము చేసి మరల వామగతిలో శబ్దము చేసి, మరల వచ్చి శబ్దము చేసినచో సత్ఫలితములను, లాభములను కలుగజేయును

37) ఆరోహణ క్రమములనే (దక్షిణ) తార శబ్దముచేసి అవరోహణములో (ఎడమ) ఎదరకు వచ్చినచో కార్యము చిరకాలమునకు సిద్ధించును.

38) ఎడమ భాగమున శబ్దము చేయుచు కూర్చుని, అక్కడ నుండి ఇంకొక స్థలమును చూచి అక్కడకు వెళ్ళి ఉన్నచో కర్తలకు అధిక ఫలములనిచ్చుచు, అనిష్టములను నశింపచేయును.

39) పోడకి మల విసర్జన చేసి, శరీరమును కంపింపచేసి, ప్రదీప్త శబ్దమును చేసినచో అనిష్ట ఫలములనిచ్చును.

40) ఎడమవైపున శబ్దము చేసినను లేక మౌనముగానున్న ఆ బ్రహ్మపుత్రి ఋజుతారయగును. ఆ దిక్కు శాంత దిక్కు కావలెను. అప్పుడు కర్త యొక్క కోరికలు కూడ నెరవేరును.

41) గుణములు, దోషములు మిశ్రమముగా శకునదేవి యందు కనిపించినచో, గుణదోషములలో అధికమైన వానిని బట్టి శకునమును గ్రహించాలి. అలా కానిచో వారాహి వానినే కాలాంతరమన ఇచ్చును.

42) అనేక పోడకీ సమూహములు అధిక శుభ శబ్దములు, చేష్టలు, గమనములు చేయుచున్నచో ఎక్కువ శుభములు కలుగును. అధిక దుష్ట చేష్టలను చేసినచో ఎక్కువ అశుభాలు కల్గును.

43) పాండవిక ఎక్కువ వేగముగా వెళ్ళినచో పూర్తి లాభము కల్గును. కొంచెము వేగముతో వెడలినచో సగము ఫలితమే వచ్చును. అలా కాకుండా ఇంకా మందగమనమైనచో అందు సగము ఫలితమే కల్గును.

44) ఆకాశంలో గమనము చేయునపుడు మొదట కొద్దిపాటి ఎత్తులో, తర్వాత బాగా ఎత్తులోన ప్రయాణము చేసి క్రిందకు దిగునప్పుడు కూడ ముందుగా కొద్దిపాటి ఎత్తులో ప్రయాణించిన తర్వాత దిగినచో దూరముగా స్వల్ప ఫలితములుండును.

45) పాండవిక మొదట్లో ఎక్కువ ఎత్తుకు వెళ్ళి, తర్వాత తక్కువ ఎత్తులో ప్రయాణించినచో చిరకాలములో సంభవించే చిన్న లాభములను ఎక్కువగా కలుగజేయును.

46) శ్యామ నీచ, మధ్యమ, ఉచ్చ గమనములు ప్రదక్షిణ క్రమములో చేసినచో అదే క్రమమున తక్కువ, మధ్యమ, అధిక ఫలితములు వచ్చును. ప్రయాణమందును, గృహ ప్రవేశాల యందును ఇల్లే ఉండును.

47) బాటసారులకు తల్లివంటి దేవి ఒక దండ ప్రమాణ దూరములో ప్రదక్షిణ క్రమముగానున్నచో గొప్ప లాభము కల్గును. రెండు దండముల దూరములో నుంటే మధ్యమ లాభము కల్గును. మూడు దండముల దూరమందు ప్రదక్షిణ క్రమములో నున్నచో కొద్దిపాటి లాభమే కలుగును.

48) శిరోభాగముతో సమానమైన ఎత్తులో శ్యామ వచ్చినచో ఒక నెలకు, కటి ప్రదేశపుటెత్తులో వచ్చినను, వెడలినను ఆరు నెలలకు, జాను ప్రదేశపుటెత్తులో వచ్చినచో ఒక సంవత్సర కాలములోను ఫలితమునిచ్చును. కాలవిభాగము చేయుట కష్టము. అకల్పిక కాల విభాగములో ఏ రోజున శకునాలను దర్శింతుమో, ఆ రోజు నుండే మనము కాల విభాగమును చేసుకొనవలెను.

49) శకునదేవి తానున్న భూభాగములో తొలి భాగముననున్నచో నాలుగు నెలల్లో ధనలాభము, రెండవ భాగములోనున్నచో ఎనిమిది మాసములలోను, తృతీయవసుధా విభాగమందైనచో సంవత్సరకాల మందు అర్ధలాభము కలుగును.

50) మొదటిదగు తోరణ భూభాగమున పోదకి ప్రదక్షిణ క్రమములో నున్నచో ఫలితము గొప్పగా ఉంటుంది. రెండవ భాగమున స్వల్ప ఫలము, మూడవ భాగమున తక్కువ లాభములు కల్గును.

51) మానవులు కాల విభాగము తెలుసుకొనుటకు భూమిని సంవత్సర, అయన, ఋతు, మాస, పక్ష, దిన, ప్రహార ఘడియలుగా విభజించవలెను. చేష్ట, నాదము, రాక, స్థితి అను నాల్గింటిలో ఒకటి శాంత దిక్కులోనున్నచో నాల్గవవంతు ఫలము కల్గును. రెండంశములున్నచో సగము ఫలము, మూడైనచో ముక్కాలిఫలము, నాలుగు శాంత దిక్కులందున్నచో సంపూర్ణ ఫలము వచ్చును.

52) పోదకి ఆకలిచే ముందు చెప్పబడిన చేష్టలు లేకుండ, కోపముతో ఆహారమును స్వీకరించినచో వెనుకటి ఫలము కంటే కొంచెము తక్కువ ఫలము వచ్చును.

53) పిచ్చుక పైన చెప్పిన నాలుగు చేష్టలతో నుండి భక్ష్యమును స్వీకరించినచో కర్తకు సర్వభూమండలము ఏక ఛత్రాధిపత్యముగా సమకూరును.

54) మానవులు పాండవిక యొక్క శకునమునకు నిరీక్షించుచుండగా, పాండవిక కనపడకపోయినచో, అట్టి సమయమున కర్త వెనుక భాగమున వేరొకపక్షి దృశ్య మానమైనచో అదే శ్యామయై సర్వశకున ఫలమునిచ్చును.

55) ఎడమ భాగమున పోదకీశబ్దము, దక్షిణముగా పోదకీగమనము చేసినచో యాత్రాదులకు శుభము. అలా కాకుండ, ఎడమగతిలో గమనము, దక్షిణములో శబ్దము ఉన్నచో గ్రామ, గృహ ప్రవేశాదులకు శుభము కల్గును.

56) శ్యామ వామగతిలో నుండి, వామ చేష్టలో నుండి, దక్షిణముగా శబ్దించినచో అది దీప్తమయినచో భయములను కలిగించు కార్యములకు శుభమగును. ఇతర కార్యములకు నిషేధము.

57) ముళ్ళ వృక్షములు, ఏనుగులు మొదలగు జంతువులచే పెకలింపబడిన వృక్షములు, శుష్కించిన మరియు భగ్నమైన వృక్షములు, శూలము వీనిపై పోదకి నిలిచెనేని మరణము, నిద్ర, భయమోహ శోకములు కల్గును. కొన్ని చేష్టల వలన దుఃఖములు కలుగును.

58) చేష్ట, శబ్ద, గమన, భక్ష్య లాభములచే పోదకి బలవంతమైనది యగును. అట్టి బ్రహ్మపుత్రి శుభములను కల్గించును.

59) క్షేత్రాధిపతికి గ్రామ ప్రాప్తి, గ్రామాధిపతికి పురప్రాప్తి, పురాధీశునకు మండల ప్రాప్తి, మండలాధిపతి దేశ ప్రాప్తి, దేశాధిపతికి సర్వభూప్రాప్తి–మొదలగు లాభములను శ్యామ కల్గించును.

60) పురుష పక్షులచేష్ట, గమన శబ్దములు పురుషలకు స్త్రీ పక్షుల చేష్టగమన రవములు స్త్రీలకు విశేషముగా ఫలితముల నిచ్చును.

9.8 హంస (శ్వాస) చార ప్రకరణము

1) ఒకే గుంపులోనున్న అనేక మంది ప్రజలకు (50 మంది కలిసిన జనులగుంపును సార్ధమంటారు) ఒకే రకమగు శకునము వచ్చినను, ఫలిత భేదములు కల్గుచున్నవి. దీనికి కారణము హంస (శ్వాస) చారము. హంసయనగా శ్వాస.

2) చంద్రనాడి పరిహూర్ణముగా పూరింపబడుచున్న సమయములో వామమున వచ్చు శకునము క్షేమము కలిగించును. దక్షిణనాడి (సూర్యనాడి) వహించుచుండగా వచ్చే శకునము కూడ క్షేమ ప్రదము. రెండు నాడులు పూరింపబడుచుండగా అనులోమ శకునము ఫలించును. రెండునాడులు రిక్తముగా (ఖాళీగా) నుండగా వామతార (శకునము) ఫలరహితమై యుండును.

3) చంద్ర సూర్య నాడుల చివర నుండి వాయువు ప్రవేశించుచుండగా దక్షిణతార వచ్చినచో పురుషలకు కీర్తి, సంపద, శ్రేయస్సు, జయము కలుగును. అదే నాడుల నుండి నిశ్వాసమగుచున్నచో విపరీత ఫలములు కల్గును.

4) చంద్రనాడి నుండి స్వేచ్ఛగా వాయువు పూరింపబడుచుండగా, దక్షిణముగా పోదకి వచ్చినచో కోరికలన్నియు తీరును.

5) దక్షిణనాడి పూరింపబడుచుండగా, దక్షిణ భాగమునుండి శకునము వచ్చినచో, స్వల్పఫలములు కల్గును. అలాకాకుండ దానికి వ్యతిరేకముయినచో అశుభ ఫలితములే వచ్చును.

6) దక్షిణ నాడి పూరింపబడి ఉదర సమీపముగా నిశ్వాసమగుచుండగా అప్రదక్షిణముగాను శ్వామ వచ్చినచో ఎడతెగని అనిష్టములు కల్గును.

7) ఎడమ చంద్రనాడి (ఇడానాడి) నుండి ఉదరముగుండా వాయువు వచ్చుచున్నచో (అంటే నిశ్వాసము); శకునము దక్షిణ దిశయందున్నచో అనుకొన్న ఫలము సిద్ధించును. దీనికి వ్యతిరేకమయినచో, అది అమంగళకరమగును.

8) చంద్రనాడి ద్వారా వామ మార్గమున వాయు సంచారము జరుగుచున్నప్పుడు జాపకుని వలన (ప్రాణాయామాది కారణములచే) వాయు ప్రసరణ మడ్డగింపబడినను శుభములే కల్గును. అట్లు కానున్నచో అభద్రము.

9) సోమనాడి వహించుచుండగా దానిననుసరించి శ్వామ ప్రవర్తించుట మంచిది. భయాదుల నొందినపుడు దీనికి విపరీతముగా నుండుట కూడ ప్రశస్తమే. మిశ్రమయినచో మిశ్రమ ఫలములుండును.

10) కొందరికి ఇడానాడి, మరికొందరికి సూర్యనాడి, కొందరికి ఉభయనాడులు వాయుధారణ చేసియుండగా, నాసికాయంత్ర ప్రేరణచే కొందరికి వాయువు లోపలికి, మరి కొందరికి బయటకు వచ్చును.

11) ఒకే నిమిత్తమందు మానవులకుదయించిన ప్రాణ సంచారమెట్లుండునో అట్టి ఫలితములే కల్గును.

12) వాయు సంచారముతోపాటు, శ్యామ సంచారమును తెలుసుకొని అభ్యసించువారు కర్మ పాకమునెరిగిన వాడగును. ఈ రెండింటిలో ఒక దానిని మాత్రము తెలుసుకొన్న వాడు శకున జ్ఞాన సంపదనొందును.

9.9 పొదకీరుత రాజ్యాభిషేక ప్రకరణము

1) రాజులేనిచో బ్రాహ్మణాది చాతుర్వర్ణములకు బ్రహచర్య, గృహస్థ, వానప్రస్త, సన్న్యాసాది ఆశ్రయములకు మర్యాద (హద్దు) ఉండదు. "మత్స్యగలాంగులి"గా లోకమున ప్రసిద్ధి చెందిన మత్స్య న్యాయము పెరుగును. అనగా చిన్న వారిని పెద్దవారు భక్షింతురు. కావున రాజు (లేక ప్రభుత్వము) చాల అవసరము. కావున బ్రహ్మపుత్రీ రుతమునుబట్టి రాజ్యాభిషేకము ఈ క్రింది విధముగానున్నది.

2) రాజునకభిషేకమగుచుండగా పొదకి వామభాగమున శబ్దము చేసి, తర్వాత దక్షిణముగా వచ్చినను, యోగ్యమగు చేష్టలు చేసినను, శుభస్థానమున ప్రశాంత దిక్కులో నున్నను ఆ రాజు దేశానికి సార్వభౌముడగును.

3) శకునదేవులు తోరణముగా వచ్చి, మరలి వెళ్ళునపుడు దక్షిణ భాగమున ధ్వనులను చేసి ఎడమ భాగమునకు వెడలినను, ఆ ఎడమ భాగము పొదకి సుచేష్టలతో కూడి శాంతమైయున్నచో ఆ రాజ్యము స్థిరముగా నుండును.

4) తోరణముగా వచ్చు పక్షులలోని చివరి తార ఆరోహణ క్రమములో వచ్చి, తిరిగి వెళ్ళునపుడు ఎడమ భాగమునకు వెళ్లకున్నచో రాజ్యలాభము కల్గును. అదే పొదకి యుద్ధాన్వితయైనచో, యుద్ధాన్విత రాజ్యలాభము కల్గును.

5) తోరణాంతమున గాని, ఎడమ భాగమున గాని వచ్చి తిరిగి వెళ్ళునపుడు తారపైకెగిరినచో ఇతర రాజులు నమస్కార పూర్వకముగా తమ రాజ్యములను సమర్పిస్తారు.

6) తోరణాంతమున తార విలోమముగానున్నచో లేక నివృత్తి సమయమందుగాని ప్రతిలోమముగా నున్నచో 1. రాజు, 2. జనపదాలు, 3. మంత్రి, 4. కోశము 5. కోట 6. సైన్యబలము 7. స్నేహితులు అను సప్తాంగములతో కూడిన రాజ్యము అగ్నిలో ఆజ్యము వలె విలీనమగును. అనగా నాశనమగును.

7) ఒకే జాతి పక్షుల తోరణాంతమున వేరే జాతి పక్షి ప్రదక్షిణముగా వచ్చినచో యావద్భూమండలమునకు వేరే రాజు (క్రొత్త రాజు) ఆధిపత్యములోనికి వెళ్ళును.

9.10 పోదకీరుతమున, సంధి, విగ్రహ, జయాది ప్రకరణము

1) శకున మార్గగాములు, శుభమార్గ వర్తనులు అగు రాజులకు సంధి-విగ్రహ-సపత్న శత్రువులతో కలయిక కలిగినచో వచ్చు ఫలములీ క్రింది విధముగా నున్నవి.

2) ఒకే జాతి పక్షులు, ఎడమగా కూసి, కుడివైపున మంచి చేష్టలు చేయుచుండగా, ఇతర జాతి పక్షులు కూడ కలిసినచో శత్రువులతో సంధి జరుగును.

3) రెండు పక్షులు కలిసి వచ్చి విడివిడిగా వెళ్ళినచో సంధి జరుగును. విడివిడిగా వచ్చి ఒక చోట కలిసినా కూడ శత్రువులతో సంధి జరుగును.

4) ఎడమదిశ నాశ్రయించిన పక్షి స్నేహమును కోరుచు దక్షిణ పక్షి వచ్చినచో వీరికి సంధి మరియొకని ద్వారా జరుగును.

5) వామ భాగము నుండి వినబడు శబ్దములకు ప్రయాణాటంకములు కల్గును. మడమ కూడ తిప్పలేరు. పక్షులు భోజనమునకు కలహించుచున్నచో యుద్ధము జరుగును.

6) పోదకి దక్షిణముగా వెళ్ళినచో రాజుకు శత్రువుతో సమాగమమయి సంధి జరుగును. వ్యతిరేకమయినచో ప్రతికూలమగును.

7) పోదకి తారయైనచో ఘోర యుద్ధము జరుగును. ఏ పోదకి ఎడమ భాగమున శబ్దము చేయుచు అక్కడే ఉండినచో ఘోర యుద్ధము వచ్చును.

8) తార ప్రయాణించుచు దీప్త స్థానము నాశ్రయించినను, లేక పక్షులు యుద్ధము చేయుచున్నను, తీవ్ర యుద్ధము జరుగును. చిటికెల మాత్రముచే కబంధములు నృత్యము చేయునట్లు యుద్ధము జరుగును.

9) పోదకి తన పుచ్చము యొక్క ఎడమ భాగమును పెల్లగించినచో అనగా పైకి ఎత్తినచో యుద్ధమున బాహ్య సైన్యము నశించును. అట్లుగాక పోదకి తన శరీరాంగములను నములుచున్నచో రాజు నశించును.

10) యుద్ధ ప్రశ్నలో అనగా శకునములలో పాండవిక తన పుచ్చమును ఎత్తక ఎడమ భాగమునకు తిరిగినచో రాజుల యొక్క జయలక్ష్మితో సహ భటులకు నాశనమగును.

11) తోరణాంతమున తార పాల్గొని ప్రయాణించి, తిరిగి వచ్చునపుడు అవరోహణ క్రమంలో వచ్చినచో కాకులకు, పిశాచములకు, నక్కలకు, గ్రద్దలకు, రాక్షసులకు ఆకలి తీరునంతటి యుద్ధము జరుగును.

12) పాండవిక జంటను పూజించి వదలగానవి తోరణ పక్షలతో కలిసి వెళ్ళినచో బలాత్కారముగా జయము దొంగిలింపబడును. రణ దీక్షాపరులకు యుద్ధము జరుగదు.

13) తోరణ మందు పాండవిక ఎడమవైపు శబ్దము చేసి కుడి భాగమున ప్రయాణము చేసి శాంతదిక్కున విశ్రమించినచో మరల తిరిగివచ్చునపుడు వామ గతిలో వచ్చినచో విజయలక్ష్మి సులభమగును.

14) పోదకి అపసవ్యముగా శబ్దముచేసి, పైకి ఎగిరి దీప్తదిశలో తోరణమున నుండి ఆగి, తిరిగి వచ్చునపుడు ప్రదక్షిణముగా వచ్చినచో యుద్ధకర్త యుద్ధములో మరణించును.

15) పోదకి జంట ప్రయాణము ఒక దానినను సరించి రెండవది చేయుచుండగా మధ్యలో ఒక పోదకి తొలి దానిని వదలి ఎడమ మార్గమున వెడలి, తిరిగి వచ్చునపుడు గూడ ఎడమ దిశలో వచ్చినచో రాజుకి శస్త్రఘాతములతోపాటు విజయము కూడ కల్గును.

16) తోరణస్థితిలో ప్రదక్షిణముగా వెడలి, నివృత్తి కాలమున అప్రదక్షిణముగాను, ప్రదక్షిణముగాను వివిధరీతులలో పోదకీ జంటయున్నచో యుద్ధకర్తకు పరాజయము కల్గును.

17) యుద్ధము ఆసన్నమైయ్యుండగా శ్యామ ఎడమ భాగమున శబ్దముచేసి అనులోమముగా వెడలినచో రాజుకు పరాజయము కల్గును. కుడి భాగమున శబ్దము చేసి ఎడమ భాగముగా వచ్చినచో రాజునకు జయము లభించును.

18) యుద్ధమునందు కపోతముల వామధ్వనులు భంగమును కల్గించును. దక్షిణ (కుడివైపు) ధ్వనులు విజయమును కల్గించును. తోరణముగా వచ్చిన కపోతములజంట యొక్క ధ్వనులు జయమునుగాని, అపజయమును కాని కల్గించును.

19) యుద్ధసంరంభమున తార ఎడమవైపుగా వచ్చి నిలిచినచో ఉత్సాహముతో యుద్ధమున పాల్గొను వారిని శత్రుసైన్యము సంహరించును. పై విధముగా వచ్చిన తార విలోమముగా వెడలినచో రాజునకు జయము కల్గును.

20) విహంగముల జంట స్థిరముగానక్కడే యున్నచో యుద్ధము కూడ స్థిరముగా నుండును. విహంగపు జంట విడిపోయి రెండు ప్రక్కలకు చేరి శబ్దము చేసినచో ఇరువురు రాజులకు సంధికుదురును.

21) బాటసారుల తల్లియగు పోదకి ప్రయత్న పూర్వకముగ తన ఎడమ పాదముతో తన శరీరాంగములను తాకినచో, ద్వంద్వ యుద్ధములో శిక్షితులైన భటులకు దెబ్బలు తగులును.

22) జంట పక్షులను ఇద్దరు రాజులపేర్లతో మంత్రయుక్తముగా పూజించి సంధియగునా? లేదా? యుద్ధము జరుగునా? జయము కల్గునా? భంగము కల్గునా? మొదలగు ప్రశ్నలతో అడుగవలెను.

23) ఆ పక్షుల జంట అక్కడ ఏమి చేయునో రాజులకు అదే జరుగును. బుద్ధిమంతుడు బాగుగా విచారించి నిర్ణయించవలెను.

24) గుఱ్ఱములు, మేకలు, తొండలు, తిత్తిరులు ద్వంద్వ యుద్ధము చేయుటలో నిపుణులు. శాకునికుడు ఈ జంటలను గమనించి శకునమును భావించి అంచనా వేయవలెను.

9.11 పోదకీరుతము – వివాహ ప్రకరణము

1) నాల్గు ఆశ్రమములలోను గృహస్థాశ్రమము శ్రేష్ఠమయినది. ఈ ఆశ్రమము శీలవతియగు యువతి ద్వారా సిద్ధించును. అట్టి యువతి యొక్క వివాహమునకు పరీక్షను పోదకిరుతము ద్వారా తెలుపబడుచున్నది.

2) కుమారీవరణమందు ప్రశ్నకాలమున తార దక్షిణగతిలోనుండుట శ్రేష్ఠము. పతివరణ ప్రశ్న యందు తార ఎడమవైపుగా నుండుట మంచిది.

3) వివాహ ప్రశ్న ప్రసంగ సమయమున పోదకి జంట దక్షిణ గమనములో యున్నచో వధూవరులు పరస్పరమైత్రితోనుంటారు. ఖగము–ఖగీ (ఆడ–మగ) పక్షులలో ఏది శుభ చేష్టలను చేయునో లేక ఏది ఉన్నత స్థానమున నడుచునో వధూవరులలో నా పక్షి లింగసదృశులు ఆత్మ బంధువులతో కలిసి సంసారమును నిర్వహింతురు.

4) ఆడపక్షి, మగపక్షికి ఆహారము తెచ్చి యిచ్చినచో వరుడు స్త్రీ ధనమునననుభవించును. అట్లు గాక మగ పక్షి ఆడపక్షికి ఆహారము సంపాదించి పెట్టుచున్నచో వధువును వరుడే పోషించును.

5) ఆడపక్షి గాని, మగపక్షి గాని ప్రీతితో తమకున్న దానిలో కొంత తమ సంబంధీకులకు గాని ఇతరులకు గాని దానము చేసినచో కాలాంతరమున తమకును సమానముగా ప్రీతి దానములు వచ్చును.

6) ఆడపక్షిని (కన్యను) తమ జాతి పక్షులుగాని, ఇతర జాతి విహంగములుగాని చుట్టు ముట్టినచో ఇక్కడ పెండ్లి కుమార్తెను స్వజాతివారు గాని, పరజాతివారు గాని కామించుచున్నారని చెప్పవలెను.

7) పోదకీ మిధునము సంభోగించునపుడు, ఆడ పక్షి ఎడమ భాగమున నున్నచో వధువు శీలవతిగా నుండును. అట్లు గాక ఆడ పక్షి కుడి భాగమున యున్నచో వధువు నిశ్చయముగా స్వేచ్ఛగా తిరుగునది యగును.

8) ఏ పక్షి (శ్యామ) తారయగుటకై ఆకస్మత్తుగా వృక్ష సమూహములపై కెగిరి నిలుచునో ఆ శకునమున వధువు రాణి యగును. వరుడు రాజ్య ప్రాప్తి నొందును.

9) పోదకీ జంటలో మగ, ఆడ పక్షులలో నొకటి వామ భాగమున వచ్చి చేరినచో వధూవరులలో ఆ సంజ్ఞ గలవారు ముందుగా స్వర్గస్థులవుతారు.

10) శకున శ్యామా యుగళము దక్షిణముగా నుండగా మగ పక్షి, ఆడ పక్షిని వదలిపోయినచో వధూవరులలో వరుడు, వధువును విడిచిపెట్టి వెడలును. ఎడమ వైపు నుండి ఆడ పక్షి కదలి వచ్చినచో స్త్రీ పురుషుని వదలిపోవును.

11) పోదకి ధూళిలో పొర్లి (స్నానము చేసి) తారను చేరి శుభ ప్రదేశమున నిలిచినచో కన్యక భర్త తప్పనిసరిగా సన్యాసియగును.

12) ఆడ పక్షి తన ముక్కు పుటములతో ఎముకను అనులోమ క్రమములో పట్టుకొని శుద్ధ ప్రదేశమున నిలిచిన, కన్యక కపాల వ్రతమును చేయును. పురుష పక్షి అట్లు చేసినచో పురుషుడు కపాల వ్రతధారణ చేయును.

13) ఆడ పక్షి శబ్దము చేసి, దక్షిణ గమనము చేసి శుష్క వృక్షమునెక్కినచో వధువు వంధ్యగా తెలియవలెను. మగ పక్షి పై విధముగా చేసినచో పురుషుడు నపుంసకుడని తెలియవలెను.

14) ఒక మగ పక్షి, రెండు ఆడ పక్షులు ఈ మూడును కలిసి దక్షిణ గమనము చేసినచో, పురుషునకు సౌభాగ్య, సౌహ్యద ధన సంపత్తితో కూడిన ఇద్దరు భార్యలుంటారు.

15) ఎల్లప్పుడు సంచరించుచు, ఫలపుష్ప, పత్రములు లేని చెట్ల నధిరోహించుచున్న పక్షి జంట, భార్యా భర్తలు దరిద్రులగుదురని సూచించుచున్నది.

16) పోదకీ జంట మధ్యలోనికి మరియొక ఆడ పక్షి వచ్చి ఆశ్రయము నొందినచో, రాబోవు స్త్రీ (పెళ్ళి కుమార్తె) తప్పనిసరిగా దుశ్శీలముగలది యగునని తెలియుచున్నది.

17) పాండవికాయుగళము మధ్యలో ఆడపక్షి గాని, మగ పక్షి గాని ఆశ్రయము పొందినచో స్త్రీ అసాధ్వియగును.

18) పక్షి జంట వామ భాగములో ధ్వనించుట లేక మైథున క్రీడ చేయుట లేక భుజించుట చేసి దీప్త దిశలో గాని, దీప్త స్థానములో గాని లేకున్నచో వధువు సాధ్వియగును.

19) ఆహారదాన, శబ్ద, మైథనములు పక్షి జంట దక్షిణముగా చేసినచో నిశ్చయముగా, కన్యక కన్యాత్వమపహరింపబడును.

20) శ్యామ ఆరోహణ క్రమములో వృక్షశాఖల నెక్కినను లేక తొళ్ళయందున్నను కన్యక శీలము దెబ్బతినును.

21) శ్యామ భక్షమును తినినచో కన్య గర్భవతిగానుండును.

22) మొదట దక్షిణ స్థానములో నుండి పిదప వామచేష్ట వామగతి కల్గినచో భార్యకు భర్త, భర్తకు భార్య దుర్లభమై యుందురు.

23) శ్యామ వెళ్ళిపోయి మరల వామగతిలో వచ్చినచో స్త్రీ లాభమును పొంది పురుషుడు కృతార్థుడగును. ఆడపక్షి (తార) అట్లు చేసినచో భర్తను పొంది కృతార్థురాలగును.

9.12 పోదకీ రుతమున గర్భ ప్రకరణము

1) గర్భాదానము, జననము, మరణములు కర్మవిపాక ఫలముచే మానవ గర్భమునకు కలుగును. ఆశేష జన ప్రీతి కొరకు కన్యక యొక్క శకునము చెప్పబడుచున్నది.

2) పక్షి (తార) గర్భము ధరించి ఫల పుష్పములను గ్రహించుచున్నచో గర్భము ధరించినట్లు తెలియవలెను. అప్పుడు వామమార్గగామిగా నున్నచో గర్భస్రావము జరుగును. పుష్ప, పత్ర ఫలములను గ్రహించకున్నచో కూడ గర్భస్రావము జరుగునని తెలియవలెను.

3) పై నుండి క్రింద పడి వాంతి చేసుకొనుట, మలమూత్ర విసర్జనములు పక్షి చేసినచో గర్భస్రావము జరుగును. పక్షి తన వామపాదముతో అంగ సమ్మార్జనము చేసుకొన్నచో, గర్భావయము లేకుండును.

4) గర్భ ప్రశ్నకు శకునమెట్లు చూడవలెను? శ్యామ దక్షిణముగా నుండి ఎక్కువ ధ్వనితో శబ్దము చేయుచున్నచో ఆ కాలమున స్త్రీలు గర్భము ధరింతురు. ఆ శబ్దము ఆగిపోయిన పిదప మరల గర్భాదాన ప్రక్రియ జరుగును.

5) గర్భవతికి స్త్రీ సంతానమా? లేక పురుష సంతానమా? అను ప్రశ్నలో, మగ పక్షి దక్షిణముగా నున్నచో పురుషోత్పత్తి యగును. అలా కాకుండ స్త్రీ పక్షి దక్షిణముగా వచ్చినచో స్త్రీ సంతతి కల్గును. పురుష, స్త్రీ పక్షులు రెండును దక్షిణదిశలోనికి వచ్చినచో ఆడమగ సంతతి కల్గును.

6) ఒక స్త్రీకి తప్పనిసరిగా పుత్రుడు గల్గునను ప్రశ్నలో స్త్రీ, తార కూడ పుత్ర జన్మ హేతువులగుదురు. స్త్రీ సంతతి కల్గనను ప్రశ్నయందు పురుషుడు కూడ దక్షిణముగా నుండవలెను.

7) ఆడ పక్షి తారయై పురుష వృక్షము నధిరోహించినచో పుత్రుడు కల్గను. పురుష పక్షి తారయై స్త్రీ వృక్షము నధిరోహించినచో పుత్రిక కల్గను.

8) మగ పక్షి గాని, ఆడ పక్షి గాని ఆకస్మత్తుగా ప్రదక్షిణముగా వచ్చి నపుంసక వృక్షము నెక్కినచో గర్భిణీకి నపుంసకుడు జన్మించును.

9) పోదకి శుభ చేష్టలు చేయుచున్నచో కన్యక జన్మించును. పురుష పక్షి సుచేష్టలతోనున్నచో కుమారుడు జన్మించును. ఈ చేష్టలు ప్రదీప్తములయి, ప్రతిలోమములయినచో గర్భమునకుగాని, తండ్రికి గాని హోని జరుగును.

10) ఎన్ని పురుష పక్షులు వామములో నుండి దక్షిణముగా వచ్చునో అంతమంది పుత్రులుందురు. ఇట్లే స్త్రీవిహంగములు అనులోమముగా వచ్చినచో అంతమంది కన్యకలు జన్మింతురు.

11) ఎన్ని పక్షులు దక్షిణ భాగమునకు వచ్చి, తిరిగి వామ భాగమున కూడ తిరుగునో అంతమంది సంతానము స్త్రీకి కలిగి మరణింతురు.

12) పోదకి దక్షిణముగా వచ్చి దీప్త స్థానమున ఉన్ననూ, లేక మరల దక్షిణమునకు వెళ్ళి తిరుగుచున్ననూ గర్భమునకు హోని కల్గను.

13) వామ భాగమున కూసి, దక్షిణ భాగముగా వచ్చి ఎండిన చెట్టును పోదకి అధిష్టించినచో పుట్టిన శిశువు మరణించును. చెద పురుగులు తినివేసిన వృక్షము నాశ్రయించినచో వ్యాధితో పీడింపబడువాడు కల్గను.

14) తార తన శరీరమును కంపింప చేసికొని, మల విసర్జన చేసి చెట్టునెక్కినచో గర్భ హోని కల్గను. ఆయుధములచే నరకబడిన కొమ్మనెక్కినచో శిశువుకు శస్త్రములచే కీడు కల్గను.

15) మగ పక్షి వామ భాగము నుండి దక్షిణ భాగమునకు వచ్చి నడుచుచున్న బండి, గుఱ్ఱము ఇత్యాదులపై వాలినచో పుట్టబోవు కుమారుడు దేశ విదేశములయందు తిరుగును.

16) పక్షి ధూళిలో (దుమ్ములో) దొర్లి (స్నానం చేసి) ఎడమ నుండి దక్షిణ గమనములో వచ్చి శుభ ప్రదేశమునందున్నచో పుట్టబోవు కుమారుడు సన్యాస శ్రేష్ఠుడగును.

17) పోదకి ఫల పుష్ప పత్రములు లేని వృక్షము నెక్కి శబ్దించి, మరల అటువంటి వృక్షమునే మరొక దానిని ఆశ్రయించినచో పుత్రుడు నీచుడగును.

18) మృదువుగా శబ్దించి, దక్షిణ భాగముగా వచ్చి, మంచి ప్రదేశమైన నుండి, మరల వెళ్ళునపుడు వామగతిలో వెళ్ళినచో బాలుడు చిరంజీవి యగును.

19) మగ పక్షి తన కుడి రెక్కను చాపి, సుందరమైన ప్రదేశమునకు చేరి, శుభ చేష్టలు చేసినచో బాలుడు ఒక సమూహమునకు నాయకుడగును.

20) పైన చెప్పినట్లు (పుత్ర గుణములను చెప్పినట్లు) ఆడ పక్షి చేసినచో కుమార్తె కల్గును.

9.13 పోదకీరుతమున గమన ప్రకరణము

1) యాత్రలు చేయుచున్న వ్యక్తి ఇప్పుడు వస్తాడా? రాడా? అని ప్రశ్న వేసినచో ప్రత్యక్షదేవియగు పోదకి శబ్దించినచో తప్పక సిద్ధి కల్గును.

2) నేను యాత్ర చేస్తానా? చేయనా? అనే ప్రశ్న ద్వంద్వ సమయంలో శ్యామ వచ్చినను, కొమ్మపై నధిష్ఠించినను యాత్ర జరుగును. శ్యామ వామగతిలో వచ్చినచో యాత్రకు నిషేధము కల్గును.

3) దూర యాత్రలకెళ్ళినవారు ఎప్పుడు వచ్చెదరు? అను ప్రశ్న సమయంలో తార చలించెడి ప్రదేశాల నధిష్ఠించినచో శీఘ్రముగా వచ్చును. పైన చెప్పినట్లు తార ప్రవర్తించి వామగమనము చేసినచో రాకకు అంతరాయము కల్గును.

4) ప్రశ్న సమయమున పోదకి శబ్దము చేయుచు దక్షిణముగా వచ్చి నిలబడినచో యాత్రికుడు ధనము సంపాదించి వచ్చును. అట్లు గాక స్థిరముగా పోదకి యున్నచో పాంథుడు గమనాగమనాల్లో స్థిరత్వముగా నుండును.

5) మగపక్షి దక్షిణ భాగములో ఒక శుభప్రదేశములో తన భార్యను సంగమించినచో, దేశాంతరమందుగల పురుషుడు శీఘ్రముగా వచ్చి ఇంటి సుఖముల నొందును.

6) ప్రశ్నించు పురుషుని వామ భాగమున పక్షి శబ్దించి దక్షిణ భాగములో ఉన్న ఫలపుప్ప శోభితమగు వృక్షముల నధిష్ఠించినచో యాత్రకు వెళ్ళువాడు సంపూర్ణ ఫలములతో సగము దూరము వచ్చెనని తెలియవలెను.

7) విహంగము వామ భాగమున శబ్దించి దక్షిణ గమనములో వచ్చి, శుష్కించిన వృక్షము నధిష్ఠించినచో పరదేశగతుడయిన యాత్రికుడు రోగిష్ఠివాడై వచ్చును.

8) ఎడమ భాగమున నినదించి శుభ ప్రదేశమున పక్షి అదృశ్యమయినచో విదేశవాసి క్షేమముగా నుండును. అట్లుగాక దుష్ట ప్రదేశమున దృశ్యమైనచో దుఃఖితుడై యుండును.

9) దక్షిణ భాగమున శబ్దించి పక్షి ఎడమ భాగమొనకు వెడలినచో, ఆ దిక్కు ప్రదీప్త దిక్కయినచో బాటసారి మరణించి యుండవచ్చును.

10) ప్రశ్న సమయములో విహంగము స్వస్థానము వీడి యితరత్రా వెడలినచో బాటసారి ఆ గ్రామమున లేడని అర్థము. వేరే చోటునకు వెడలెనని తెలియవలెను. ఎక్కడ విహంగము చేరునో అక్కడ బాటసారి ఉండును. విహంగము మరల దక్షిణ భాగమునకు వచ్చి శబ్దము చేసినచో బాటసారి ఆపదలో గలడని అర్థము.

11) ప్రశ్న సమయమున తార దూరముగా వెడలినచో బాటసారి కూడ దూరదేశములకు వెడలును. వెడలునపుడు వచ్చునపుడు శకునము దక్షిణ భాగమైనచో ప్రశస్తము. నివృత్తి కాలమున వామగతి శకునము శుభము.

9.14 పాంథసమూహమాత చేష్టా ప్రకరణము

1) మధ్యేమార్గమున ప్రయాణము చేయుచున్న బాటసారుల సంతోషము కొరకు పోదకి యొక్క "భవిష్యత్తులో జరుగబోవు సంఘటనలను సూచించు చేష్టలు" ఈ క్రింది విధముగా నున్నవి.

2) బాటసారులు పూజాధికమును వదలి శకునములను చూచి బయలుదేరుట కలదు. అట్టి వారిని జాంఘికులందురు. వారిని గూర్చి ప్రస్తావించబడుచున్నది.

3) దుర్జనులను, నల్లత్రాచును ఆశ్రయించవచ్చును. సింహముఖమున (నోటిలో) తన శరీరాంగములను (తలను) దూర్చవచ్చును. చేతులతో సముద్రము నీదవచ్చును. కాని దుశ్శకునమును దాటరాదు.

4) వామధ్వని, పోదకి దక్షిణాంగచేష్ట, తారాగతి (పైకి ఎగురుట) శాంతదిక్కునాశ్రయించి యుండుట బాటసారికి శుభకరము. పై వాటికి వ్యతిరేకముగానున్నచో అరిష్టము.

5) ఏ బాటసారికి పోదకి తరచుగా చేష్టలను ప్రదర్శించునో అట్టి బాటసారి సమస్త ధనము నశించును. జీవితమునకు కూడ హాని కల్గును.

6) పోదకి మొదట అనులోమముగా ఉండి, పిదప బాటసారులకు ప్రతిలోమముగా వచ్చినచో, అభీష్ట ఫలప్రాప్తి వార్త వినబడును. అరిష్టములు దూరమగును.

7) పోదకి వామభాగమున ధ్వనించి దక్షిణముగా వచ్చినచో బాటసారి కోర్కెలు తీరును. దీనికి వ్యతిరేకమయినచో బాటసారి కోర్కెలు నాశనమగును.

8) వామ ప్రదేశమునగాని, అపసవ్య ప్రదేశమునగాని పక్షి జంట క్రీడలో మునిగియున్నచో నరులకు సిద్ధి కలుగును.

9) వామ, దక్షిణ భాగములందున్న పక్షి జంట తత్కాల శోభన ధ్వనిని చేసి తోరణముగా నున్నచో మానవుని కోరికలు తీరును.

10) ఉధృతముగా భగవతి వెడలుటకు సిద్ధమైనచో తన తల్లి వలన గూడ రక్షణ ఉండదని భావము. అదే దక్షిణ భాగమునకు వెడలుటకు సిద్ధమైనచో సింహము, సర్పము, ఏనుగు వంటి శత్రువుల వలన కూడ అభయము కల్గును.

11) బయలుదేరుటకు సిద్ధముగానున్న వారికి పోదకి తారయై ప్రశాంత దిక్కునకు వెడలినచో ప్రశస్తము. ఆ తార గొప్ప గుణములుగలదైనను దీప్త దిక్కునకు వెడలినచో లాభాలు తగ్గిపోవును. మరియు భయములు కూడ కల్గును.

12) భక్ష్యమును స్వీకరించి, ఎగురుచు ప్రదక్షిణముగా పాలు కారు చెట్టు పైకి చేరినచో గమన శీలునకు అధిక సంపదలు కల్గును.

13) పైన చెప్పిన విధముగనే తార ఎగురుచు పడిపోయిన, ఎండిన వృక్షముపైగాని, బూడిద రాశిపైగాని, కపాలము పైన గాని వ్రాలినచో ఫలములు నాశనమగును. ఇక వామగతిలో వెడలినచో ఫలితములుండవు.

14) పోదకి ఎక్కువ దూరముగా ప్రయాణించి అదృశ్యమయినచో గమనకర్తకు శుభములు కల్గును. అట్లు కాక తిరిగి వెనుకకు వచ్చినచో పరాజయము కల్గును.

15) పోదకి బాటసారిని చేరి, మరల వెనుకకు వచ్చి, వితార అయినచో శుభము. అట్లు కాక ఎడమ నుండి దక్షిణముగా వచ్చినచో సుఖములుండవు.

9.15 సత్యవతీ పరీక్షా ప్రకరణము

16) మానవులకు గృహస్థాశ్రమము ముఖ్యము. గృహస్థాశ్రమమునకు స్త్రీ మూలము. ఆ స్త్రీ సుశీలయైనచో గృహస్థాశ్రమము సఫలీకృతమగును. దుశ్శీలయైనచో ఆమె చేయు పాపములకు పురుషుడు నరకమునకు పోవును. అందుచేత సత్య సతీపరీక్ష చెప్పబడుచున్నది.

17) ఒక పత్రమందు ఆకృతిని లిఖించవలెను. ఆమె సుశీలా? దుశ్శీలా? అని అనుమానము వచ్చినచో ఆమె పేరును బొమ్మ యొక్క నుదుట వ్రాయవలెను. శాకునికుడు కూడ పత్రమును తీసుకొని తోరణ సన్నివేశములోగల విహంగముల దగ్గఅకొచ్చి పూజించి ఆ కన్య ఎటువంటిదని ప్రశ్నించవలెను.

18) ఆడ పక్షి వామభాగములో ఆహారమును ఇచ్చుట లేక గ్రహించుట లేక భోజనము చేయుట చేసి క్రీడించుచు మధుర ధ్వనులను చేసినచో కన్య సుశీలయని తెలియవలెను. కేవలము దక్షిణముగా వచ్చినచో నాకన్య నిర్బంధనముగా హాస్యోక్తులు పలుకును.

19) పాండవిక ఎడమవైపు శబ్దించి కుడిభాగమునకు వచ్చినచో ఆకన్య సుశీలయగును. దక్షిణముగా శబ్దించి వామగతిలో వచ్చినచో ఆకన్య దుశ్శీలయని తెలియవలెను.

20) దక్షిణ భాగమున పాండవిక జంట మిధున భావములో ఉన్నచో కన్య కులటయగును. వామమున సాధ్విగా గుర్తించవలెను.

21) పోదకి దక్షిణముగా నినదించి, ఎడమ భాగమునకు వచ్చి పురుష విహంగముతో సంభోగించినచో కన్య స్వజనులతో తిరుగును.

22) పక్షుల జంట శబ్దము చేయుచు ఎడమవైపుగా వచ్చి ముందు ముందుకు నడచుచు సంగమించినచో నరుడు అపవాదములనొందును. అతనితో యువతి కూడ అపవాదమొందును.

23 సౌమ్యముగా కూయుచు పక్షి జంట ఎడమ నుండి కుడి భాగమునకు వచ్చి, శాంత దిక్ప్రదేశము నాశ్రయించి సంగమించినచో కన్య మనస్సులో కూడ పర పరుషుని స్మరింపదు.

9.16 పోదకీరుతే వృష్టి (వర్ష) ప్రకరణము

1) ప్రాణములు అన్నముచే నిలబడును. నీటిచే అన్నము పుట్టును. నీరు మేఘములవలన వచ్చును. మేఘములు వర్షాకాలమున ఉండును. కావున మేఘముల విచారణ పోదకీరుతము ద్వారా ఈ క్రింది విధముగా నున్నది.

2) తోరణ భూవిభాగమును మూడు భాగములుగా చేయుట మొదటిది. రెండవది కూడ మూడు భాగములుగా చేయాలి. మూడవది నాలుగు భాగములుగా చేయవలెను. ఈ విధముగా తోరణ విభాగము రేఖలననుసరించి పది విధములుగా చేయవలెను.

3) ఆరుద్ర మొదలుకొని స్వాతివరకు గల పది నక్షత్రముల పేర్లపై పండితులు పదిరేఖా దళములందుంచవలెను. ఈ పది నక్షత్రలలోను ఏ నక్షత్రమందు సూర్యుడుండునో ఆ నక్షత్రమునందు వర్ష ప్రశ్న చేసినచో, ఏ నక్షత్ర భాగమున తార సంచరించునో ఆ నక్షత్రమున వర్షము కురియును.

4) ఏ నక్షత్ర భాగమునకు పోదకి, వామగతిలో వచ్చునో, ఆ నక్షత్రముపైకి రవి వచ్చినచో వర్షము కురియదు. ఈ రకముగా సమస్త వర్షము పండితులు మూడు దినములకొకసారి నిర్ణయింతురు.

5) శ్యామ దక్షిణ భాగమున ధ్వనించి, పైకిలేచు సన్నద్ధతతో నుండి నక్షత్ర ప్రాంతమునకు సమ్ముఖముగా దీప్త మార్గమున వచ్చినచో వర్ష ఋతువు జలరహితమై యుండును.

6) శ్యామ ఏ నక్షత్రము యొక్క దక్షిణ భాభాగమునకు వచ్చి, అచ్చటి నుండి శుష్కించిన వృక్షమునధిరోహించినచో, ఆ నక్షత్రమున రవి యున్నచో అధికమైన మేఘములు వచ్చును.

7) పోదకి ఎడమ భాగమున శబ్దించి, దక్షిణ భాగమున వచ్చి ఏ నక్షత్రమువైపు ఉన్న ఉన్నత వృక్షము నాశ్రయించునో ఆ నక్షత్ర సంఖ్యను బట్టి అన్ని దినములు వర్షించును.

8) ఎన్ని పక్షులు వామభాగమున ఆకాశమును చూచుచు నీటి కొరకు శబ్దించునపుడు శ్యామ దక్షిణ భాగమున శాంతదిక్కునాశ్రయించి ఉన్నచో పక్షుల సంఖ్యతో సమానమగు దినములు అధిక వర్షము భూమిపై కురిసి నావలపై తిరగవలసిన అవసరము కలుగవచ్చును.

9) పక్షులు ఆకాశమును చూచుచు నినదించినగాని, అధిక సంఖ్యలో పక్షులు గూళ్ళలో ప్రవేశించినగాని అధిక వర్షము వచ్చును.

10) తొలి భూమి భాగమున పొందవిక ప్రదక్షిణము చేసినచో వర్షము ముందు కురియును, రెండవ భాగమును ప్రదక్షిణము చేసినచో మధ్య భాగమున కురియును. మూడవ భాగమును ప్రదక్షిణము చేసినచో మూడవ భాగాంత ప్రదేశమున వర్షము కురియును.

11) ఖగము దీప్త స్వరముతో తారవలె వచ్చినచో వంధ్యాస్త్రీవలె నిష్ప్రయోజనమగును. వర్షాకాలము (సమయము)లో దృఢమైన నల్లని చిక్కని మేఘము కూడ వర్షించదు.

12) భూత్రితయము కంటె బయట దుర్గలు నీటి శబ్దములు చేయుచు ప్రదక్షిణము చేసినచో వర్షకాలానంతరము అధిక వర్షము కురియును. భూత్రితయమునకు ప్రదక్షిణము చేయు స్థలమునకు దూరము తగ్గినచో అల్ప వర్షము కురియును.

13) తిరిగి వచ్చునపుడు పోదకి వామమార్గమున వచ్చినచో వర్షాకాలమందు మంచి వర్షము కురియును. ప్రదక్షిణముగా వచ్చినచో వర్షములకు విఘ్నములు కల్గును.

14) పోదకి మూడు భూభాగములందు నినదించి, వితారమై ఎడమ భాగమున వచ్చి, తిరిగి వచ్చునపుడు తారయైనచో సూర్యకిరణముల వేడిమికి అధిక తాపములు, దాహార్తి కల్గును.

15) విహంగము మూత్రమును విడిచిగాని, వాంతి చేసుకుని గాని ప్రదక్షిణముగా వచ్చినచో అధికముగా వర్షము కురియును. మూత్రవమనములను చేయుచు విహంగము పైకి లేచినచో మేఘములు స్వల్ప వర్షమునిచ్చును.

16) వర్షకాలమున శ్యామ మంచి ప్రదేశమున మూత్రవమనములలో ఏదో ఒకటి చేసుకొన్నచో గొప్ప వర్షము వచ్చును. ఎండిన చెట్టుపై జరిపినచో స్వల్ప వృష్టిని కురియును. రాళ్ళపై చేసినచో వడగళ్ళ వానవచ్చును.

17) నల్లని పక్షి మలవిసర్జనచేసి, తారగా దక్షిణ భాగమున వచ్చినచో వర్షనాశనము జరుగును. అట్లుగాక ఎడమ భాగమున వచ్చినచో గొప్ప మేఘములకు కూడ ప్రతిబంధకమేర్పడును.

18) భూమిపై వారాహి తన స్థానమున సమ సంతానమును కనినచో సూర్య తాపముచే భూమి తపించును.

19) ఏ గృహ ద్వార ప్రాంత ప్రదేశములందు పక్షులు గూడులు నిర్మించుకానునో, వర్షము వచ్చినప్పుడా ఇళ్ళు శూన్యమగుట గాని, గోడలు పగులుట గాని జరుగును.

20) గోతి యందుగాని, నది తీరమునందలి గట్టుపై గాని, వారాహి బేసి సంఖ్యలో పిల్లలను ప్రసవించినచో, ఆకూనలు లేచి అటునిటు తిరుగువరకు వర్షము కురియదు.

21) ప్రాసాదములు, పర్వతములు, చెట్ల తొఱ్ఱలు లేక ఇతర మంచి ప్రదేశములందు గూళ్ళు కట్టుకొని విషమ సంఖ్యలో కూనలను ప్రసవించినచో అధిక వర్షము కురియును.

9.17 ధాన్య నిష్పత్తి ప్రకరణము

1) బ్రహ్మపుత్రియైన పోడకీ శబ్దమునుబట్టి, పూర్వపు మునులు చెప్పిన ధాన్య విషయములు చెప్పబడుచున్నవి. వివిధ రకములగు ధాన్యములలో పోడకీ శకునము వేనికి మేలు చేయునో చెప్పశక్యమగును.

2) కొంతమంది విద్యాంసులు, మునులు పదునెనిమిది రకముల ధాన్యములను చెప్పితిరి. అవి 1. చపల 2. హరిమంథక 3. తురి 4. మసూరి 5. కులుత్థ 6. గోధామ 7. బల్ల 8. శాలి 9. జవ 10. కోద్రవ 11. రాల 12. తిల 13. ముద్గ 14. మాష 15. అతసి 16. త్రిపుటక 17. మకుట 18. కంగు అని 18 రకముల ధాన్యములు, క్వాచిత్కముగా కొందరు ఇరువది నాలుగు రకముల ధాన్యములను చెప్పిరి. ఇంకను అడవులలో పండెడి అనేక ధాన్యములు గలవు. వీనిలో మానవులకుపయోగించు వానిని శాకునికునిచే మూడు భూములందు చిహ్నతములను చేయవలెను.

3) భూభాగములందు క్రమపద్ధతిలో పిడికెడు, పిడికెడు చొప్పున ఆయా ధాన్యములనుంచవలెను. తార ఏ భూభాగమునకు వచ్చునో అక్కడపోసిన ధాన్యములు బాగుగా పండును.

4) మూడు భూములందు ఒకే ధాన్యమును పోయగా విహంగము దక్షిణముగా వచ్చి తొలి భూమిపై నున్నచో, అచ్చట ధాన్యము బాగా పండును. అక్కడ నుండి తారగా రెండవ భూమిపైకి వచ్చినచో ధాన్యము మధ్యమముగా పండును. మూడవ భూమి పై కొచ్చినచో మూడవ రకముగా నుండును.

5) శుభ స్వరముతో వారాహి (పోదకి) బూడిద వృక్షమును గాని, దగ్ధ వృక్షమునుగాని ఎక్కినచో పండిన ధాన్యము దగ్ధమగును.

6) పోదకి విరుద్ధ భావములతో తారగా దీప్త దిక్కునకు వెడలినచో రాజులచేగాని, చోరులచేగాని ధాన్యవృద్ధి నాశనమగును.

7) పోదకి దక్షిణ దిశగానున్నను, పురుగులచే తినివేయబడిన లేక ఫలములు లేని కొమ్మన్నాశ్రయించినచో మిడతలు, ఎలుకలు, చిలుకలు మొదలగునవి ధాన్యమును తినివేయును.

8) దక్షిణ భాగమున ధ్వనించి వామ భాగమునకు వచ్చి కర్మవిపాకముచే దీప్తదిశన్నాశ్రయించినచో ధాన్యము పక్వస్థితికిరాదు.

9) శ్యామ దక్షిణ భాగమున పరిపూర్ణ తారగానున్నచో ధాన్యము పరిపూర్ణముగా నుండును. అర్ధతారైనచో, అర్ధోత్పత్తియగును, పరిపూర్ణముగా వామభాగమున నున్నచో ధాన్యము పూర్తిగా నాశనమగును. అర్ధవామమయినచో సగము నాశనమగును.

10) మూడు భూములందు సౌమ్య ధ్వనితో తార తిరిగి ప్రశాంత దిక్కునకేగినచో, తిరిగి వచ్చునపుడు ధ్వతి నొందిన అధిక ఫలితము కల్గును.

11) పోదకి మూడు భూములందు ఉద్ధృతముగా నుండి నివృత్తి కాలమున దక్షిణ భాగముగా వచ్చినచో యోగ్యులకు సిద్ధించును. అధికముగా ఈ ధాన్యము పరులకొరకగును.

9.18 సమర్ఘ, మహార్ఘ (వస్తువుల ధరల హెచ్చు తగ్గులు) ప్రకరణము

1) అంగడిలోని సరుకులు స్వల్ప ధరలు కలిగి యుండునా? అధిక ధరలతో నుండునా? అనునది దేని వలన తెలియునో చెప్పబడుచున్నది.

2) అంగడిలో ఏ వస్తు ధరలు మాట్లాడుచుందురో, అప్పుడు శ్యామ దీప్త స్థానమును వదలి ప్రదక్షిణముగా వచ్చి చెట్టు చివరి భాగమునధిరోహించినచో ఆ వస్తువు అధిక ధరలతో నుండి వర్తకుల అభీష్టము దీర్చును.

3) శకునైకదేవి వామముగా, (అదక్షిణముగా) నున్నచో సంత వస్తువులకు సమాన ధరలుండును. దేవి ప్రదీప్త దిక్కులోనున్నచో సరియగు ధరలుండవు. సరుకు బాగుగా దొరకును.

4) దక్షిణావర్తముగా వచ్చు పక్షుల ధ్వనులనుబట్టి, అన్ని గుణముల ధర వస్తువులపై నుండును. వామావర్తముగా వచ్చు పక్షులగణననుబట్టి అంతటి సంఖ్యలో ధరలు పడిపోవును.

5) పోడకి మలమూత్ర విసర్జనలు చేయుట, భయంకరముగానరచుట, శరీరమును కంపింపచేయుట, తన తోకను పెల్లగించుట చేసినచో దుర్లభమైన ధాన్యములు సమాన ధరలతో నుండును.

6) భూమిని మూడు భాగములుగా విభజించి, వాని యందు పణ్య వస్తువుల నుంచినచో పోడకి వామముగా ఏ పణ్య వస్తువుల దగ్గఱకు వచ్చునో వానికధిక ధరల నష్టము జరుగును. తారగా దక్షిణమునకు వచ్చినచో ఆ ధాన్య వస్తువులకు అధిక ధరలు లభించును.

7) పోడకి ఎడమ భాగమున ధ్వనించి, కుడిభాగమునకు వచ్చి శాంతదిక్కులో నున్నచో పురుషులు కోరుకొను పదార్థములను వారు క్రయము చేయగల్గుదురు.

9.19 జీవిత–మరణ ప్రకరణము

1) సాధారణముగా మానవులకు నూట ఇరువది సంవత్సరముల ఆయుర్దాయముండును. ఈ ఆయువును మూడు భాగములు చేసి 40, 82, 120 గా విభజించి మూడు భూములలో ఉంచవలెను. ఏ భాగమున తార దక్షిణముగా నిలుచునో అంతటి ఆయుర్దాయమును గ్రహించవలెను. అది దీప్త దిక్కయినచో జీవితము దుఃఖ ప్రదమగును. తార తానున్న భూమి నుండి మిగిలిన అన్ని భూములకు వెళ్ళినచో ఆయా సంవత్సరములలో మరణము చెప్పవలెను.

2) రోగము, శస్త్రము, దెబ్బలు వీనిచే పీడింపబడు మానవులు జీవించుట, మరణించుట పాండవికల వలన తెలియును.

3) ఈ ప్రాణి జీవించెనా? అను ప్రశ్నలో పోడకి దక్షిణముగానున్నచో ఆ ప్రాణి చిరకాలము జీవించును. ఈ ప్రాణి మరణించెనా? అను ప్రశ్నలో పోడకి ఉద్ధృతముగా (ఎగురుటకు సిద్ధముగా) నున్నచో ఆ ప్రాణి చిరకాలము జీవించును.

4) తోరణ సంవేశములో తార వామమున నుండి నివృత్తి కాలమున అట్లే తారయైనచో జీవి నిశ్చయముగా మరణించును. ఆ తారయే దక్షిణమున నివృత్తియైనచో జీవించును.

5) పోడకి యొక్క వామ చేష్టలు, వామ గమనము, దీప్త స్థాన స్థితి, దక్షిణమున శబ్దించుట, వక్షము నుండి దిగుట, మలమూత్ర విసర్జనలు వియోగమును కల్గించును.

6) మస్తక, దేహకంపనాశము, త్రాసము కలిగి అధోముఖముగా నున్నచో, పైన చెప్పిన చేష్టలున్నను మరణ బాధలన్నియు తగ్గి దీర్ఘకాలము జీవించును.

7) స్త్రీలకు తార దక్షిణంగానున్నచో, వ్యాధి నాశనము కల్గును. వామమైనచో మృత్యువుగాని, రోగ వృద్ధి గాని యగును. శాంత ప్రశ్నయైనచో శాంతుల ద్వారా ఉపశమనము కల్గును. దీప్త ప్రశ్నయైనచో దీప్త శకునముల ద్వారా శుభములు చేకూరును.

8) ఈ ఔషధము రోగమును నశింపజేయునా అను ప్రశ్నలో, ఆ సమయమున శ్యామ ప్రతిలోమ గమన మందున్నచో రోగి యొక్క రోగము శీఘ్రముగా తగ్గును. దీనికి వ్యతిరేకముగా ప్రశ్నించినపుడు శ్యామ అనులోమగమనములో నుండుట శుభము. అట్లు కానిచో అశుభములు కల్గును.

9.20 శుభావి (సుఖ) ప్రకరణము

ఈ ప్రకరణమున శకుని రుతములను (సౌఖ్యములను కలిగించు పక్షిధ్వనులు) చెప్పబడుచున్నవి. ఈ ప్రకరణమందలి శ్లోకములు ద్విపథిక ఛందములు కలిగియున్నవి.

1) ఈ వస్తువు నాకు సుఖమును కలిగించునా? అను ప్రశ్నయందు శకుని దక్షిణముగా నిలిచినచో సుఖములు కల్గును. ఈ వస్తువుతో నాదుఃఖములు తీరునా? అను ప్రశ్నలో, శకుని దక్షిణముగా నున్నచో కూడ దుఃఖములు నశించును.

2) ఇప్పుడు శీఘ్రముగా నా క్లేశములు నశించునా అను ప్రశ్నలో దక్షిణముగా పక్షి ముందుకు నడచినచో సుఖములు కల్గును. వామములో నడచినచో శుభము కాదు. అట్లే ఇప్పుడు కూడా నాకు దుఃఖములు కల్గునా అని ప్రశ్నించినపుడు పోదకి వితారగానున్నచో శుభము. తారగా ఎగురుచున్నచో దుఃఖము కల్గును.

3) శీఘ్రముగా నాకు లాభము కల్గునా? అను ప్రశ్నలో దక్షిణముగా పోదకి తారైనచో లాభము. వామమున లాభముకాదు. ఈ కార్యములో లాభము కలుగుతుందా? అను ప్రశ్నలో వామముగా నున్నచో లాభము. దక్షిణముగానున్నచో నష్టము కల్గును.

4) వామభాగమున శబ్దించి తన నిజపురుషపక్షితో కలిసి దక్షిణముగా నున్నచో, పురుషులు తమ ఇష్టజనులతో కలిసి యుందురు. దీనికి విపరీతమైనచో ఇష్ట జనులతో వియోగము కల్గును.

5) వర్తక విషయ ప్రశ్నలో శ్యామ దక్షిణభాగమున తారయైనచో అధిక లాభములు కల్గును. వామతారయైనచో లాభము కలుగదు. సేవ అనగా ఉద్యోగ విషయమున గూడ ఇట్లే దక్షిణ తారయైనచో ద్రవ్యము లభించును. వామతారైనచో జీతమైలేని కొలువుగా నుండును.

6) ఎడమ భాగమున శబ్దించి సుందర చేష్టలు చేయుచున్నచో ఇష్ట సిద్దులు కల్గును. దుశ్చేష్టలు, దక్షిణ ధ్వనులు తారచేసినచో సమస్త కోరికలు నశించును.

7) శ్యామ జంట పరస్పరము ప్రదక్షిణ క్రమములో నున్నచో స్వామి, సహాయకులకు ఆనుకూల్యముండును. స్వామి, సహాయకులకు మనస్సులో భేదమున్నచో శ్యామ తార యగును. మరల విత్తార యైనచో భేదము తొలగి పోవును.

8) శత్రువుల రాకనుగూర్చిన ప్రశ్న సమయమున శ్యామ ప్రదక్షిణముగా రాకపోకలు చేయుచున్నచో భయంకర శత్రుసేన వచ్చుచున్నదని చెప్పవలెను. శ్యామఉద్ధృతమైనచో అనగా పైకి ఎగురుటకు సిద్ధమైనచో శత్రువులు వచ్చుట లేదని అర్థము. అందముగా శబ్దించుచు దక్షిణముగా నున్నచో ఏదో వార్త వచ్చును కాని శత్రువులు రారు.

9) శత్రుతిరోగమన ప్రశ్నలో శ్యామ తోరణ సన్నివేశమున తారయై, పిదప తిరిగివామగతిలో వచ్చి, మరల తారగా మారినచో శత్రువులు కొద్ది దూరము వచ్చి వెనుదిరిగి పోవుదురు.

10) శత్రుభయ ప్రశ్నయందు శ్యామ విరుద్ధ చేష్టలను చేయుట, విరుద్ధ స్థలములలో నుండుట, విరుద్ధ శబ్దమును (శామశబ్దము) చేసినచో శత్రునాశము కల్గును.

11) అపసవ్యముగా నినదించి, సవ్యముగా వెళ్ళి ప్రదీప్త దిశనాశ్రయించినచో తస్కరుల కపకారము జరుగును.
గ్రామ ఘాతములు (గ్రామములు దెబ్బతినుట), ఉద్యమములు, గోశాలాది కార్యములలో శ్యామ సమీపమందున్నచో చోరులకు సిద్ధి కలుగును. దూరముగానున్నచో కర్తకు సిద్ధికలుగును.

12) శ్యామ దక్షిణభాగమున శబ్దించి వామముగా నుండి తారగా మారినచో దొంగలచే అపహరింపబడిన గోవులు తిరిగి వచ్చును.
తత్కాలములో అపహరింపబడిన గోవులు శ్యామపై వాక్య చేష్టలతో క్షేమలాభములతో తిరిగి వచ్చును. కొంతకాలము క్రిందట దొంగిలింపబడిన గోవులు శ్యామ బయలుదేరుటకు సిద్ధముగా నున్నట్లు శకునమైనచో క్షేమముగా తిరిగి వచ్చును.

13) పోదకి ఎంతకాలము వామభాగమున నినదించునో అంత కాలము చోరులు బలవంతులగుదురు. దక్షిణమున శబ్దించినంతకాలము దొంగలు బలహీనులుగా నుందురు.

14) అరణ్యములో దారితప్పిన మానవుడు ఏదైనా శ్యామనుచూచి అది వెళ్ళునట్టి మార్గమున వెంబడించి వెళ్ళినచో సరియగు మార్గమునకు చేరును.

15) ఇతడు నిశ్చయముగా దొంగా? లేక సాధువా? అను ప్రశ్నలో బ్రహ్మపుత్రి శబ్దము చేయుచు దక్షిణభాగమునకు వెడలినచో ఆతడు సత్పురుషుడని తెలియవలెను.

దొంగగా పట్టుబడిన వాని నిజాయతీ ప్రశ్నలో శ్యామ శబ్దము చేయుచు వామగతి నాశ్రయించినచో పట్టుబడినవాడు దొంగేయని తెలియవలెను. అన్యప్రశ్నలో శ్యామ వామ భాగముగా రాకపోకలు చేసినచో దొంగ అసత్యములు పలుకుచున్నట్లు భావించవలెను. అప్పుడే శ్యామతారగా పైకెగిరినచో వానికి మరణదండన కల్గని చెప్పవలెను.

16) వేటకు వెదలిన రాజునకు ఏ మృగములు కనబడకపోయినచో అప్పుడు శ్యామ తారగాయైన యెదల సమీపమందే మృగము కలదని గుర్తు. శ్యామతారగా కాకుండా వామభాగమునకు నడచినచో రాజుగారి బాణము లేవియు భూమిపై పడవు. అనగా వేట జరగదని భావము.

17) పాండవిక ఎడమభాగమున శబ్దించి దక్షిణముగా వచ్చినచో నూతనముగా ప్రవేశించువారలకు "వధ, బంధనము, శోకము, రోగము, బాధలు, ధననాశము మొదలగునవి కల్గును."

18) శోభనచేష్టలు చేయుచు పాండవిక దక్షిణభాగమున శబ్దించి వామభాగముగా వచ్చినచో గ్రామ, పుర, స్వగృహములలో ప్రవేశించువారలకు శుభములు జరిగి నర్తింతురు.

19) శ్యామ మొదటిగా ఉధృతియై యుండగా ప్రవేశము శుభము. రెండవసారి ఉధృతి అయినచో ధనమును కలిగించును. మూడవసారైనచో తన శుభకర్మ పరిపాకముచే రాజగును.

20) శ్యామ నివాసము కొరకు దక్షిణభాగమున ప్రయాణించి శాంత దిక్కు నాశ్రయించినచో యోగక్షేమములను కాంక్షించు పురుషుడు శీఘ్రముగా ఈశ్వరు నాశ్రయించవలెను. స్మరించవలెను.

21) శ్యామ అనులోమముగా శకునమైనచో విద్య, తటాక, ఆలయ, ధాతువాద, వివాద, వశీకరణ, అంజన, వాద, ప్రస్థాన, నిక్షేప, నిధాన, మంత్ర, జూదాది విద్యలను సాధన చేయవచ్చును. ఫలించును.

22) అన్వయ ముఖముగాగాని, వ్యతిరేకముఖముగా గాని ప్రశ్న వేయవచ్చును. కాని ఏకకాలములో అన్వయ, వ్యతిరేక ప్రశ్న వేయరాదు. ప్రశ్న నిశ్చయము చేసుకొన్న వాడు శకున ఫలములనొందును. అడగనివారు ప్రశ్న ఫలముల నొందరు.

23) వైరాగ్యము, కష్టాదులు వీనికి భూత, భవిష్య, వర్తమానముల బోధ ఉండదు. యాదృచ్చికములగు భోగ, భాగ్యములను నరుడనుభవించుటలో త్రికాలబోధ ఉండును.

24) అతీంద్రియులు (దివ్యనేత్రులు) సర్వశకునములను బాగుగా నూహించి, వాని శుభఫలితములను, దుష్ట ఫలితములను నిశ్చయించెదరు. వారు భూమిపై బంగారు పుష్పములను పూయింతురు.

10.0 దిక్చ్రకరణము

ఇంటి యందు గాని బయటగాని ఉండెడి పురుషులకు వరాహి దిక్కు, కాలము, ప్రశాంతము, దీప్తము అను ప్రమాణముల ద్వారా ఫలితములను తెలియజేయును.

1) కృష్ణికయొక్క చిలిచిలి, శూలిశూలి, చికుచిక, కూచికూచి శబ్దములు శాంతములు. చిరిచిరి, చీకు, చీకు, చీచీ, చిలికుశబ్దములు దీప్తములు.

2) కీలి కీలి, కీతు కీతు స్వరములు దీప్త దిక్సంయోగముచే ప్రదీప్తములగును. శాంతసంయోగముచే శాంతములగును.

   దుర్గ తూర్పు దిక్కున తొలి యామములో శాంతమైనదగుచు, భయమును మాత్రమే కలిగించును. దీప్త దిక్కునైనచో మరణమును కల్గించనని పూర్వపండితుల ఉవాచ.

3) దుర్గ శాంతమైన తూర్పు దిక్కున రెండవ ఝాములో లాభమును కలిగించును. దీప్త శబ్దము చేసినచో తమతమ స్వకార్యములు నెరవేరును.

4) దుర్గ మూడవ ప్రహరలో తూర్పుదిక్కున శాంతయైనచో సర్వార్థములు సిద్ధించును. అక్కడ దీప్త స్వరముగలదైన యెడల అధమ ఫలితముల నిచ్చును.

5) నాల్గవ ఝామున దుర్గశాంతయై తూర్పు దిక్కు నాశ్రయించినచో దొంగభయ ముండదు. అప్పుడు దీప్త స్వరము కల్గియున్నచో దొంగల వలన భయము కల్గును.

6) మొదటి యామంలో ఆగ్నేయ దిక్కున దుర్గశాంతయైనచో కొద్దిపాటి అగ్నిప్రమాదము సంభవించును. అక్కడే దుర్గదీప్త స్వరముతో నినదించినచో ఆ పురమంతయు శత్రువుల వలన కాలిపోవును.

7) రెండవ యామమున ఆగ్నేయ దిక్కు నాశ్రయించిన దుర్గ శాంతముగా నున్నచో అగ్నినాశనము కలుగును. దీప్త స్వరముతో శబ్దించిన యెడల మృత్యువును కలుగజేయును.

8) మూడవ ఝాములో దుర్గ ఆగ్నేయమున శాంతమైనచో ధనవంతులైన బంధువులు వచ్చెదరు. దీప్త శబ్దములు చేసినచో మిత్రుడు యాచకునిగా వచ్చును.

9) నాల్గవ ప్రహరలో పాండవిక ఆగ్నేయమున శాంతమైనచో మిత్రుల రాకలు కల్గును. దుర్గ ప్రదీప్తయైనచో జనులకు రోగబాధలుందును.

10) దక్షిణ దిక్కున పాండవికతొలి ఝాములో శాంతయైనచో మానవులకు లాభము కల్గును. ప్రదీప్తయైనచో నిశ్చయముగా గోగృహమునకు శుభము కల్గును.

11) రెండవ ఝూమున దక్షిణ దిశలో శాంతయైనచో రోగమును సూచించును. ప్రదీప్తమయినచో మరణము గాని ధననాశనమును గాని సూచించును.

12) తృతీయ యామములో పోదకి (దుర్గ) శాంతయైనచో రాజభవన సుఖములు లభించును. ప్రదీప్త స్వరయైనచో రాజు యాచకుడగును.

13) చతుర్థ ప్రహరలో దుర్గ దక్షిణమున శాంతయైనచో బంగారము, రత్నముల నిచ్చును. దీప్త స్వరయైనచో స్వజనులలో కలతలు వచ్చును.

14) నైఋతి దిశలో దుర్గ ప్రథమ ప్రహరలో శాంతస్వరములు చేసినచో బాటసారులు పీడింపబడుదురు. దీప్తస్వరములు చేసినచో మృత్యువు నొందెదరు.

15) రెండవ ఝూమున నైఋతి దిక్కు నాశ్రయించిన దుర్గ శాంత స్వరయుక్త యైనచో దొంగలకు నష్టము, భయము కల్గును. దీప్తయైనచో హానిని కలిగించును.

16) మూడవఝూమములో దుర్గ నైఋతి దిశలో శాంత స్వరయుక్త యైనచో రోగభయము కల్గును. సుస్వరముతో దీప్తయైనచో చిరకాల రోగమును తెలియజేయును.

17) నాల్గవ ఝూమున దుర్గనైఋతి దిశలో శాంతస్వరములు చేసినచో పూర్వము వదలి వేయబడిన వారితో సంగమము కల్గును. దీప్తముగా శబ్దించినచో చెడ్డవార్తలను వింటారు.

18) దుర్గ ప్రథమయామమున పశ్చిమముగా శాంత స్వరముతో నున్నచో జలాగమనము (వర్షము)ను సూచించును. దీప్త స్వరముతోనున్నచో వచ్చే వర్షము కూడ ఆగిపోవును.

19) రెండవ ఝూమములో పశ్చిమదిశలో శాంతస్వరపోదకి మధుర స్వరములను చేసినచో అర్థలాభము కల్గును. అట్లుకాక ప్రదీప్త ధూమిత స్వరములతో నున్నచో స్వల్పలాభము కల్గును.

20) మూడవ ఝూమములో పశ్చిమ దిక్కున వరాహి శాంతయైనచో భూమినాయుధాగారము చేయును. ప్రదీప్త ధ్వనులు చేసినచో మరణము కలిగించును.

21) పడమర దుర్గ నాల్గవ ఝూమున ప్రశాంతయైనచో మంగళకరము. అశుభధ్వనులు చేసినచో ఇంటికి నాశనము కల్గును.

22) మొదటి ప్రహరలో వాయువ్యమందు శాంతమధుర స్వరముతో పొందవికయున్నచో పురుషులరాక పోకలుండును. దీప్తస్వరముతో నున్నచో అతనికి మృతవార్తలు తెలియును.

23) ద్వితీయ ప్రహరయందు వాయవ్యములో శాంత స్వరముతో దుర్గయున్నచో స్త్రీతో సమాగమము జరుగును. దీప్త స్వరయైనచో స్త్రీతో కలహము కల్గును.

24) తృతీయ యామమున వాయవ్య కోణమున పోదకి శాంతయైనచో కన్యకు రోగమును కలుగజేయును. ప్రదీప్త స్వరములు చేసినచో కన్యకు మరణము కల్గును.

25) నాల్గవఝామమున వాయవ్యములో దుర్గ శాంత స్వరములు చేసినచో స్త్రీలు పరపురుషులను ప్రార్థింతురు. ప్రదీప్త స్వరము చేసినచో స్త్రీకి పరపురుష సంగమము లభించును.

26) ఉత్తరదిశయందు ప్రభాతంలో కుమారి మధురాలాపములు చేసినచో శుభములు చేకూరును. దీప్త స్వరమైనచో ధననాశనము కల్గును.

27) దుర్గ ఉత్తరమున రెండవ ఝామములో శాంత స్వరములు చేసినచో వస్త్రలాభము, రౌద్ర స్వరములచే వస్త్ర నాశము జర్గును.

28) ఉత్తరమున తృతీయయామమున కుమారి శాంతయైనచో ప్రధాన లాభములు గల్గును. దీప్త స్వరములు చేసినచో ధననాశనమగును.

29) నాల్గవ ఝామమున ఉత్తరదిశలో దుర్గ సౌమ్య స్వరములు చేసినచో సర్పభయము కల్గును. దీప్త స్వరమైనచో విష మరణము కల్గును.

30) ప్రథమ యామములో ఈశాన్య దిక్కున దుర్గ శాంత స్వరము చేసినచో భయవార్తలు విందురు. దీప్తముగా ధ్వనించినచో శత్రుసమూహము చుట్టుముట్టెదరు.

31) ద్వితీయ ప్రహరలో ఈశాన్య దిక్కున శకునదేవి శాంతయైనచో కన్యాలాభము చెప్పవలెను. ప్రదీప్తమైనచో కలహము, ఆవేశములు కల్గును.

32) మూడవఝామమున దుర్గ ఈశాన్యములో శాంతయైనచో కన్యా లాభము కల్గును. దీప్తయైనచో కన్యకు క్లేశములు వచ్చును.

33) చతుర్థ ప్రహరలో ఈశాన్యదిక్కున పోదకి సౌమ్యముగా నినదించినచో రోగభయము కల్గును. దీప్తయైనచో మహావ్యాధులను సూచించును.

34) ప్రథమ యామమున దుర్గ ఆకాశమున సంచరించుచు మధుర స్వరములు చేసినచో జనులకు లాభములు కల్గును. దీప్తస్వరములు చేసినచో గృహ యజమానికి రోగము కలుగును.

35) పోదకి ఆకాశమున రెండవ ప్రహరమున శాంతముగా నినదించినచో ధనలాభము, ప్రదీప్తముగా నినదించినచో ధననాశనము కల్గును.

36) పోదకి అంతరిక్షమున మూడవఝామములో శాంతయైనచో లాభమ్ము, దీప్తయైనచో ధననాశము కల్గును.

37) పోదకి నాల్గవ ఝామములో ఆకాశమున శాంతముగా శబ్దించినచో దొంగల వలన భయము కల్గును. దీప్త స్వరములు చేసినచో రాజభయము కల్గును.

11.0 పక్షుల శకునములు

1) రెండుకాళ్ళు కలిగిన పక్షుల శకునములు చెప్పబడుచున్నవి. మానవులు ఈ శకునములను తెలుసుకొన్నచో కార్యములందు సందేహములు లేని మనస్సులు గలవారగుదురు.

2) ఓ పక్షులారా! మీరు గరుత్మంతుని వంశములో పుట్టినవారు. రెక్కలే రథములుగా గలిగి దివ్యప్రభావములతో హృదయేంగితములను తెలిసినవారు. అందుచే మీకు నమస్కారము చేయుచున్నాను. నా యందు దయను చూపించుడు అని వసంతరాజ ప్రార్థిస్తున్నాడు.

3) ఏ పురుషుడు శ్రద్ధాభక్తులతో పక్షులను పుష్పములతో పూజించునో, వానికి సంతృప్తి చెందిన పక్షులు సత్యశకునములను చూపును.

4) సమస్త కష్టములందు హంస దర్శనముచేగాని, హంసశబ్దమును వినుటచేగాని కష్టములు తొలగి సమస్త కోరికలు తీరును. హంస నామములను విన్నచో పాపములన్నియు పోవును.

5) హంస యొక్క తొలి శబ్దము విన్నచో మానవులకు చోరదర్శనము, ద్వితీయ శబ్దము విననచో నిధిప్రాప్తి, తృతీయ నినాదము విన్నచో భయము, నాల్గవ శబ్దము విననచో రాజానుగ్రహము కల్గును.

11.1 బకము (కొంగ)

ఎడమకాలిపై మాత్రమే కొంగ నిలబడి యున్నచో ధనవృద్ధి, ద్వితీయ భార్యాప్రాప్తి కల్గును. లేక కొంగ మాటి మాటికి భూమిని (మార్గమును) గాని, బాటసారులనుగాని చూచుచున్నచో సమస్త విఘ్నములను పోగొట్టును.

బకము నాల్గుదిక్కులను భయముతో చూచుచున్న ఎడల దొంగల వలన భయములు కలుగును. అట్లుకాక కొంగ నిర్భయముగా తన శరీరమును ప్రదర్శించుచున్నచో మూడు దినములలోగా స్త్రీ, ధనలాభములు కల్గును.

11.2 చక్రవాకము

అన్ని స్థానములందు చక్రవాకమిథునము యొక్క చూపులు, ధ్వనులు సమస్త సిద్ధులను కలుగజేయును. అవి దుఃఖించినను, దుఃఖచేష్టలు చేసినను, ఆర్తనాదములు చేసినను ఆపదలు కల్గను.

11.3 సారసము (బెగ్గురు పక్షి)

బెగ్గురుపక్షుల ఇంట అన్ని దిక్కులను చూచుచున్నచో అభీష్టములు నెరవేరును. వెనుకభాగము నుండి వినిపించిన సారసధ్వనులను విని ముందునకు వెళ్ళరాదు. ఎందువలననగా తమ ఇంటియందే తమ అభీష్టములు తీరునుగాన వెళ్ళనక్కరలేదు

ఎడమభాగముననందు సారసద్వంద్వము శబ్దించినచో స్త్రీ ధనలాభములు కల్గను. ముందు భాగమున శబ్దించినచో రాజునకు ధనలాభము కల్గను. పార్శ్వభాగములందు నినదించినచో కన్యాలాభము కల్గను.

సారసయుగళము ఏకకాలములో నినదించినచో కొద్దికాలములో ధనలాభము కల్గను. క్రౌంచ మిథనమునకు కూడా ఇట్లే చెప్పవలెను. సారసములు యుద్ధపాతావరణములో కనిపిస్తే అక్కడ యుద్ధము జరుగునని తెలియవలెను. దేనినుద్దేశించి సారసము వెడలునో అది సిద్ధించును. అట్లే ఒంటరిగా కన్పించినచో, వియోగము కల్గను.

11.4 ఢేకము (ఒక పక్షి విశేషము)

ఢేకపక్షి వామగతిలోనున్నచో కార్యహాని కల్గును. ముందు, కుడి భాగము, వెనుకలలో నున్నచో మణము సంభవించును. యుద్ధము చేయుచున్నపుడు ఆకాశమునననున్నచో, ధ్వనించినచో శత్రువులను జయించెదరు.

11.5 టిట్టిభము (లకుముకిపిట్ట)

మార్గమునందు టిట్టిభపక్షి యొక్క వామశబ్దము హితవును కలిగించును. అట్లే పైభాగమందుండి (ఆకాశము) నినదించినను శుభమే. ఇది రెండు విధములుగా కూయును. 1 టిటి – ఈధ్వని శాంతము 2. టిటిటి ఈ ధ్వనిదీప్తముగా తెలియవలెను.

11.6 కారండవాదులు (ఒకానొకపక్షి విశేషము)

కారండవమనగా బాతుజాతికి చెందినపక్షి. కొందరు కొంగజాతిపక్షిగా కూడా అందురు. ఇవియు మరియు నీటికాకులు, జలోద్భవముల యొక్క శబ్దములు— వీనిచే బహుదుఃఖములు కల్గును. ఇతర జలపక్షుల రవములు, చూపులు మంచివి.

11.7 శుకములు (చిలుకలు)

ప్రయాణమందు వామభాగమున రామచిలుక శబ్దములు శుభకరములు. ప్రవేశములందు దక్షిణ (కుడివైపు) శబ్దములు ప్రశస్తములు. ఏవి మనుష్య భాషలో మాట్లాడునో అవి రాజశుకములు. వనములలో సంచరించెడి శుకములను కాష్ఠశుకములందురు. అవి సమ్ముఖమునకు వచ్చినచో శుభము.

ఎదురుగా శబ్దములు చేయుచున్నచో వధ లేక బంధనములు కల్గును. మఱియు అనేక అనర్థములు ప్రాప్తించును. కాష్ఠశుకములవలె ఈ పత్రశుకములు జడములుగావు. వీనికి పొడవైన పుచ్చములుండి కొద్ది కొద్దిగా మానవభాష మాట్లాడును.

11.8 సారికా (గోరువంక – మైనా)

సారికను అగ్రభాగమున చూచినచో దొంగలతో కలహము కల్గును. వెనుకభాగమున చూచినచో స్నేహితులతోను, ఎడమభాగమున స్త్రీలతోను, దక్షిణభాగమున తండ్రితోను కలహము కల్గును.

11.9 భరద్వాజ పక్షి

భరద్వాజపక్షి చకోరముపలెనే సర్వత్ర శబ్ద, నామ, వీక్షణము (చూపు)లచే శుభములను కలిగించును. హారీతపక్షి ఫలితములు కూడ ఇట్లే ఉండును. మరుదేశములందీ భరద్వాజపక్షిని 'రూపాంతరేల' అనియు, ఉగ్రదేశములందు 'లాట' అనియు, మగధాదిదేశములందు భరద్వాజమనియు, పిలుతురు. ఇట్లే హారీతపక్షిని హారిల మని కూడా అందురు.

11.10 భాసము

వనములో అనేక భాసపక్షులు కనిపించినచో చోరులకు కొద్దిపాటి లాభము కల్గును. యాత్రలలో భాసపక్షి అపసవ్యముగా నున్నచో శుభములు చేకూరును.

గృహమందు భాసము యొక్క శబ్దమును వినుటగాని, చూపుపడుటగాని, ప్రదక్షిణముగా సంచరించుటగాని జరిగినచో లాభము కల్గును. అరణ్యమందు అనేకభాస శబ్దములు విన్నచో రాజపత్ని సంగమము జరుగును. గూర్జరదేశమున భాసపక్షిని "కాబరి" యనియు, మధ్యదేశమున "గుడశిల" అనియు, పశ్చిమదేశములలో "గోగల" అనియు పిలుతురు. స్మృతులలో దీనిని "గోష్ఠకుక్కుట" మనిరి.

11.11 మయూరము (నెమలి)

మొదటి మయూర శబ్దము ధనలాభమును, రెండవ శబ్దము స్త్రీలాభమును, మూడవ శబ్దము రాజభయమును, నాల్గవ శబ్దము దొంగ భయమును, ఐదవ శబ్దము భీతిని, ఆరవ శబ్దము కార్యసిద్ధిని కలిగించును.

మయూరమాకలితో నుండి కేకలు వేయుచు వామభాగమున వచ్చినచో మృష్టాన్నభోజనము దొరుకును. నృత్యము చేసినచో శుభములు జరుగును. మాట్లాడినచో ప్రీతి కల్గును. దాని చూపుచే శుభములు కల్గును.

11.12 దాత్యూహ–కుక్కుట పక్షులు

సంకీర్తనము, దృష్టి, శబ్దము, గమనమును మానవుడు దాత్యూహ పక్షివి ఊహించుకున్నచో సర్వార్థ సిద్ధికల్గును. దాత్యూహ పక్షికి వలెనే కుక్కుటమునకు చెప్పవలెను. దాత్యూహ పక్షిని దాత్యూహమని మధ్య దేశమున, కొన్ని దేశములలో "దాంతుల" పక్షి యనియు అందురు. కుక్కుట మనగా జలజంతువు. జలకుక్కుటమని భావము.

11.13 కపింజలాదులు (కముజుపిట్ట)

దక్షిణభాగమున కపింజలపక్షి మాటిమాటికి ధ్వనించినచో కార్యములు సఫలములగును. వామభాగముగా పక్షి పయనించినచో విఫలములగును.

హానికల్గును. దొంగల భయము కూడ కల్గును. ఇక్కడ ఒక విశేషమును వ్యాఖ్యానకారులు చెప్పిరి. విదేశ వ్యవహారముల కొరకు తమ ఇండ్లకు వచ్చిన వారికి, తమ ఇంటిలో కపింజలపక్షి వామగతిలో వచ్చి శబ్దించినచో కుశలమగును.

కపింజలపక్షి దక్షిణ పృష్ఠభాగములో శబ్దించినచో లాభము కల్గును. వామ పృష్ఠభాగమున నినదించినచో కార్యసిద్ధి కలుగదు. సరిగా వెనక భాగమున శబ్దము చేసినచో నాశనము కల్గును. ముందు భాగమందైనచో దొంగల భయములు కల్గును.

కపింజలపక్షి మిక్కిలి ఉత్సాహముతో తన నామమును కపింజల, అని అనేకసార్లు ఉచ్చరించినచో తిత్తిరిపక్షులు ప్రయోజనములను సాధించును.

బేసి (విషమ) సంఖ్యలో తిత్తురులు శబ్దించినచో ఇతరులకు సర్వసమృద్దులు చేకూరును. తిత్తురులు ఆకాశమును చూచుచున్నచో ధన నాశనము కల్గును.

నల్లనితిత్తిరిపక్షి, వృత్తతిత్తిరిగా ప్రసిద్దినొందినది. పక్షులకిది ఆధిపత్యమును వహించును. గౌరవర్ణము గలది మల్లు తిత్తిరి– ఈ పక్షులు శకునములకు సుప్రసిద్దములు.

కపింజలపక్షులు వామ, దక్షిణ భాగములలో నుండి ఒకేసారి శబ్దించి తోరణముగా వెదలినచో ఉద్యమములు (పనులు) అన్నియు సిద్ధించును.

11.14 లావకాదులు

ఇక్కడ లావకాదులనగా లావక, చకోర, క్రకర పక్షులు. ఈ మూడును తిత్తిరి పక్షుల వంటి చేష్టలే కలిగి యుండును. ఇవి ముందునకు పోవుచున్నచో సమస్త అర్థసిద్దులు కల్గును.

11.15 వార్తిక - ఛిప్పికములు

వర్తికా పక్షిని కొన్నిచోట్ల వజేర యందురు. ఛిప్పికపక్షిని చాప యందురు. ఇవి మానవులకు అనులోమముగా వచ్చినచో సర్వార్థసిద్ధి యగును.

11.16 గృధ్రము (గ్రద్ద)

గ్రద్ద, ఎడమభాగమందున్నచో యుద్ధము, కుడిభాగమందున్నచో భేదములు, ముందుగా నున్నచో మరణము, వెనుకగానున్నచో శ్రియములు కలుగును. కుడిభాగమునుండి శబ్దించినచో ఆపదలు గల్గును.

11.17 శ్యేనము

యాత్రలందు మానవులకు ప్రదక్షిణముగాను, ప్రవేశములందు వామముగాను శ్యేనములు గమనము చేసినచో ప్రశస్తము. శాంతస్వరములు కూడ మంచివి. ప్రదీప్త స్వరములు చెడ్డవి.

11.18 ఘేటము (పక్షి విశేషము)

ఘేట మనుపక్షి విశేషము కుడిభాగమందున్నచో శుభము. ఎడమభాగమందైనచో అపకారము (దెబ్బలు) కలుగజేయును. ముందుగానున్నచో మరణము కలిగించును. సైన్యము యొక్క ముందుభాగమున ఉన్నూ, ధ్వజమందున్నను రాజులకు జయము కల్గును.

11.19 శబలిక

శబలికనుపక్షి సమ్ముఖమునగాని, ఎడమ భాగమందుగాని యున్నచో శ్రేష్ఠము. ఇది మాంసముతో కూడ కన్పించినచో ఇంకను విశేషము. ఈ పక్షి ఎవరి తలపై వాలునో నాతడు రాజగును.

11.20 ఉలూకము (గుడ్లగూబ)

రాత్రులందు గుడ్లగూబను వామభాగమున చూచుట లేక దాని శబ్దమును వినుట శుభకరము. దక్షిణ భాగమందధిక నింద్యము. గూబ వెనుక వెడలినచో కర్తకు ఇష్టసిద్ధికల్గును.

హూంహూం అను శబ్దమును చేసినచో మనకు మంచిది కాదు. ఆ శబ్దము దుష్టముకాదు. ఆ పక్షి సంగమార్దిగా తెలియవలెను. గుడ్లగూబ ఎగురుచు శబ్దించినచో కలహము కల్గును. దాని కీకీ అను శబ్దము దీప్తము. గురుల అనుశబ్దము శాంతమైనది.

గృహముల పైభాగమున గుడ్లగూబ శబ్దించినచో దుఃఖములు, సుతులకరిష్టములు కల్గును. రాత్రంతయు గృహముపై

శబ్దించినచో ఆ గృహమునకు నాశనము కల్గను. రాజగృహముపై నైనచో రాజునకు నాశనము కల్గను.

మూడు రోజులు గృహద్వారమందు గూబ శబ్దించినచో దొంగలు ఆ యింటిలోని సొత్తును పూర్తిగా దొంగిలించెదరని అర్థము. రాత్రిభాగమున ఆ దోషశాంతికై ఆ గృహద్వారమున మాంసముతో కూడిన బలిని యీయవలెను.

బాటసారికి ముందుగాగాని, వెనుకగాని గూబ శబ్దించినచో విశేష నాశనము సూచించు చున్నదని అర్థము. పగలు గుడ్లగూబ ఏ దిక్కులో శబ్దించినను అరిష్టమే.

11.21 కపోతములు

కపోతమును హోలాయని కూడా అందరు. ఇది దక్షిణభాగములోనున్నచో సోదర నష్టము కల్గను. ఎమభాగమున ధాన్యము, అగ్రభాగమున ధనము లభించును. వెనుక భాగమందు గొప్పభయమును కల్గించును.

కపోతములచేష్టలు, కూతలు ఎప్పుడూ శుభములు కావు. ఎవరి శిరస్సున విష్టిని (మలమును) కపోతము విసర్జించునో అతడు శీఘ్రముగా నశించును.

పల్లకి, అశ్వాదివాహనములు, ఆసనములు వీనిపై కపోతము వ్రాలియున్నను, గృహములో ప్రవేశించినను, దుఃఖములు కల్గను.

11.22 పుష్ప భూష్యాదులు

మార్గమందు పుష్పభూషిక అనుపక్షి ఎడమ భాగముగా వచ్చినచో శుభకరము. ప్రవేశములలో విపరీతగమనము మంచిది. విదేశీపక్షియగు ఈ చిన్న పుష్పభూషిక కృష్ణవర్ణముతో కోకిలవలె నుండును.

11.23 పారావతాదులు

పారావతము ఎడమభాగమున, వెనుక భాగమున శుభములను కల్గించును. కుడిభాగమున వచ్చినచో మిక్కిలి భయమును కలిగించును. తలాకర్ణికలను పక్షులు వామభాగముగా వచ్చిన మంచిది. ఈ పక్షులు విదేశీ పక్షులు. మనదేశమున వాగులికలందురు.

11.24 గోవత్సకము

గోవత్సకమను పక్షి ఎడమభాగముననగాని, ముందున్నా గాని యుద్దము, కుడిభాగమందు కీడును కలుగజేయును. క్రూర శబ్దములు చేసినచో సదా కలహములు వచ్చును.

11.25 లటప్వాదులు

ప్రయాణీకుని ముందు భాగమున లటాపక్షి బిగ్గరగా ధ్వనించినచో వాంఛిత కార్యములు నెరవేరును. యాత్ర, ప్రవేశములలో ఈ పక్షి దక్షిణ వామభాగాలలో ఎక్కడున్నను శుభములు కల్గును.

లటాపక్షిని నల్లపిచ్చుకయని అందురు. నల్లపిచ్చుక కూడ లటాపక్షివలెనే శుభములనిచ్చును. ఇట్లే కోకిలరవము కుడి, ఎడమల నుండి శుభఫలములనిచ్చును.

11.26 కపేక్షు, శ్రీకర్ణపక్షులు

కపేక్షుకపక్షి వామభాగముననున్నచో మంచి ఫలితములు కల్గను. పృష్ఠభాగమందున్ననూ శుభమే. దక్షిణభాగమందును ప్రశస్తమే. శ్రీకర్ణపక్షిశబ్దము దక్షిణభాగమున వినిపించినచో బాటసారులకు క్షేమము కల్గను. ఎడమభాగము నుండి వినబడు శ్రీకర్ణ శబ్దము ధననాశమును కల్గించును.

11.27 ఫించ, దహియక పక్షులు

ఫించపక్షులను లోకములో బులబుల పక్షులందురు. మార్గమున దక్షిణముగా నున్నచో శుభము. దహియకపక్షులు (దహించుట) దక్షిణముగా వచ్చుట అనుకూలము. మిగిలిన దిక్కులందు ప్రతికూలము.

11.28 కుక్కుటము (కోడి)

బాటసారికి దక్షిణ (కుడి) భాగమున నున్న కుక్కుటము (కోడి) యొక్క చూపులు, శబ్దములు ప్రశస్తములు. అవి భయముతో కుకుకూ అని శబ్దించినచో మంచిదికాదు.

రాత్రిచివర అనగా ప్రాతఃకాలమున కోడి ఎగురుచు కూసినచో రాష్ట్రము, రాజు అభివృద్ధి చెందును. ఋషామ్ము, ఋషామున అట్లే శబ్దించినచో శుభము. దీనికి విరుద్ధమైనచో విపరీత ఫలితములుందును.

11.29 భారతీ పక్షి

ఆకాశమున చాలసేపుండి రకరకములుగా మధురముగా శబ్దించు భారతీ పక్షి యాత్రీకుడాశ్చర్య పడునట్లు అతనిని రాజుని చేయును. దీనిని మధ్యదేశమున భారహీ యనియు, గుర్జరదేశమున చటిక యనియు అందురు.

11.30 కలవింక (ఊరపిచ్చుక)

ముందు, వెనుక, పార్శ్వములందు శబ్దించుటగాని, చూచుట గాని చేయుచున్నచో కలవింక శుభములను కలిగించును. సురతమందున్నచో స్త్రీ లాభము, రాజయోగమును చేకూర్చును.

గ్రామములోని, అడవులలోని, నీటిలోని వివిధ పక్షుల రవములలో భేదములు చాలా గలవు. వాని నన్నిటిని చెప్పుట లేదు. వాని వలన విస్తారముగా గ్రంథము పెరుగును.

ఇప్పుడు చాష (పాలపిట్ట) మొదలగు వానిని గూర్చి చెప్పబడుచున్నది.

11.31 చాషము (పాలపిట్ట)

బంగారపు శిఖ, మణికంఠాభరణములు గలది, శోకములేనిది, శుభప్రదమగునది, అపరాజితమను పేరుగలది, ఆనందమును వృద్ధి చేయునది, అగు ఓ చాషపక్షీ నీకు నమస్కారము. నీవు జనులకామితార్థములను తీర్చగలదానవు.

యాత్రాదులకు వెళ్ళుపురుషుడు, తన కార్యసిద్ధి కొరకు పక్షులలో విశిష్టమగు చాష పక్షిని పూజించవలెను. చందన తాంబూల నైవేద్యాదులతో కూడ పూజించవలెను.

చాషము స్వస్తికమధ్య భాగమునకు వచ్చి భక్ష్యమును స్వీకరించి ప్రదక్షిణగతిలో నున్నచో అభీష్టసిద్ధులు కల్గును. దీని చూపులు, ధ్వనులు సర్వత్ర శ్రేష్ఠము.

దక్షిణ గమనములోనున్న చాషమును కాకి జయించినచో పాంథుల కపజయముకల్గును. కాకి ఓడిపోయి చాషము నెగ్గినచో మార్గమందు, విదేశములందు పురుషులకు జయము కల్గును.

అరణ్యమధ్యములోగల పురుషునకు ముందు చాషము శబ్దించినచో కలహము కల్గును. చాషము యొక్క క్రేం క్రేం అను శబ్దములు సదా ప్రదీప్తములు. కే, కే అను శబ్దములు శాంతములు. ఇట్టి శాంత శబ్దములు ఎడమ భాగమున క్షేమము కల్గించును.

11.32 ఖంజనపక్షి (కాటుకపిట్ట)

1) ఓ ఖంజనా! నీవు మునిపుత్రుడవైతివి. నీవు యోగయుక్తుడవైనప్పుడు శిఖోద్ఘమన సమయమున నీవు అదృశ్యుడవగుదువు. వర్షఋతువు సమాప్తమగుచుండగా ఆశ్చర్యముగా నీవు కనిపింతువు. కావున నీకు నమస్కారము. ఈ ఖంజన పక్షిని ఇతరత్రా ఖంజరీటమనియు, ఖజషేటమనియు, ఖంజఖేల మనియు అందురు.

అగస్త్యోదయమైన పిదప మంచి ప్రదేశమున కనబడిన ఖంజన పక్షిని ఇతరత్రా ఖంజనపక్షిని మంత్రపూర్వకముగా పూజించవలెను. శిరసా నమస్కరించవలెను. పూజనకర్తకు అభీష్ట ఫలములు సిద్ధించును.

2) దుష్టచేష్టలతోను, మలినమైన శరీరముతోను, అశుద్ధ ప్రదేశములందును కనిపించిన ఖంజనపక్షి విశేషముగా దుఃఖములను కల్గించును.

3) మాంస భక్షణ చేయకుండా, భూమిపై నిదురించుచు, ఏడు రోజులు స్త్రీని ముట్టకుండా, నిత్యము స్నానజపములను చేయుచు, పిండితో నిర్మించిన ఖంజనపక్షి రూపమును పూజించి, జపించి హోమములు చేసినచో ఆపదలు తొలగును.

4)   ఖంజనపక్షి యొక్క నాల్గులక్షణములీ విధముగానున్నవి. 1. సమంతభద్ర 2. ప్రభద్ర 3. అనుభద్ర 4. అంబరభద్ర అనునవి.

5)   కంతము, వక్షస్థలము, శిరస్సునల్లని వర్ణముతోయున్నది సమంత భద్రమనబడును. శిరస్సు, వక్షస్థలము నల్లనివర్ణముతోను, కంతము, పృష్ఠభాగము తెల్లని వర్ణముతోను యున్న ఖంజనపక్షిని ప్రభద్రమందురు.

6)   కంతము, వక్షస్థలము నల్లగానున్నచో దానిని అనుభద్రమందురు. కంతమునరేఖా మాత్రముగా నలుపుండిన దానిని అంబరభద్ర ఖంజన మందురు.

7)   శుభకార్యసిద్ధిని అంబర భద్రమనబడు ఆకాశ భద్రము అనగా కంతము మాత్రము నల్లగ నుండెడు ఖంజనము కల్గించును. తెల్లని ముఖము గలది కార్యనాశనమును కలిగించును.

8)   పసుపురంగు గల ఖంజరీకమును గోమూత్ర మనుపేరుతో పిలిచెదరు. ఈ పక్షి ఉదయకాలమునుండి నిరీక్షించుచున్నచో అధిక రోగములు వచ్చును.

9)   శిఖ ఉదయించుటచేత అదృశ్యమైన ఖంజరీకము మరల కనిపించినచో అట్టిదానిని "అదృష్టపూర్వ" ఖంజరీకమందురు. ఈ పక్షి ఏనుగు, గుఱ్ఱపు శాలలందు, ఇండ్లలోని ఉపవనములందు, దేవాలయములు, రాజమందిరములు, ధ్వజములుపైన తెల్లని వస్త్రము, పాలు, పెరుగు, నెయ్యి, వీని పాత్రలపైన, గోవులు, మేకలతో గల భూమిపైన, సువర్ణము పైన, రాజసమీపమందలి చామరములపైన, ప్రాలి శిఖ ఉదయించుటచే అదృశ్యమై మరల కనిపించినచో అట్టి వానిని చూచిన వారలకు ధన సంపదలు, సౌభాగ్యము కల్గును.

10) నీడతో కూడిన హృద్యమైన మొలకలు (చిగుళ్ళు), పుష్పములు, ఫలములు, పత్రములు గల శుభకర వృక్షములపై కూర్చొన్న ఖంజనపక్షిని, రోజులలో మొదటి భాగమున అనగా ఉదయకాలమున చూచినచో భాగ్యవంతులగుదురు.

11) నదులు మొదలగు ప్రదేశములు, నీటిప్రదేశములు, పద్మములు, ఆవులను కట్టుస్థలములు, దూర్వములున్న స్థలములు, రాజమందిరములు, కోటబురుజులు, జంబాలఫలములున్నచోటు (బహుశా జంబీరము, నిమ్మ చెట్టు కావచ్చును), పాలవృక్షములు, చిగుళ్ళు వేయుచున్న వృక్షములు, మట్టిచెట్టు, నూతనముగా కట్టిన తోరణములు, వీనిపై ఖంజనపక్షి ఉండుట ప్రశస్తము.

12) ఈపై స్థలయిలందు ఉదయకాలమున తనంతట తానుగా హఠాత్తుగా ఖంజరీకమువచ్చి ప్రాలినచో విందు భోజనాలు, మధురపానీయాలు, గో, అశ్వ, నూతన వస్త్రాలు లభించును. చేష్టలు కూడ చేసినచో సమస్త రోగాలు తొలగిపోవును.

13) పూర్వాహ్నమున ఖంజరీకమును, గుఱ్ఱము, ఏనుగు, మహాసర్పము, పద్మము, ఆవు, శ్వేతచ్ఛత్రములపై చూచినవారు నిస్సందేహముగా రాజు అగుదురు.

14) దున్నపోతు, ధ్వజము వీనిపై నున్నచో ఖంజనపక్షి ధాన్య, ధన లాభములనిచ్చును. గోమయముపై వ్రాలినచో గోరసము (పెరుగు, నేయి) మొ॥వి సమృద్ధిగా లభించును. లేత పచ్చికగడ్డిపై నున్నచో వస్త్రలాభము కల్గును. నావ మీద వ్రాలినచో ఇంటికి లాభములు, శుభములు కల్గును.

15) ఖంజరీకము ఇతరపక్షులతో కలసి కనిపించినచో ఇతర స్త్రీ సంగమము కల్గును. నాగలిచే దున్నబడిన భూమిలో కనిపించినచో వివాద జయము చేకూరును. ధాన్యరాశిపై నున్నచో ధాన్య లాభము కల్గును.

16) ప్రభాతకాలమున ఖంజరీట దర్శనమైనచో అత్యంత ప్రియుల దర్శనమగును. అంతరిక్షమున కనిపించినచో బంధువులతో సమాగమము కల్గును. భూమిపై వ్రాలి కనిపించినచో ధనలాభము కలుగును. ఆకాశము నుండి క్రిందకు దిగుచు కనిపించినచో అన్నపానములు లభించును.

ఈ విధముగా మనోహరములైన ఏ ఇతర ప్రదేశములందు కనిపించినను, వాంఛితార్థములన్నియు తీరును.

17) లతలు, పాషాణములు, ముళ్ళ మొక్కలు, ఎండిపోయిన వృక్షములు, కాలిపోయిన వృక్షములు, అస్తికలు, శవము, శూలము, మధుపాత్రలు, మానవులు నివసించని గృహములు, వెంట్రుకలు, ఇంటి మూల భాగములందు, ధాన్యములు లేని గడ్డిపైన, పలాశ వృక్షముపైన, ఇసుకపైన, యూపస్తంభములపైన ఈ విధముగు ప్రదేశములలో వ్రాలి కనిపించినచో, అక్కడ దుష్ట చేష్టలు చేయుచున్నను, భయము, రోగము, కలహములు వచ్చును.

11.33 యుగ్మం

1) ఏనుగుచర్మము మధ్య ఖంజరీకమున్నచో బంధనము కల్గును. అపవిత్ర ప్రదేశములందున్నచో రోగములు వచ్చును. గడ్డిపాకలు (గృహములు) పైన నున్నచో ధననాశనము కల్గును. శకటము (బండి)పై వ్రాలినచో దేశభంగము, నిద్రించుచు కనిపించినచో పరాభవము కల్గును.

2) గాడిద, ఒంటి కుక్క వీటి వెనుకభాగమున వ్రాలినను, తన రెక్కను చిందింపచేసినను మృత్యువు కల్గును. సాయంకాలమలో తన రెక్కలను కంపింప చేసినచో జనులకు బంధనము మరియు మృత్యువు గల్గును. అప్పుడు ప్రయాణించుట ఎప్పుడూ శుభముగాదు.

3) శుభ, అశుభ అవస్థలలో నుండు ఈ శకునములను రోజులో తొలి
భాగమునందైనచో అట్టి ఫలములే కల్గును.

పూర్వోక్త శకునములు యాత్రాది సమస్త కార్యములందు సమానమే. ఖంజన
శకునము ప్రత్యక్షము ఆశ్చర్యకరమైనది.

4) యాత్రాదులందు ఖంజనము విష్ఠిని వదలినచో అదిపడిన భూమిపై
అగ్నిశకలమేర్పడును. భూమిపై ఖంజనపక్షి సంభోగము చేసినచోట గొప్ప
నిధులుండును.

5) ఖంజనపక్షిని కీర్తించుటచే శుభములు కల్గును. దర్శనము మంగళ ప్రదమైనది.
బాటసారికి ప్రదక్షిణముగా ఖంజనము వెళ్ళినచో బాటసారికి సమస్త కోరికలు
తీరును.

11.34 కరాపిక (మహరి)

1) స్వరము చేతను, చేష్టచేతను ధనలాభమును కరాపిక అను పక్షి కలిగించును. దీని
శబ్దములు రెండు విధములు. అవి ఈ క్రింది విధముగానున్నవి.

కరాపికను మల్లారియనియు, మహరీయని కూడా పిలుతురు. దీర్ఘపుచ్ఛముతో
శ్యామవర్ణముతో ఈ పక్షి ఉండును.

2) ముందుగా గణేశునకు, కార్తికేయనకు నమస్కారము చేయుచున్నాను. కరాపికకు
కుమారమని, సంజ్ఞ గలదు. కార్తిక నామధారిణి యగు దుర్గా దేవికి నమస్కారము.
సోమటికమను పేరు గూడ గలదు.

3) బయట వృక్షముపై నుండు కరాపికనుచూచి గణాధిపంచాధకుమార సంజ్ఞం
కరాపికాం, కార్తికనామధేయామ్, దుర్గంతథా సోమటికాబిధానాం త్వాంసర్వ
హేమంతగతేనమామి అనే శ్లోకమంత్రముతో పూజించి స్వకార్యమును
చెప్పవలెను.

కరాపికశబ్దము దక్షిణ భాగమందైనచో పశ్చిమ, ఉత్తర దిక్కులలో నివసించు జనులకు (శేయస్సులు కల్గును. ఎడమభాగమున శబ్దించినచో తూర్పు, దక్షిణ భాగజనులకు శుభములు కల్గును.

4) కరాపిక ఎడమభాగమందున్నచో శుభకరము. కుడిభాగమందు శుభాశుభములలో ఏదైనా కల్గింపవచ్చును. అగ్ర, పృష్ఠ భాగములందు వాంఛిత సిద్ధి, జయము కల్గును.

5) కరాపిక ఎదురుగా నిలచి రెండు రెక్కలను దురదచే గోకు కొనుచున్నచో కార్యములు ఫలించవు. యుద్ధమందపజయము కల్గును. మార్గమందు దొంగల భయము కల్గును. వివాహమందెవరో ఒకరికి మరణము సంభవించును.

6) కుడివైపు పృష్ఠభాగమున దురదను గోకినచో యాత్రలందు హాని కల్గును. వివాహమందు మరణము కల్గును. వామభాగమందైతే వివాహమందు వృద్ధి, విజయము, ధనలాభము కల్గును.

7) హృదయప్రదేశమున దురదను గోకినచో మిత్రునితోను, పత్నితోను సమాగమము, అర్థసిద్ధి కల్గును.

8) శిరస్సున దురదయైనచో సమస్త లాభములు కల్గును. జతరమందైనచో తన గోత్రీకులను కలుసు కొనును. కరాపిక (పదక్షిణముగా వచ్చినచో ఇష్టలాభములన్నియు తన హస్తమందే ఉండును.

9) ముందుభాగమునగాని, కుడిభాగమునగాని కరాపి (పశస్తము. పృష్ఠ భాగమున విజయము కల్గును. యాత్రాది (పయాణములందు వామముగా నున్నచో నష్టములను కలిగించును. పురగృహ(పవేశములందు శుభము.

10) కరాపిక చిన్నగా శబ్దించినచో సిద్ధులు కల్గును. నిష్ఠురముగా శబ్దించినచో భయము కల్గును. కార్యారంభములందు కరాపికను వదలి ఇతర శకునములనుచూచుట మంచిదికాదు.

12. కాకి శకునములు

12.1 కాకి రుతము (శబ్దము)

1) శకున పక్షుల రుతములలో (శబ్దములలో) మూర్ధన్యమైన కాకి రుతము ఈ క్రింది విధముగా నున్నది. మొదటి ఝూమలో కాకి శబ్దించినచో ఫలితము లెట్లుండును? రెండవ ఝూమలో నెట్లుండును? ఈ విధముగా కార్యఫలములను సూచించు కాకి శబ్దములను ఆయా ఝూమలను బట్టి నిర్ణయించు విధానము చెప్పబడుచున్నది.

2) రంగు, ఆకారములనుబట్టి బుషులు బ్రాహ్మణ, క్షత్రియ, వైశ్య, శూద్ర, అంత్యజములని కాకులను ఐదు రకములుగా విభజించిరి. వానిని బాగుగా పరిశీలించి పండితులు ఆయా లక్షణములను చెప్పిరి.

3) పెద్ద శరీరము, బలమైన పొడవైన వంకర తిరిగిన తుండము (ముక్కు) నల్లని శరీరము, గట్టిస్వరముగలది బ్రాహ్మణజాతికి చెందినది. పింగళ నీలవర్ణముల కలయిక గల్గిన శరీరము, పింగళనేత్రములు గలది, నల్లని ముఖము, కఠిన కంఠస్వరము, మిక్కిలి పరాక్రమము గలది క్షత్రియ జాతికి చెందినది.

4) మిక్కిలి పొండు+నీలవర్ణము కలది తెలుపు+నలుపు గల ముక్కు గలది, ఎక్కువ కఠినముగాని శబ్దముగలది వైశ్యజాతికి చెందినది. బూడిది (భస్మ) రంగు గలిగి, కకారశబ్దమును తరుచుగా శబ్దించునది, కృశించిన శరీరముగలది, చపలత్వ స్వభావము గల్గి మిక్కిలి కఠిన స్వరము గలది శూద్రజాతికి చెందినది.

5) విశేషకాఠిన్యము కలిగి, సూక్ష్మమైన ముఖము గలిగి, సూక్ష్మ శరీరము కలిగి, శంకలేనిదై, పొడవగు కంఠము గలిగి, స్థిరమైన ముఖము, స్థైర్యముతో గూడినబుద్ధి గలిగినది పంచమజాతికి చెందినది.

6) ద్రోణమను పేరుగల, నల్లని శరీరముగల కాకిని ముఖ్య వ్యాపారములకు (వృత్తులకు) గ్రహించవలెను. అవి కనబడనిచో నల్లని కంఠముగల దానిని చూచుకొనవలెను. తెల్లనిది సర్వదా నింద్యము. శ్వేత వర్ణముగల కాకి కనబడినచో దేశములో అద్భుతములు జరుగును. ఇది బహు నింద్యము (చెడ్డది).

7) బ్రాహ్మణజాతి కాకిని పూజించి ప్రశ్నించుట ప్రశస్తము. స్ఫుటముగా పలుకు క్షత్రియ జాతిది కొంచెము తక్కువ. వైశ్యజాతిది యథార్థమును చెప్పును. శూద్రజాతి కాకి ఆహారము కొరకు లోభత్వముతో చెప్పును.

8) అంత్య జాతి కాకి అన్ని వర్ణములవారి ప్రశ్నలకు సమాధానములను చెప్పును. విప్రకాకి ప్రశ్న సద్యస్కాలములో ఫలించును, క్షత్రియజాతి కాకి ప్రశ్న మూడు దినములలోను, వైశ్యజాతిది ఏడు దినములలోను, శూద్రజాతిది పది దినములలోను, అంత్యజాతిది పదిహేను దినములలోను ఫలించును.

9) శాంత దిక్కునందున్నను, దీప్త దిశలో వెనుదిరిగి యున్నను పక్షి శుభప్రదమగును. పైపిధముగా నుండి రౌద్రముగా శబ్దించినచో ప్రశస్తముగాదు. ఎల్లవేళలా మధురముగా ధ్వనించుట శ్రేష్ఠము.

10) పక్షిదీప్త దిశలో నుండి కఠినముగా శబ్దించినచో కార్యమునకు హాని కల్గును. రాత్రి సమయమున దీప్తోన్ముఖిగా శాంతముగా శబ్దించినచో కార్యసిద్ధి యగును.

11) శాంతదిక్కున ప్రదీప్త దిశాభిముఖముగా నుండి ధ్వనించి, మరల ప్రదీప్త దిక్కున ప్రవేశించి మధుర స్వరముతో కాకిశబ్దించినచో విశేష సిద్ధిని కలుగజేయును.

12) ముందుగా దీప్తాభిముఖముగా నినదించి, పిదప ప్రశాంతాభి ముఖముగా శబ్దించినచో తొలుత కార్యములకు విఘ్నము కలిగించి, పిదప నెరవేర్చును.

13) ఉదయకాలమున తూర్పుదిక్కునందు ప్రశస్తస్థానమున నుండి కాకి మధురముగా శబ్దించినచో శత్రునాశమును, తలచిన కార్యములను, స్త్రీ లాభమును కలిగించును.

14) ప్రభాతకాలమున కాకి ఆగ్నేయ దిశలో రమణీయ ప్రదేశమున నుండి నినదించినచో శత్రువు శీఘ్రకాలములో నశించును. శస్త్రములను విడిచిపోవును. తనకు స్త్రీలాభము ప్రాప్తించును.

15) ప్రభాతకాలమున దక్షిణ దిక్కులో కాకి ధ్వనించినచో అతి దుఃఖములు కల్గును. కఠిన స్వరముతో శబ్దించినచో రోగార్తునకు మృత్యువు కల్గును. మరల మధురస్వరముతో ధ్వనించినచో ఇష్టమైన స్త్రీ ప్రాప్తి కల్గును.

16) నైఋతి దిక్కున కాకి క్రూరముగా ధ్వనించినచో క్రూరఫలములు కల్గును. కార్యసిద్ధి కూడా మధ్యమముగా నుండును. ఉదయకాలమున కాకి పశ్చిమ దిశలో శబ్దించినచో మేఘములు తప్పక వర్షించును. అట్లే స్త్రీ, వస్త్ర, రాజాగమనము ఏదో ఒకటి జరుగును. భార్యతో కలహము కూడ ప్రాప్తించును.

17) వాయవ్య దిక్కున కాకి కూసినచో వస్త్ర, అన్న, పానీయములను కోరువారు వచ్చెదరు. బాటసారులు కూడా వచ్చెదరు. బ్రాహ్మణ వృత్తులు నాశనమయి, బ్రాహ్మణులు ఇతరదేశములకు పోయెదరు.

18) ఉత్తరదిక్కున కాకి శబ్దమువిని నిరీక్షించుచున్నచో జనులు దుఃఖములను పొందెదరు. సర్పములకు భయము కల్గును. దరిద్రము సంభవించును. నష్టపోయిన ధనముల విషయమున లాభము చేకూరదు.

19) ఈశాన్యదిశలో కాకి కూసినచో వ్యాధి నిమిత్తముగా అంత్యజ జాతి స్త్రీ వచ్చును. ప్రియమైన వస్తులాభము కల్గును. రోగగ్రస్తులు మరణింతురు.

20) బ్రహ్మదేశమున అనగా ఆకాశమున కాకి సంచరించుచు శబ్దించినచో ఇష్టలరాక, కోరిన కోరికలు సిద్ధించును. అట్లే స్వామి అనుగ్రహము, ధనలాభము కల్గును.

12.2 మొదటిఝాము కూత

1) తూర్పుదిక్కున మొదటి ఝాములో కాకి మంచిగా కూసినచో చింతిత కార్యములు
    ఫలించును. కోరినచోటులు లభించును. ధనలాభము కల్గును.

2) ఆగ్నేయ దిక్కునకాకి ఉదయకాలమున ధ్వనించినచో స్త్రీ లాభము, వైరినాశనము
    కల్గును. దక్షిణదిక్కునందైనచో స్త్రీలాభము, సౌఖ్యము, ప్రియసుఖము కల్గును.

3) తొలి ఝాము@న నైఋతి దిక్కున కాకికూసినచో ప్రియమైన స్త్రీ లాభము,
    ఇష్టాన్నభోజన ప్రాప్తి కల్గును. చింతిత ధనలాభము సిద్ధించును. పశ్చిమ
    దిక్కునందైనచో పూజ్యులరాక, వర్ణాగమనము కల్గును.

4) వాయవ్య కోణమందైనచో విద్వాంసులతో సమాగమము జరుగును. అట్లే
    రాజానుగ్రహము కల్గును లేక బాటసారుల (యాత్రీకుల) దర్శనము లభించును.

5) ఉత్తరదిక్కున తొలి ఝాఓన కాకి ధ్వనించినచో దొంగల భయము, శోకవార్తలు
    వినబడును. లేక సంతోషకర వార్తలు ధనలాభ వార్తలు వినబడును.

6) ఈశాన్య భాగమున తొలి ఝాములో కాకి అరచినచో ఇష్టులతో కలయిక
    జరుగును. అగ్ని నుండి రక్షింపబడుదురు. ఆకాశమందైనచో సుఖ భోగములు
    కల్గును. సంతానము, సంపదలు సిద్ధించును.

12.3 రెండవ ఝాము కూత

1) రెండవ ఝాములో కాకితూర్పు దిక్కున ధ్వనించినచో ఒకానొక బాటసారి
    వచ్చును. దొంగభయము కల్గును. అగ్నిచే వ్యాకులత ఏర్పడును. ఒకానొక గొప్ప
    శంక ఏర్పడును.

2) కాకి రెండవ ఝాములో ఆగ్నేయ దిక్కులో ధ్వనించినచో కలహములు
    ప్రాప్తించును. ప్రియమైన వారి ఆగమనవార్తలు, స్త్రీ ప్రాప్తి కల్గును. దక్షిణ దిక్కున
    అరచినచో గొప్పభయము కల్గును. ప్రియ స్నేహితులు వచ్చుట కూడ జరుగును.

3) నైఋతి దిక్కుయందు ద్వితీయ ప్రహరలో కాకి కూసినచో ప్రాణభయము,
    స్త్రీభోగము, సమస్త రోగశాంతులు కల్గును. పడమటి దిక్కునందైనచో గొప్ప అగ్ని
    ప్రాప్తి, స్త్రీరాక, అభివృద్ధి, మంచి వర్షలాభములు కల్గును.

4) వాయవ్యదిశయందు ద్వితీయ ప్రహరలో కాకధ్వనమయినచో మార్గమధ్యమున
    చోరుల కలయిక జర్గును. అట్లే దూతరాక కూడ జర్గును. స్త్రీ, మాంసభోజనములు
    లభించును. ఉత్తర దిక్కునందైనచో ధనములు, ఇష్ట ప్రాప్తి కల్గును.
    మధురస్వరమైనచో జయము, క్రూర స్వరమైనచో దొంగల భయము కలుగును.

5)	ఈశాన్య దిక్కులో కాకి రెండవ ఝామునందు క్రూరముగా ధ్వనించినచో చోరులు, అగ్ని, రక్షణ మొ॥ వాని వలన విరుద్ధ వార్తలను విందురు. మృదుధ్వానమైనచో భార్యతో గూడిన గురువుగారు వచ్చెదరు. జయము కల్గును.

6)	ఆకాశమందు కాకి రెండవ ఝాములో ధ్వనించినచో (మృదువుగా) రాజానుగ్రహము కల్గును. మృష్టాన్నభోజన ప్రాప్తి కల్గును. అదే కఠినముగా కూసినచో పురుషులకు దొంగల వలన భయము కల్గును.

12.4 మూడవవ ఝామ కూత

1)	తూర్పు దిక్కున మూడవ ఝాములో కాకిధ్వనించినచో వర్షమును, చోరభయమును కలుగజేయును. మృదువుగా ధ్వనించినచో రాజాగమనము, జయమును, యాత్రలందు కార్యసిద్ధిని కలుగజేయును.

2)	ఆగ్నేయ భాగమున కఠినమైన కాకికూతలు మూడవ ఝాములో వినిపించినచో మిక్కిలి భయము, కలహము, విరుద్ధవార్తలు, యాత్రలందు విఫలమగుట కల్గును. శాంతమైన ధ్వనులయినచో జయవార్తలు వినిపించును.

3)	దక్షిణదిక్కున ధ్వనించినచో శీఘ్రముగా రోగములు వచ్చును. అట్లే ఆప్తులరాక కూడా జరుగును. మానవుల ముఖ్య క్షుద్ర (చిన్న) కార్యములు సిద్ధించును.

4)	నైరుతి దిశలో మూడవ ప్రహరయందు కాకి కూసినచో వర్షము కురియును. మృష్టాన్నభోజనము దొరుకును. శత్రువులు నమస్కరింతురు. శూద్రాగమములు, విరుద్ధ వార్తలు, యాత్రనాశములు కల్గును.

5)	పశ్చిమదిక్కులో కాకి మూడవ యామమున ధ్వనించినచో నష్ట ద్రవ్యలాభము, దూరతీరముల నుండి వచ్చువారు, స్నేహితులు వచ్చెదరు. కాకి రమ్యముగా ధ్వనించినచో స్త్రీరాక, అభీష్టములు, జయకర వార్తలు, యాత్రీకుల శుభవార్తలు వచ్చును.

6)	వాయవ్య దిక్కున మూడవ ఝాములో కాకిధ్వనించినచో, అది దుర్దినమైనచో మేఘవార్తలు, దొంగభయము, ధననష్టము కల్గును. మధుర ధ్వానమైనచో సంతోషవార్తలు, యోగ్యస్త్రీ ప్రాప్తి కల్గును.

7)	తృతీయయామమున ఉత్తర దిశలో కాకి శబ్దించినచో రాజసేవకులకు ధనలాభము, విందు భోజనము, అభివృద్ధి, శుభవార్త శ్రవణము, ప్రయాణములో వైశ్యసమాగమములు కల్గును.

8)	ఈశాన్య దిక్కున మూడవ ఝాములో కాకిసౌమ్యముగా ధ్వనించినచో మంచి భోజనము, జయము కల్గును. ఆకాశమున మంచిగా ధ్వనించినచో తిలతండుల భోజనము, తాంబాలము ప్రాప్తించును.

12.5 నాల్గవ ఝామము కూత

1) నాల్గవ ఝాములో తూర్పు దిక్కున కాకి ధ్వనించినచో ధన లాభము, రాజపూజ్యత, భయములు, రోగములు వృద్ధియగుట జరుగును. ఆగ్నేయమందైనచో భయ, రోగ, మృత్యు బాధలు, శిష్టుల రాక ప్రాప్తించును.

2) దక్షిణమందు చివరి ఝామున కాకి అరచినచో దొంగలవలన, శత్రువుల వలన భయము కల్గును. అట్లే పెద్దలరాక, రోగమృత్యు భయము కల్గును. నైరుతి యందు అభివృద్ధి, అభీష్టసిద్ధి, బాటసారులకు దొంగలతో యుద్ధములు కల్గును.

3) పశ్చిమ దిక్కున నాల్గవ యామములో కాకి ధ్వనించుచుండగా బ్రాహ్మణుడు వచ్చినచో ధనలాభమగును. అట్లే స్త్రీ ఆగమనము, విజయము, వర్షము, ప్రయాణములో లాభము కల్గును. రాజు, వైశ్యుడు ప్రయాణములో కలసివచ్చును.

4) వాయుదిశలో కాకికూసినచో స్త్రీ గాని, ప్రియమైనవి గాని వచ్చును. అట్లే ఏడు దినములలో ప్రవాసము నిశ్చయము. కాకి సంచరించుచు (నడచుచు) కూసినచో ప్రవాసమునకు వెళ్ళినను శీఘ్రముగా తిరిగి వచ్చును.

5) ఉత్తర దిక్కున నాల్గవ ప్రహరలో కాకి అరచినచో బాటసారి శుభములను, తాంబూల లాభమును, క్షేమవార్తలను పొందును. వైశ్యునకు ధనలాభము, అశ్వమునధిష్ఠించుట, యాత్రలో శుభములు జరుగును. రోగి మరణించును.

6) ఈశాన్య దిశలో కాకులు నాల్గవ ఝామున శబ్దించినచో సువర్ణవార్తలు, రోగనాశనములు కల్గును. ఆకాశమున కాకులు నినదించినచో యాత్ర మధ్యమముగా నుండును. ఇష్టసిద్ధులు కూడా మధ్యమముగా నుండును.

12.6 కాకరుతమందు దిక్ప్రకరణము

1) ఆయాదిక్కులందు ఆయా ఝాములలో కాకి శబ్దించినచో శాకునకులు చెప్పెడి శకునములు. ముఖ్యముగా దీప్తస్వరము అశుభములను, శాంతస్వరములు శుభములను కలిగించును.

2) దీప్తదిశలోనున్న కాకి శాంత దిశను చూచుచు రమ్యముగా ధ్వనించినచో అధిక శుభ ఫలితములు కల్గును. ఇదే కాకి దీప్త దిశలో నుండి దీప్తదిశను చూచుచు ధ్వనించినచో తుచ్ఛఫలితములు వచ్చును.

3) కాకిదీప్త దిశలో నుండి చూచుచు క్రూరముగా ధ్వనించినచో దుష్టఫలితములు కల్గును.

4) ప్రశాంతాభిముఖియైన కాకి క్రూరముగా ధ్వనించినచో స్వల్ప ఫలములు గల్గును. దీప్తాశ్రిత యైనచో మిక్కిలి దుష్ఫలములు వచ్చును. శాంతదిక్కు నాశ్రయించి, శాంతదిక్కును చూచుచు క్రౌర్యముగా నినదించినచో కొద్దిపాటి అనిష్టములను కలుగజేయును.

5) కాకి శాంతదిక్కునుండి శాంత స్వరమును, ప్రదీప్త దిశను చూచుచు చేసినచో అభీష్టఫలములను స్వల్పముగా నిచ్చును. దీప్తదిశను చూచుచు మరల ధ్వనించినచో పూర్ణఫలములనిచ్చును.

6) ఆకారము, చేష్ట, శబ్దము, భావము, వీనిని తెలుసుకొని, దగ్గది ఎనిమిది దిక్కులలోను కాకులున్నప్పటిస్థితిని పండితులు విమర్శించి ఆ ప్రమాణములతోనే శకునములను చెప్పుచున్నారు.

12.7 కాకి – ఆలయ ప్రకరణము

1) వర్షాకాలారంభమున కాకులు గూళ్ళను కట్టుకొను ప్రదేశములను, వాని అందములను విచారణ చేసినచో ఉత్తమ, సుందర శకునములు తెలియును.

2) వైశాఖమాసమున కాకులు ప్రమాదములు లేని వృక్షములపై సంతానము కొరకు గూళ్ళను నిర్మించుకొన్నచో ఇది శుభకరము. నింద్యములు, శుష్కములు, ముళ్ళతోకూడిన వృక్షములపై గూటిని నిర్మించినచో దుర్భిక్ష భీతులు కల్గును.

3) ప్రశస్తమైన వృక్షము యొక్క తూర్పు కొమ్మ నాశ్రయించి గూటిని నిర్మించినచో ఇష్టవర్ణప్రాప్తి, క్షేమము, ఆనందము, రోగములు లేకుండుట, రాజునకు విజయము కల్గును.

4) ఆగ్నేయ శాఖనాశ్రయించి గూటిని నిర్మించినచో స్వల్పవర్షము, అగ్నిభయము, దుర్భిక్షము, శత్రువులచే దేశ భంగములు, నాల్గు కాళ్ళ జంతువులకు రోగభయములు కల్గును.

5) దక్షిణదిక్కు కొమ్మలపై కాకులు గూళ్ళను నిర్మించినచో కొద్దిపాటి వర్షపాతము, వ్యాధులు విజృంభించుట, మరణములు, అన్నిచోట్ల ఆహార నాశనము, రాజవిరోధములు కల్గును.

6) నైఋుతి దిక్కుగాగల కొమ్మలపై కాకులు గూళ్ళను నిర్మించినచో వర్షాకాలము చివరిలో వర్షించును. మానవులకు పీడ, వైశ్యులకు దొంగల భయములు, దుర్భిక్షము, తప్పనిసరిగా యుద్ధములు కలుగును.

7) పశ్చిమముగానున్న కొమ్మల నాశ్రయించి కాకులు గూళ్ళు నిర్మించినచో మంచివర్షము, రోగములు లేకుండుట, క్షేమము, సుభిక్షము, అభివృద్ధి, సంపదలు, ప్రమోదాలు చెప్పబడుచున్నవి.

8) వాయవ్యదిశలో గల కొమ్మల నాశ్రయించి కాకులు గూళ్ళ నిర్మాణములు చేసినచో అధికగాలులు, స్వల్ప వర్షము నిచ్చెడి మేఘములు కల్గును. ఎలుకల వలన పంటలు నాశనమగును. పశువులకు నాశనము కల్గును. ఉద్వేగములచే గొప్ప విరోధములు కల్గును.

9) ఉత్తరదిశ నాశ్రయించిన కొమ్మలపై ఇళ్ళను కాకులు కట్టు కొన్నచో వర్షాకాలమున ఇష్టవర్షము కురియును. ప్రజలకు క్షేమము, సుభిక్షము, సుఖములు, రోగములు లేకుండుట కల్గను.

10) ఈశాన్యశాఖలపై గూడులు కట్టినచో అల్పవర్షము, ప్రజలకు హాని, బంధువులలో కలహములు, లోకమున మర్యాద హీనత కల్గను.

11) వృక్షాగ్రములందు కాకులు గూళ్ళను నిర్మించినచో అతిగా వర్షములు కురియును. చెట్ల మధ్యభాగములందు నిర్మించుకొన్నచో మధ్యమ వర్షపాతముండును. చెట్ల అధోభాగమునందైనచో స్వల్ప వర్షము కూడా కురియదు.

12) భూమిపై కాకులు గూడుకట్టినచో, అనావృష్టి, రోగములు, శత్రు భయములు కల్గను. అట్లే శుష్కించిన వృక్షములపైనైనచో అతివృష్టి, అన్న నాశనములు సంభవించును. ప్రాకార రంధ్రములలో కట్టినచో అధికముగా శత్రుభీతి యుండును.

13) నీచ పల్లపు ప్రాంతములందు, వృక్షముల తొఱ్ఱల యందు, పుట్టల రంధ్రములందు, భూములందు కాకి గూటిని నిర్మించినచో భయ వృద్ధి దోషములు, నియమములు లేని దేశము ప్రాప్తించును.

12.8 కాకి – కాకాండ విచారము

1) కాకి సామాన్యముగా నాలుగు గ్రుడ్లను పెడుతుంది. తొలి దానిని వారణమనియు, మలి అండమును అగ్నియనియు, మూడవ దానిని మారుతజమనియు, నాల్గవ అండమును ఐంద్రమనియు చెప్పుచున్నారు

2) కాకియొక్క వారణ సంజ్ఞక అండముచే భూమి సర్వసస్య సమృద్ధితో నుండును. అనల (అగ్ని) సంజ్ఞక అండము వలన స్వల్ప వర్షము కురియును. అప్పుడు బీజముల కంకురములు మొలకెత్తవు.

3) మూడవ అండమగు వాయుజము వలన పంటలను కీటకములు, శలభము (మిడత)లు, చిలుకలు మొదలగునవి తినును. నాల్గవ అండమగు ఐంద్రము వలన క్షేమము, సుభిక్షముతో భూమి సస్యశ్యామలముగా నుండును.

12.9 కాకి – యాత్రా ప్రకరణము

1) యాత్రా నిమిత్త శకునములీ క్రింది విధముగానున్నవి. వీనిని బాటసారులు (యాత్రీకులు) తెలుసుకొని అనర్థముల నొసగెడి శకనములను వదలి, ప్రయోజనకారులగు వానిని గ్రహించవలెను.

2) పక్షులన్నిటిలోను నీవు మంత్రపూతమైన బలిని తినుదానవు. నీవు ప్రాణులన్నిటికంటె గొప్పదానివి. లక్ష సంవత్సరములు జీవింతువు. రహస్య స్థానములో స్వంత భార్యతో మాత్రమే సంగమింతువు. కావున పక్షులలో ఇంద్రుని వంటి నీకు నమస్కారము. కాకి ఒకేసారి తన జీవితములో సంతానమును కనును.

3) కాకినిచూచి దానిని పూజించి పెరుగును నివేదించి, తన కార్యమును చెప్పి, తన కార్యము కొరకు శకునమును చూచుకొనవలెను.

4) ఎడమభాగమున మధురముగా ధ్వనించుచు ఎడమభాగమున వచ్చినచో సర్వార్థ సిద్ధులు కల్గును. మరల వచ్చుట పూర్వముకంటె వ్యతిరేకమయినచో ప్రశస్తముగాదు.

5) కాకి మార్గమధ్యములో ప్రదక్షిణీకరించి ఎడమవైపుగా వెళ్ళినచో గమనశీలుర సమస్త కార్యములు సిద్ధించును. క్షేమము, శీఘ్రగమనము కూడా కల్గును.

6) కాకి వామభాగమున మధురముగా నినదించి అనులోమముగా వచ్చినచో సకలార్థ సిద్ధి కల్గును. కొన్ని చోటులలో కలహప్రశ్నలో కలహ సిద్ధి గల్గును.

7) పృష్ఠభాగమున మధురముగా ధ్వనించి ముందునకు వెళ్ళినచో హితవు జరుగును. బాటసారుల వెనుక ఇతర ఏ పక్షులు వెంబడించినను అవి కాకులతో సమానములే యగును.

8) ధ్వనించుచు ముందుగా వెళ్ళెడికాకి అభిమతములను దీర్చును. శిరస్సును పాదములచే గోక్కొన్నచో అభీష్ట ఫలముల నిచ్చును.

9) ఏనుగులను కట్టెడి స్తంభములపై కాకి వాలినచో, చూచిన యాత్రికుడు రాజగును. కాకి ఏనుగుపై వ్రాలినచో చక్రవర్తి యగును. గుఱ్ఱముపై నెక్కినచో వాహన, భూమి, లాభములు కల్గును. ధ్వజముపై వ్రాలినచో విజయము కల్గును.

10) నూతిపై వ్రాలినచో నష్ట ద్రవ్యలాభము, విజయము కల్గును. నదులగట్టుల పైభాగముననున్నచో వెంటనే కార్యసిద్ధిని కలుగజేయును. పూర్ణఘటముపై గాని, అండముపై గాని వ్రాలి సుశబ్దముచేసినచో ధన ప్రాప్తి, అభివృద్ధి కల్గును.

11) దేవాలయములు, రాజగృహములు, ధాన్యరాశి, సామాన్య గృహములు, గజపృష్ఠము, పండుచున్న చేలు, లేత పచ్చిక – వీనిపై కాకి వ్రాలినచో ధనప్రాప్తి కల్గును. శబ్దము కూడా చేసినచో స్త్రీ లాభములు కల్గును.

12) నూతనమైన ఆవుపేడకు ముందుగా గాని, వెనుకగాని కాకి యున్నచో లేక గోమయము పైనేనున్నను, వటవృక్షము, పాలచెట్లపై నున్నను, ఉండి ధ్వనించినను విందు భోజన పానీయములు లభించును. విఘ్ని వదిలినచో తప్పక జరుగును.

13) అన్నాదులు, ఫలములు, దుంపలు, పుష్పములు, మాంసాదులు వీనిని చూచుచున్నచో అభిమతములు సిద్ధించుట, ఇష్టాన్న ప్రాప్తి, సంతోషము కలుగును.

14) త్రిశిరస్సుపై గల పూర్ణకుంభముపై కాకి త్రావి ధ్వనించినచో వనితా ధనములు వచ్చును. శయ్యపై నున్నప్పుడు కాకి శబ్దించినచో భార్యతో సమాగమము జరుగును.

15) గోపృష్ఠముపైన, దూర్వములపైన, చెట్లపైన గోమయముపైన ఉండి ముక్కుతో కెలుకుచు ముందునకు చూచినచో ఇతరులకు చిత్ర విచిత్ర భోజనాదులు లభించును.

16) ధాన్యమునుగాని, పాలనుగాని, పెరుగునుగాని పొంది కాకి చూచుచు శబ్దించినచో నిధి లాభము కల్గును. ముక్కుతో శుష్కించని తృణమును ధరించి ముందునకు చూచినచో ధనలాభము కల్గును.

17) సుందరమైన చిగుళ్ళు, ఆకులు, పుష్పములు, నీడ, ఫలములు గలిగిన వృక్షములపై కాకి యుండి ఒక్కసారి శబ్దించినచో మానవులకు మరల మరల వాంఛితార్థములు తీరును.

18) చెట్ల చిటారుకొమ్మలపై నుండి కాకి ప్రశాంతముగా నినదించినచో స్త్రీ సంగమ సుఖము లభించును. ధాన్యాది రాశులపైన నుండి శబ్దించినచో అన్న లాభము, గోవుల పృష్ఠభాగమున నుండి శబ్దించినచో, వనితా, విత్తలాభములు చేకూరును.

19) ఒంటె యొక్క పృష్ఠభాగమందైనచో క్షేమము, గాడిద యొక్క పృష్ఠభాగమందైనచో శత్రుభయము, మరణము, పంది పృష్ఠభాగమందైనచో ధనలాభము, బురదతో కూడిన సూకరమైనెచో తక్షణమే జ్వరము వచ్చును.

20) దున్నయొక్క పృష్ఠభాగమున, చనిపోయిన వారి శరీరాంగముల పైన కాకి యున్నచో మరణము కల్గును. ఖాళీ కుండలపైన, రాతిపైన కాకి యున్నచో కార్యహాని, కాష్ఠములపై నున్నచో కలహములు కల్గును.

21) దక్షిణ దిక్కున శబ్దించి, దక్షిణదిశగా ప్రయాణించి సమ్ముఖముగా వచ్చి ప్రతిలోమముగా అరచుచు వెళ్ళినచో రక్తపాతమగును.

22) కాకి వామభాగమున ధ్వనించి, దక్షిణభాగమునకు వచ్చినచో అనర్థహేతువగును. వామభాగమందే వ్యతిరేక గమనము చేసినచో విఘ్నములు గల్గును. ఇంటి యందు లాభము కల్గును.

23) దక్షిణముగా ధ్వనించి వెనుకగా వెడలినచో రక్త వార్తలను విందురు. అట్లే కాకి ముక్కున తీగలను, త్రాళ్ళను కరచుకొని ప్రదక్షిణముగా వెడలినచో సర్పభయము కల్గును.

24) ఆవుతోకపై నుండిగాని, పాము పుట్టపై నుండి గాని కాకి కూసినచో సర్ప దర్శనమగును. బొగ్గులపైగాని, చితాభస్మరాశిపైగాని అస్థికలపైగాని ఉండి కేశములను లాగినచో (ఈడ్చినచో) మృత్యువును సూచించును.

25) కాకి అగ్రభాగమున శబ్దించినచో హాని, రోగములు కల్గును. వెనుకభాగమున ధ్వనించినచో నిష్ఠారములు కల్గును. మరల మరల శబ్దించినచో మృత్యుప్రదము. ఖాళీ ముఖమును ముందుకు చాపియున్నచో ఎల్లవేళలా నింద్యమే యగును.

26) రసములేని (శుష్కించిన) కాష్ఠఖండమును ముక్కుతో కొట్టుచు కాకి ఎడమ భాగముననున్నచో రక్తపాతమును గాని, మరణమునుగాని కలుగజేయును. ముక్కు అస్థికలను చీల్చుచున్నచో నిశ్చముగా ఎముకలు విరుగును. యుద్ధములు చేయువారికి మరణముగాని, బంధనముగాని గల్గును.

27) వామభాగమున నున్న కాకి ఎండిపోయిన వృక్షమునందున్నచో తీవ్రమైన రోగము వచ్చును. చేదు వృక్షముపై నున్నచో కలహము, కార్యనాశనము కల్గును. ముళ్ళ చెట్టుపై నుండి తెక్కల నల్లార్చి క్రూరముగా కూసినచో మృత్యువును కలిగించును.

28) చెట్టు యొక్క భగ్నమైన కొమ్మపై కాకి యున్నచో బంధనము కల్గును. అట్లే లతలచే చుట్టబడిన వృక్షము పైనున్నను బంధనము కల్గును. ముళ్ళతో కూడిన రమ్యమైన వృక్షము పై కాకి యున్నచో కలహములు, కార్యసిద్ధి కల్గును.

29) కాకి శబ్దించుచు గొడుగుపై నెక్కినచో యాత్రాగమనము కూడదు. వెళ్ళినచో వజ్రపాత మగును. మలముపైన, నీటిపైన, గడ్డిపైన, కట్టపైన, భస్మరాశిపైన నుండి కూసినచో కార్యవిఘ్నములు కల్గును.

30) తీగలు, తోలుత్రాడు, చర్మము, త్రాళ్ళు, వెంట్రుకలు, ఎండిన కాష్ఠము, ఎముకలు, చినిగిన వస్త్రము, నారవస్త్రము, బొగ్గు, రక్తముతో కూడియున్న పదార్థము, పుట్ట మొదలగు నీచవస్తువులను ముక్కునందు పెట్టుకొని కనబడినచో పుణ్యక్షయమగును. రోగములంకురించును. బంధువధలు జరుగును. సమస్త ధనములు దొంగిలించబడును. ఈ ఘటన ఇంటి యందు గాని, మార్గమధ్య మందుగాని చూచినను అవే ఫలితములు ప్రాప్తించును.

31) పైకి తలనెత్తి, తెక్కలనార్చుచు, కఠినముగా శబ్దించినచో మరణము కల్గును. నీడ, ఆయుధము, గొడుగు, కుండ, అస్థికలు, వాహనము, వాద్యములు, కట్టలు వీనిని ముక్కుతో పొడుచుచున్నను మృత్యువు కల్గును.

32) ఒక పాదమును కుంచించి (ముడుచుకొని) చంచల చిత్తముతో, దీప్త స్వరముతో సూర్యుని చూచుచు శబ్దించినను, పై విధముగనే యుండి ముక్కుతో కాష్ఠమును పొడిచినను, యుద్ధాది అనర్థములు వచ్చును.

33) తుండము (ముక్కు)తో పుచ్ఛమును రాయుచు, తీవ్ర స్వరముతో సూర్యుని చూచుచు శబ్దించినను, అట్లే ఒకే పాదముతో నిలబడినను ఎదుటి జనులకు బంధనములు కల్గునని చెప్పబడుచున్నది.

34) కాకి ఎవరి శిరస్సున గోమయమునుంచినో వారు అధికమైన రోగ భయము నొందుదురు. అట్లే ఎవరి శిరస్సున ఎముక ముక్కను వదలునో వారు మరణింతురు.

35) ఆకాశమున ధ్వనించినచో యాత్రికుల భార్యలకు కీడు కల్గును. మనుష్యుల, ఏనుగుల గుఱ్ఱముల శిరస్సు నెక్కి కూసినచో వారికి మరణము సంభవించును.

36) నదీతీరమందుగాని, అడవిలోగాని కాకి తీవ్ర స్వరముతో శబ్దించినచో బాటసారికి పెద్దపులి భయము కల్గును. ఎక్కడున్నను కాకి ఆతుర పురుషనకు హితము కాదు. హృష్టమైన చేష్ట ఎప్పుడును చెడుకాదు.

37) యుద్ధయాత్రలలో రథము, ఏనుగు, గుఱ్ఱము, మానవుడు వీరి శిరస్సులపై కాకి నిలిచినచో సైన్యము మరణించును (చంపబడుదురు). సైన్యమునకు అభిముఖముగా యుద్ధములో పరాజయము కల్గును.

38) రాజసైన్యములోనికి మాంసము లేకుండా కాకి, గ్రద్ధ ప్రవేశించినచో శత్రువులతో ఘోర యుద్ధము జరుగును. యుద్ధోన్ముఖులుగాని సైన్యమైనచో సంధి జరుగును.

39) రాజచిహ్నములైన ధ్వజ చ్చత్రములపై నెక్కి యుద్ధోన్ముఖులగు శత్రుసైన్యమును చూచుచు శబ్దించినను, పాలచెట్టునెక్కి శబ్దించినను రాజునకు జయము కల్గును.

40) కాకియొక్క గతి, స్వరములు తూర్పుదిక్కున పుట్టినను వైపరీత్యములచే ఫలితముల నిచ్చును. వానిని జనులాచరించుచున్నారు.

దిక్కు, ఋక్షముల చక్రములో చెప్పబడిన ఫలితములు, అట్లే ఉండునని సత్పురుషులు చెప్పుచున్నారు.

12.10 కాకి – స్థాన స్థిత ప్రకరణము

1) ప్రజల పూర్వజన్మ పరిపాకముపవలన కాకులు ఆయా స్థానములలో నుండి చేయు చేష్టల వలన వారి వారి శుభాశుభములను చెప్పును. ఆ లక్షణములీ క్రింది విధంగా ఉన్నాయి.

2) ఏ కారణము లేకుండా కాకులు కలిసి శబ్దించినచో గ్రామములలో అన్ననాశనము కల్గును. గుండ్రముగా జేరి ధ్వనించినచో (ఏడ్చినచో) రోదనములు కల్గును. కొన్ని సవ్యముగాను, మరికొన్ని అపసవ్యముగాను తిరుగుచు రోదించినచో గొప్ప భయములు కల్గును.

3) అనేక కాకులు కలసినచో విఘతము లేర్పడును. రాత్రులందు ధ్వనించినచో జననాశమే ప్రాప్తించును. ముక్కు, కాళ్ళచే లోకమను (భూమిని) తన్నుచున్నచో శత్రువృద్ధి యగును.

4) కాకి ధూళిలో స్నానము చేసి, నీటిని చూచి ధ్వనించినచో వర్షము వచ్చును. జలములో స్నానము చేసి ధూళిని చూచుచు ధ్వనించినచో సువృష్టి కురియును. కొన్ని చోటులందు భయము కూడ కల్గును.

5) ఎవరిగృహమందు మధ్యాహ్న సమయమున కాకి రౌద్రముగా ధ్వనించి, అంగములను కపింప చేయునో ఆ ఇంటిలోని సమస్త ద్రవ్యములను చోరులు తస్కరింతురు. ప్రమాదములు కూడా కలుగవచ్చును.

6) గడ్డి, ఆకులు ముక్కున గల్గిన కాకి శబ్దించినచో అగ్నిభయము కల్గును. ప్రయాణమై వెళ్ళు వానికి, ఒకచోటే ఉన్నవానికి మూడు దినములలో గొప్ప దుఃఖము ప్రాప్తించును.

7) యాత్రికునకు గాని, స్థానమందున్న వానికి గాని కాకి నీడలో భూలాభము, జలముపై నైనచో విఘ్నము, పాషాణము పై నైనచో కార్య నాశనమును చేయును.

8) రక్తలిప్తమైనకాకి ద్వార ప్రదేశమున శబ్దించినచో శిశునాశము కల్గును. రెక్కలను కంపింపజేయుచు కాకి క్రూరముగా శాంతదిక్కునగాని, ప్రదీప్త దిక్కునగాని కూసినచో ప్రశస్తముకాదు.

9) తెక్కలనుపైకి చాపి కాకి క్రూరముగా అరచినచో ప్రళయము సంభవించును. కాకి కోపముతో వేరొక కాకిపైకి వెడలినచో నరులకు రోగములచే మరణములు కల్గును.

10) కాకి అపహరించిన వస్తువునకు వినాశము, పాడుచేసిన వస్తువులకు లాభములు కల్గును. పీత (వర్ణము) వస్తువులయినచో బంగారమునకు లాభము కల్గును. తెల్లనివస్తువులయినచో వెండికి లాభము కల్గును. ప్రత్తి సంబంధమైన వస్తువులయినచో వస్త్రలాభము కల్గును.

11) రోగము తగ్గునా? హెచ్చునా? అను ప్రశ్నలో కాకి ప్రదీప్త దిశలో సౌమ్యముగా శబ్దించినచో శీఘ్రముగా రోగము తగ్గును. శాంత దిశలో శుభముగా కూసినచో రాబోవు రోగములను దూరము చేయును.

12) శుభప్రశ్నయందు శాంతదిక్కునందున్న కాకి శాంతస్వరముతో నినదించినను, శుభవస్తువులను ముక్కున ధరించియున్నను శుభములు జరుగును.

13) కుండ లేక అధిక జలములుగల గుండిగ వంటి వానిపై గాని కాకి ధ్వనించినచో గర్భవతులకు పురుష సంతతి కల్గును. ముళ్ళకొమ్మను పెకిలించి పట్టుకొని వెళ్ళినచో రాజు వచ్చును.

14) అన్నము, ఆజ్యము, విషము, మాంసము మొదలగు వానిని ధరించి పరిపూర్ణముఖముతో (ఆనందముగా) నుండెడి కాకి అభీష్ట ఫలములనిచ్చును. ఈ కాకి మంత్రసిద్ధులందు, వ్యాపారలాభములందు, వివాహ విషయములందు ప్రశస్తము.

15) అశ్వాది వాహనముపై నిలచిన కాకి ఇష్టకార్యములను తీర్చును. గొడుగు మొదలగువాటిపై నిలచినచో ఛత్రాదులు ప్రాప్తించును. తోరణములపై నిలచినచో నూతన వధూప్రాప్తి యగును. అందమైన వృక్షము పై నిలచినచో అభీష్టసిద్ధి యగును.

16) భవనములకెదురుగా నిలచి కాకి కులు కులు ధ్వానముచేసినచో ఆ మార్గమున వెడలు బాటసారి వినిన యెడల వానికి అభీష్టసిద్ధి కల్గును.

17) లోకమున రెండుత్పాతములు గలవు. ఇవి గొప్ప భయకారణములని శాకునికులు చెప్పుచున్నారు. 1 కాకుల మైథునము చూచుట 2 తెల్లకాకిని చూచుట ఇవి గొప్ప ఉత్పాతములను కలిగించును.

18) ఇటువంటి అద్భుత దర్శనములచేత ఉగ్వేగములు, విద్వేషములు, భయములు, ప్రవాసములు, బంధుక్షయము, వ్యాధులు, ధనములపహరింపబడుట, అభివృద్ధి నాశనము, కులాపవాదములు మానవులకు కలుగను.

19) ఇంతకు ముందు చెప్పిన ఆపదలను, దుఃఖములను శాంతింపచేయుటకు, కాకి మైథునము, శ్వేతకాకిని చూచిన వెంటనే స్నానము చేయవలెను. తరువాత తన శక్తినిబట్టి బ్రాహ్మణులకు దక్షిణా దానముల నీయవలెను.

20) ఆ పగటి భాగమును గడిపి, రాత్రి సిరాహోరులై భూమిపై నిద్రించి, ఉదయమున లేచి మరల స్నానాదికమును చేసి పాప శాంతికై శాంతి కర్మను చేసి గురువులకు శక్త్యనుసారము ద్రవ్యమునీయవలెను.

21) నాటి నుండి ఇరువది యొక్క రోజులు హవిష్యాన్నము తినుచు, స్త్రీ సేవచేయకుండా ఆకాకపాత ప్రతమును చేయవలెను. నిత్యము కాకులకు బల్యన్నము నిచ్చుచుండవలెను.

22) ఏ ప్రదేశమున పైఅద్భుతములు కన్పించునో అక్కడ అనావృష్టి, దుర్భిక్షము, భయములు, మరణములు, చోరభయములు, అగ్నిభయములు, శత్రుభయములు, ధర్మనాశనము జరుగును.

23) పై అద్భుత దర్శనశాంతి కొరకు రాజు శాంతి కర్మలను, పుష్టి కర్మల నాచరించవలెను. అన్నము, ఆజ్యము, గోవులను, బంగారమును, భూములను దానములు చేయవలెను. ఆ సంవత్సరమందు యుద్ధములను చేయరాదు.

12.1 కాకి – స్వర ప్రకరణము

1) కాకి క్వాం, క్వాం అని ధ్వనించినచో క్షేమము కల్గును. కీం కీం అని శబ్దించినచో ఇష్టమైన అన్నపానములు దొరకును. కూం, కూం, కూం అని కూసినచో అర్థలాభము కల్గును. క్వం క్వం అని అరచినచో బంగారము లభించును.

2) కేం కేం అని శబ్దించినచో స్త్రీలాభము కల్గును. కోం కోం అని ధ్వనించినచో భోగములు సమకూరును. కు కు అని అరచినచో సంతానప్రాప్తి యగును. కే కవ అని కూసినచో ప్రయాణీకునకు ఇష్టఫలములు కల్గును.

3) క్రోం క్రోం అని అరచినచో సుఖలాభములు కల్గును. కుం కుం అని కూసినచో ప్రియ సంగమము కలుగును. క్రాం, క్రూం, క్రాం అను మూడు శబ్దములు, క్రాం క్రాం అను రెండు శబ్దములు యుద్ధమును సూచించును.

4) క్రోం క్రోం అనిగాని క్రో అని గాని రెండు సార్లు పలికినను, క్రాం క్రూం అనియు, క్రోకుహశరనియు కూసినచో మానవులకు మరణము చెప్పబడుచున్నది. యాత్రీకులకీ శబ్దములు హానిని కలుగ జేయును.

5) కాకి క్రీం క్రీం అని శబ్దించినచో ధననాశము జర్గును. జ్వల జ్వల అని ధ్వనించినచో అగ్నిభయములు గల్గును. కికీ అని ధ్వనించినచో అగ్ని భయములు గల్గును. కికీ అనియు, కొకావనియు, మాటిమాటికి ధ్వనించినచో వధ కల్గును.

6) క్వా అని ధ్వనించినచో నిష్పలములు. క్వ, క్వ అని ధ్వనించినచో మిత్రుల కలయిక జర్గును. కా, కా అనినచో కార్యములకు భంగము లేర్పడును. కవ అని శబ్దించినచో తమకు సంతోషము కల్గును.

7) కాకటి శబ్దము ఆహారదోషము వలన కల్గును. టాకు టాకు అని రెండుమారులు పల్కినచో యుద్ధము సంభవించును. కేకే, టాకు, చిచింటి అను శబ్దములు ఎక్కువగా దూషించుటను సూచించును.

8) 'కా' అని మూడు మారులు, దానినననుసరించి మరల రెండు మార్లు కాకి పల్కినచో గొప్పఫలము గల్గును. కోగీ అని శబ్దించినచో వాహన నాశనము జర్గును. కురు, కురు శబ్దము సంతోషదాయక మగును.

9) క్వాయని కాకి దీర్ఘముగా ఘ్రత స్వరముతో ప్రమోదముగా నినదించి, ఉత్సాహహీనముగాను, శ్రమదైన్యములతో కూడినదిగాను ఉన్నచో కార్యనాశన మగును.

10) కవకవయని కాకి పల్కినచో మాంసభోజన ప్రాప్తి యగును. కతికతి యని శబ్దించినచో భోజనము దొరుకును. ఖురుఖురు అని రూక్షముగా భాషించినచో విదేశములకు వెళ్ళినవారు వచ్చెదరు. శవశవయని పల్కినచో వచ్చినవారిలో నౌకరు మరణింతురు.

11) కరకర ధ్వనులైనచో మానవులకు కలహములొచ్చును. కణ కణ ధ్వనులచే జ్వరము వచ్చును. కులకుల ధ్వనులైనచో ప్రియమైన వారు వచ్చెదరు. కటకట ధ్వనులైనచో అన్నముతో పాటు పెరుగు కూడ లభించును.

12) ఈ విధముగా కాకుల ధ్వనులు ప్రశాంత, ప్రదీప్త దిశలనుబట్టి అనేక విధములుగా గలవు. అందు సుఖ సంతోషదులను తెలియజేయు ధ్వనులను చెప్పి యుంటిమి. గ్రంథాంతరములందింకను 32 రకముల ధ్వనులు వాని ఫలితములు చెప్పబడినవి.

12.12 కాకి – పిండ ప్రకరణము

1) కాకులు సమూహములుగా కలిసినచో ప్రజలకు కల్గులాభములను మహర్షులు, పురాణములు చెప్పిన విధమును చెప్పుచున్నారు. బల్యన్నముచే సంతసించెడి కాకులు సత్యమునే పల్కును.

2) దక్షిణదిక్కు కాక మిగిలిన ఇతర దిక్కులందు కాకులు సమూహముగా పాలచెట్లపైనున్నచో, సాయంకాల సమయమున అచ్చటకు వెళ్ళి కాకులకు భోజనాదులను పెట్టి నిమంత్రించవలెను.

3) ఉదయకాలమున ఆ పాలచెట్టుక్రింద తుడిచి నూతన గోమయముచే నలికి (కళ్లాబుచల్లి) ఆ స్థలములో ఒక చతురస్ర మేర్పరచి అందు బ్రహ్మాది దేవతలను, సూర్యుని (లోకపాలురను) అర్చించవలెను.

4) ఇంద్ర, అగ్ని, యమ, నిరుతి, వరుణ, వాయు, కుబేర, ఈశ అను దిక్పాలకుల నాయాదిక్కులలో పూజింపవలెను.

5) మానవుడు ఆయా దిక్పాలకుల పేర్లకు ముందు ఓంకారమును, పేరు చివర నమః అను పదములనుజేర్చి అర్ఘ్య, ఆసన, చందన, పుష్ప, ధూప, నైవేద్య, దీప, అక్షత, దక్షిణలతో పూజింపవలెను.

6) చెట్టుపై గల కాకుల నావాహనచేసి, పూజించవలెను. వాటి కొరకు పెరుగు, నెయ్యితో కూడిన అన్నపిండమును ఈ క్రింది మంత్రముతో నివేదించవలెను.

ఓం ఇంద్రాయ, యమాయ, వరుణాయ, ధనదాయ, భూతనాథాయ బలిం గృష్ణాం తు మే స్వాహా అనునది మంత్రము.

7) ముందుగా స్వకార్యమును చెప్పి, అక్కడ నుండి దూరముగా వెడలి, నిశ్చలముగా నుండి కాకుల శుభాశుభ చేష్టలను పరిశీలించవలెను.

8) తూర్పుదిక్కుగా నున్న కాకి తినినచో సుఖము, విత్తము వృద్ధి యగును. ఆగ్నేయ దిక్కున అగ్నిభయము కల్గును. దక్షిణ దిక్కున అన్న నాశనము కల్గును. నైఋతి యందు ధనవంతుడగును.

9) నివేదనలను నాల్గు దిక్కులలోని కాకులు తినేసినచో కార్యము మిశ్రమ ఫలితములనిచ్చును. నైవేద్యమును తినకుండా నలుదిక్కులందు చెల్లా చెదురు చేసినచో మిక్కిలిగా భయము కల్గును.

10) మట్టి మొదలగు పాలు ద్రవించెడి వృక్ష సమీపములందు, తోటలందు, నాలుగురోడ్ల కూడలియందు, నదీతీరములందు, దేవాలయములందు, చతుర్దశి, అష్టమీ తిథులలో మినుము, దధి (నెయ్యి) యుక్త అన్నము, బియ్యము వీనిని కాకులకు బలిగా (నైవేద్యముగా) పెట్టవలెను.

12.13 కాకాహ్వాన మంత్రము

1) పిండత్రయ విధానములో నారదాది మునులు చెప్పిన విధి విధానములు, కాకులు చెప్పెడి శుభాశుభములు ఈ క్రింది విధముగా నున్నాయి.

2) శుభదినమున నాల్గవ ఝాములో పూర్వము చెప్పబడిన పాల వృక్షములు, నదీతీరములు, దేవగృహోదులకు వెళ్ళి కాకులను పిండత్రయ భోజనమునకు నిమంత్రణ (ఆహ్వానము) చేయవలెను.

3) మరుచటి రోజున ప్రభాత కాలములో శాకునికుడు భూమిని బాగుగా అలికి, పూర్వోక్త నామమంత్రములతో బ్రహ్మ, విష్ణు, సూర్య అష్టలోకపాల (ఇంద్ర, అగ్ని, యమ, నిరుతి, వరుణ, వాయు, కుబేర, ఈశాన, దేవతలను, కాకులను క్రమముగా పూజించవలెను.

4) తూర్పుదిక్కు మొదలుకొని తొలిపిండమందు బంగారమును, రెండవదానిపై వెండిని, మూడవ దానిపై లోహమును ఉంచవలెను. శేషము పిండతుల్యము వంటిది.

5) 21 సార్లు మంత్రమును పఠించి కాకులకా పిండములను నివేదించి,

"ఓం ఇరిటి మిరిటి కాక చాండాలీస్వాహో ఇది పిండాభిమంత్రణ మంత్రము ఓం బ్రహ్మణే విశ్వాయ కాక చాండాలాయ స్వాహా" అను మంత్రముతో కాకులనాహ్వానించి, తమ కార్యములను చెప్పి ప్రక్కకు తప్పుకొనవలెను.

12.14 కాకి-పిండత్రయ ప్రకరణము

1) కాకి బంగారము కలిసిన పిండమును తినినచో ఉత్తమము, వెండి కలిసిన దానిని తినినచో మధ్యమము. లోహము కలిసినది అధమముగా నరులు తెలియవలెను.

2) వివాహ, వాణిజ్య, వివాద, వర్ష క్షేమ, ధనచింత, కృషి, భోగ, రోగ, సంగ్రామ, సేవా, రాజకార్య, దేశాది విషయములనీ పిండము ద్వారా విచారించవలెను.

3) దక్షిణభాగమున చేష్టనుచేసి, దక్షిణపు రెక్కను పైకి లేపి ప్రదక్షిణముగా తిరుగుచూ రమ్యముగా ధ్వనించినచో సమస్త కార్యములు ఫలించును. కంతమును పైకి ఎత్తి, మంచి వృక్షము నధిరోహించిననూ సమస్త కార్యములు ఫలించును.

4) కాకి పిండమును స్వీకరించి పైన చెప్పబడిన శుభచేష్టలను చేసినచో అభీష్ట కార్యములన్నియు నెరవేరును. చేష్టలు వ్యతిరేకముగా ఉన్నచో ఫలితములు గూడ వ్యతిరేకమగును.

5) కాకి ముఖ్య పిండమును గ్రహించి శాంతదిక్కునకు వెడలినచో మనుష్యులకు కావలసిన సమస్త ఫలములు పరిపూర్ణముగా తీరును.

6) కాకి ముఖ్యపిండమును తీసుకొని ప్రదీప్త దిక్కునకు వెళ్ళినచో ఉత్తమ ఫలితము లన్నియు కనిపించి చివరకు నాశనమగును.

7) ద్వితీయ పిండమును గ్రహించి కాకి శాంతదిక్కునకు వెడలి పిండమును కెక్కరించినచో (కెలికినచో) శుభఫలితములు కల్గును. ఆలస్యము చేసినచో ఆలస్యమగును.

8) కాకులు లోహ పిండమును గ్రహించి ప్రదీప్త దిక్కునకు చేరినచో అతినీచముగా కార్యహాని జరుగును. మధ్యమ పిండమైనచో మధ్యమముగా నుండును.

12.15 పిండాష్టక ప్రకరణము

1) మునులు కాకిశకున సంబంధమైన వానిలో మిక్కిలి సారవంతమైన పిండాష్టకమును చెప్పితిరి. అది పూర్తిగా కార్యనిశ్చయము కొరకు ఉపయోగపడును.

2) మంచిరోజున సాయంకాలము పిండాష్టకమును తినుటకు కాకులను అధివాసముచేసి మరునాటి ఉదయము కాలోచితమైన వస్తువులను తీసికొని జాగ్రత్తగా బయటకు వెడలవలెను.

3) ఏకాంత ప్రదేశమునందుగల వృక్షము యొక్క పార్శ్వభాగము లందలి భూమిని మట్టి + ఆవు పేడలతో అలికి, పంచామృతమును దానిపై మార్జన చేసి, సుందరమైన వస్తువులను, ఆహారములను అక్కడపెట్టి...

మధ్యలో కులదేవతలను పూజించి ఎనిమిది దిక్కులందు నేయి, పెరుగులతో తడిసిన పిండములను తూర్పుదిశ క్రమములో పెట్టవలెను.

4) తూర్పు మొదలు 8 దిక్కులందు పిండములనుంచి వానిపై పక్షీంద్ర, అగ్ని, యమ, నిరృతి, విష్ణు, బ్రహ్మ, కుబేర, ఈశానులను ఆహ్వానించవలెను.

5) పిదప ప్రణవనమోంతములతో కూడిన వాని వాని నామ మంత్రములతో అర్ఘ్యాసన, గంధపుష్ప, ధూపదీప నైవేద్యములతో నర్చించి దక్షిణలను సమర్పించవలెను.

6) వీనిని పూజించి, మంత్రముచే అష్టపిండముల నభిమంత్రించి, తన కార్యమును నివేదించి (చెప్పి) అక్కడ నుండి తప్పుకొనవలెను.

7) ఓ కాకమా! నీవు ఈ ఎనిమిది పిండములను శంకలేకుండా స్వీకరించుము. మా కార్య ఫలితములను చూపుమని ప్రార్థించవలెను.

8) కాకి తొలిపిండమును గ్రహించినచో యజమానికృతార్థుడగును. రెండవ పిండమును గ్రహించినచో ఉద్వేగము, శోకము, కార్యవిఫలత, ప్రవాసము, కీడు, కలహములు కల్గును.

9) మూడవ పిండమును గ్రహించినచో రోగములు, ఆపదలు, మృత్యువు కల్గును. నాల్గవదైనచో యుద్ధములందు విజయము కల్గును. ఐదవదైనచో అభిష్టములు కష్టము లేకుండా సిద్ధించును, ఆరవదైనచో ప్రవాసము, కోరికలు తీరకుండుట జరుగును.

10) ఏడవపిండమును కాకి తిననచో కోరిన కార్యము నిశ్చయముగా జరగదు. ఎనిమిదవ పిండమును స్వీకరించినచో సంతాపము, శోకము, కార్యహాని, యాత్రా విఘ్నములు కల్గును.

11) కాకి ఏ ఒక్క పిండమును తినకుండా తన ముక్కుతోను, గోళ్ళతోను పొడిచి పిండమును భూమిపై చల్లినచో సర్వకార్యములు నాశనమగును. ఘోరమైన యుద్ధములు గూడ కలుగవచ్చును.

13.0 పింగల పక్షిరుతము (ధ్వని)

1) తెక్కల సాయముతో రాత్రులందు తిరుగుచు పింగలికమను పేరుతో భూమిపై పిలువబడుచున్న పక్షియొక్క ఆశ్చర్యకరమగు శకునములు ఈ క్రింది విధముగా నున్నవి.

2) ఇక్కడ అధివాసన విధివిధానములు చెప్పబడుచున్నవి. ఈ అధివాసన ప్రక్రియ చేత శకునాధి దేవత సంతోషించును. అప్పుడు శకునము చెప్పెడి విషయము సత్యమగును.

3) శకునములను గూర్చి సదా విచారించువాడు, శకున శాస్త్రమందు సమర్ధుడు, పవిత్రముగా నుండువాడు, యోగ్యుడు, సత్యవాది, పక్షి చేష్టల అర్ధమును తెలిసినవాడు దీనికి అధికారి.

4) క్షీణచంద్ర దినమున, పెద్దగా గాలివీచు దినమున, భూకంపాదులు వచ్చిన దినమున, మేఘములు దట్టముగా ఆకాశము నావరించిన దినమున శకున దర్శనమును చేయకూడదు.

5) మంచి భూమిలో పుట్టినది, పాలతో కూడినది, ఫల, పుష్పములు గలది, దోషములు లేనిది యగు వృక్షము పింగళపక్షి జంటకాశ్రయమిచ్చినచో అధివాసమునకు ప్రశస్తము.

6) సాధకుడు స్నానముచేసి, తెల్లని వస్త్రములను ధరించి, పవిత్రుడై, పిత్ను, దేవతల నర్చించి, గురు మిత్ర బృందముతో కలసి పైన చెప్పబడిన శుభవృక్షము చెంతకు సాయంకాలమున శకున పరిశీలనకు వెళ్ళవలెను.

7) ఆ వృక్షము క్రింద భూమిని శుభ్రపరచి, నూతన గోమయముచే నలికి అష్టదళ పద్మమును పిండితో నిర్మించవలెను.

మట్టితో పింగళపక్షుల జంటను నిర్మించి పద్మము పైభాగమున నుంచవలెను. అల్లే తరువాత చెప్పబడు చండినికూడ పద్మముపై స్థాపించవలెను.

8) క్రమముగా అష్టదళములతో అష్టదిక్పాలకులను పై భాగమున బ్రహ్మను, క్రింది భాగమున విష్ణువుని పద్మముపై పూజించవలెను.

9) ప్రణవముతోను, నమః అను శబ్దముతోను కూడిన వారి వారి నామ మంత్రములతో అర్ఘ్యాసనాది ఉపచారములతో పై పది దేవతలను పూజించవలెను.

ఆసన మంత్రము: ఓం వృక్షస్థానాయనమః

అవతరణ మంత్రము : ఓం హ్రీం శ్రీం క్రేం చాముండే హూం నమోస్మిన్ వృక్షే అవతర అవతర స్వాహా।

పూజా, జప, హోమమంత్రము : ఓం క్రోం హ్రీం హ్రాం చిలిచిలి వౌషట్॥

అధివాసన మంత్రము : ఓం సిద్ధి చాముండే కృష్ణ పింగలేస్వాహా॥ ఓం నమో భగవతి కాలరాత్రి మంత్రమూర్తే మహేశ్వరి చాముండే ప్రజా పాలిని యోగేశ్వరి ఆగచ్ఛ గచ్ఛ ఏహ్యేహితిష్ఠతిష్ఠ ఓం హ్రీం చిలి చిలి శబ్దాయస్వాహా।

పై మంత్రములతో నా యాక్రియలను చేయవలెను.

గురూపదేశము వలన మంత్రమును పొంది వందమారులు జపించి తేనె, సమిధలతో దశాంశము హోమము చేయవలెను.

10) మేడి, రావి, మొదుగ, దూర్వాలు, సమిధలు, తేనెతో తడిపి (తేనెలో ముంచి) ఘృతముతో కూడ హోమము చేసి, ధ్యానించవలెను.

11) శవవాహనమునధిష్ఠించినదియు, మానవకపాలమును చేతి యందు ధరించినదియు, శూలాయుధమును ధరించినదియు, విభూదిని శరీరము నందంతటను రాసుకొన్నదియు, గుడ్లగూబ చిహ్నమును ధరించినదియు, మానవ కపాలమును దండగావేసికొన్నదియు, మాంసములేని శరీరము గలదియు, రక్తమును త్రాగుచున్నదియు, రక్తమును, వసను శరీరముపై అద్దుకొన్న నల్లని శరీరము గలదియు ఏనుగు, సింహముల చర్మములను వస్త్రములుగా ధరించినదియు, విభీతక వృక్షముపై నుండునదియు, భయంకరాకారము గలదియు, అగుచండీ దేవిని, పింగలిక పక్షిని పూజించిన పిదప ధ్యానించ వలెను.

12) విభీతక వృక్షమును చందిని గంధాదులచే పూజించి తెల్లని వస్త్రములను, దారములను కట్టవలెను. పూజాఫలము సమస్తమును గురువునకర్పించవలెను.

13) విధి విధానముగా దేవిని అర్చించి, తన కోరికను తెలిపి, తన వెనుకభాగము ప్రదీప్త దిక్కుయగునట్లుగా కూర్చొని పక్షుల చేష్టను గమనించవలెను.

14) మానవుడు భూమిపై మోకాళ్ళపై కూర్చొని శిరసా సమస్తమునకు నమస్కరించి, మంత్రము నావర్తన చేయుచుండవలెను.

15) బెల్లము, నేయి, పాయసాదులతో కొంతమంది కుమారీలకు భోజనము పెట్టి, తాను గురు బంధు మిత్రులతో భుజింపవలెను.

16) భోజనానంతరము రాత్రియందు నిర్జన ప్రదేశమున ఒంటరిగా మూడు ఝాములు నిద్రించి లేవవలెను. అప్పటి స్వప్నమును స్మరించుచు చెప్పగా శాకునకుడు సత్యము తెలియచేయును.

17) నాల్గవఝాములో ఇంకా చీకటి ఉండగానే ఆ వృక్షము దగ్గరకు వచ్చి పూజించి తన పనిని బిగ్గరగా చెప్పవలెను.

18) ఈ సందర్భము పింగలీరుత విషయమున ప్రదీప్తాది దిగ్విచారణ చేయనవసరము లేదు. పింగలధ్వనిచేతనే సర్వము శాకునికునకు తెలియును.

13.1 పింగలికారుతమున స్వరప్రకరణము

1) ఈ లోకమున స్వరవిశేషములుపయోగించిన మేరకు చేష్టల వలన ప్రయోజనము లేదు. అందుచే పింగళపక్షుల స్వరజ్ఞానము కూడ తెలుసుకోవాలి.

2) ఈ శకున శాస్త్రమున ఆపృస్వరము అనగా దీనిని కాలికమని కూడ అందురు. కొంచెము కఠినస్వరము (తేజస్వరులు) కరంగులీయమను సంజ్ఞ గలది. వాయవీయ (అనిల) స్వరమును సవీసమందురు. అంతరిక్షస్వరమును కిసరమందురు.

3) ఈ శాస్త్రమున చిల్ అను శబ్దము ఏకమాత్ర గలది. చిలి శబ్దము ద్విమాత్ర చిలిలి అనునది త్రిమాత్ర శబ్దము. చిలిచిలి యనునది చతుర్మాత్ర శబ్దము.

4) 'చిలిచిలీ' అను ఐదుమాత్రల స్వరమును పింగలపక్షి ఉచ్చరించును. ఈ విధముగా తన పార్థివస్వరమునైదువిధములుగా నుచ్చరించును.

5) పై స్వరమాత్రములిలా ఉన్నాయి. చిల్ 1 మాత్ర, చిలి 2 మాత్రలు. చిలిలి 3 మాత్రలు. చిలిచిలి 4 మాత్రలు. చిలిచిలీ 5 మాత్రలు. కిచ్ అనునది 1 మాత్ర. కిచి అనునది 2 మాత్రలు. కిచిచి 3 మాత్రలు. కిచికిచి 4 మాత్రలుగాను గ్రహించవలెను.

6) పైన చెప్పిన కిచ్ (1) కిచి (2) కిచిచి (3) కిచికిచి (4) కిచికిచిచి (5) అను ఈ సంజ్ఞలు జల సంజ్ఞలుగా బుద్ధిమంతులనిరి.

7) కుగ్ శబ్దము 1 మాత్ర గలది. కుకు 2 మాత్రలు గలది. కుకుకు 3 మాత్రలు గలది. గుజ గుజ అనునది 4 మాత్రలు గలది యగును.

8) కుకుకు కుకు అను 5కు కారములతో గూడిన స్వరము 5 మాత్రలు కలిగియుండును. ఈ విధముగా పింగల పక్షి తేజోయుక్తమగు ధ్వనులను చేయును.

9) చిచ్ అనుధ్వని ఏకమాత్ర గలది. చీచ్ ధ్వని రెండు మాత్రలు. చీచు, చిచుచి ఇవి, మూడు మాత్రలు గలవి. చి, చి, చి, చి, అనుహ్రస్వ చికారములు నాల్గును నాలుగు మాత్రలుగలవి.

10) చీకు చీగితి స్వరమును మహర్షులు 5 మాత్రలుగానే చెప్పిరి. ఈ విధముగా పింగల రుతములైదు విధములుగా నున్నవి.

11) చిక్ అనుధ్వని ఏకమాత్రా కాలికము. చిరు అనునది రెండు మాత్రలు గలది. 'కురురు' అనునది మూడు మాత్రలు గలది. చికచికి అనునది చతుర్మాత్రలు గలది.

12) ఒకే రూపముతోనున్న 5 అక్షరములు పల్కినచో 5 మాత్రలగును ఈ విధముగా పింగళ పక్షి 5 స్వరములను ఉచ్చరించును. ఈ విధానమును 'అంబర' మందురు.

13) ఐదుమాత్రలతో కూడిన స్వరమును మూడు మారులుచ్చరించినచో దానిని లఘువందురు. ఆరుమారులుచ్చరించినచో దీర్ఘసంజ్ఞగలది యగును. తొమ్మిది మారులుచ్చరించినచో ప్లుతసంజ్ఞను పొందును.

14) పింగళ స్వరములను లఘువు, గురువు, ప్లుతముగాను పండితులు చెప్పిరి. వీని యొక్క నీచస్వరము, మధ్యమ స్వరము, సంపూర్ణ స్వరములు క్రమముగా నీచ, మధ్యమ, సంపూర్ణ ఫలితముల నిచ్చునని పండితులు చెప్పితిరి.

15) పింగళ పక్షి పార్థివస్వరముతో ఆనందముగా ధ్వనించి పిదప ఆప్య స్వరముతో ధ్వనించినను, కామాతురగా తైజసస్వరముతోను శబ్దించినచో ఈ మూడు విధముల ధ్వనులు శాంత ధ్వనులని చెప్పబడుచున్నవి.

16) కోపమును ప్రకటించు వాయవ్య శబ్దమును, శోకమును ప్రకటించు నాభశబ్దమును, ఈ రెండింటిని పండితులు ప్రదీప్త ధ్వనులనిరి.

13.2 స్వర బల ప్రకరణము

1) భూమి, నీరు, తేజస్సు, వాయువు, ఆకాశమను రూపములు గల మాత్రాది భేదములు చెప్పబడినవి. ఆయా దిక్కుల యందు వీని మిత్రత్వ, శత్రుత్వ, సమత్వ బలములు చెప్పబడుచున్నవి.

2) తూర్పు, దక్షిణ దిక్కులందు పార్థివ ధ్వనిబలకరమయినది. అట్లే పడమర, ఉత్తర దిశలందు ఆప్యస్వరము బలవంతము. ఆగ్నేయమున తేజో ధ్వని, వాయవ్యమున వాయు సంబంధ ధ్వనులు బలవత్తరములు.

3) ఈశాన్య, నైరుతి కోణములందునాభస ధ్వని బలవంతమైనది. జల, భూమిజ శబ్దములు మధ్యమములు. వీనిలో జలజశబ్దము బలమైనది.

4) జలము, తేజస్సు సంబంధ ధ్వనులు శత్రువర్గకు చెందినవి. వీనిలో జలజధ్వని బలమైనది. వాయు, జలసంబంధ ధ్వనులు శత్రువర్గ సంబంధములు.

5) ఆకాశ, అగ్ని సంబంధనాదములు బలమైనవి. ఆకాశ, జలజనాదములు మిత్ర శత్రువులు కాదు. వీనిలో ఆకాశనాదము బలకరము.

6) భూమి, అగ్నినాదములు మిత్రవర్గములోనివి. వీనిలో భూమి శబ్దము బలవత్తరము. వాయు, అగ్నిస్వరములు కూడ మిత్రులే. వానిలో వాయు ధ్వని బలమైనది.

7) అగ్ని శబ్దమునకు నీటి శబ్దము శత్రువు. అట్లే నీటికి వాయు శబ్దము శత్రువు. పార్థివ శబ్దమునకు అగ్ని శబ్దము మిత్రము. అగ్నికి వాయు శబ్దము మిత్రము.

8) పార్థివ శబ్దమునకు తొలికాలమందలి జల, వాయు శబ్దములు శత్రువులు. తరువాత కాలమున వచ్చు ఈ శబ్దములు ప్రీతికరములు.

9) సమస్త ధ్వనులకు ఆకాశనాదము శత్రువు. ఈ విధముగా స్నేహ, శత్రు భావములను, మధ్యస్థితిని గమనించవలెను.

10) పార్థివాది స్వరములు వాని వాని స్వగృహములలో సంపూర్ణ ఫలములనిచ్చును. మిత్రగృహములలో సగఫలితముల నిచ్చును. శత్రు గృహములలో ఫలనాశనము జరుగును.

13.3 పింగళరుతమున ధేన్వాది సంజ్ఞా ప్రకరణము

1) పైన చెప్పిన పార్థివాది స్వరములకు 1. ధేను 2. గర్భ 3. వంధ్య అను మూడు సంజ్ఞలు గలవు. ఇవి కాల భేదమునుబట్టి వచ్చును. వాని కర్థములు ఫలములు చెప్పబడుచున్నవి.

2) తూర్పు విభాగమున మొదటి రెండు ఝాములలోను పార్థివ స్వరమునకు ధేనుసంజ్ఞ చెప్పబడినది. మూడవ ఝాములోని పార్థివ స్వరమునకు గర్భసంజ్ఞ చెప్పబడుచున్నది. నాల్గవ ఝామునందలి పార్థివ స్వరమునకు వంధ్యసంజ్ఞ చెప్పబడుచున్నది.

3) దినము యొక్క అర్ధయామము నుండి ఒక యామము వరకు అగ్ని శబ్దము ధేనుసంజ్ఞగలదందురు. రాత్రి మొదటి రెండు యామములలోని అగ్ని శబ్దము గర్భసంజ్ఞగలదిగా చెప్పితిరి. రాత్రి చివరి రెండు యామములలోని దహన శబ్దమును వంధ్యగా చెప్పుదురు.

4) దినము యొక్క సగభాగము నుండి దినాంతము వరకు గల కాలములో వచ్చిన జలశబ్దమును గర్భసంజ్ఞకలదిగా చెప్పెదరు. మధ్యాహ్నమందుగాని సాయంకాలమునగాని తూర్పు దిక్కునందలి జలస్వరమును ధేను సంజ్ఞ గలదిగా చెప్పుదురు. సూర్యోదయ సమయమున పశ్చిమ దిశలోని జలస్వరమును ధేను సంజ్ఞగా చెప్పితిరి.

5) అర్ధరాత్రి వచ్చిన జలస్వరము వంధ్య సంజ్ఞ గలది. దినములోని చివరి ఝామము యందు వచ్చిన ఆకాశస్వరము గర్భ సంజ్ఞ గలది. అట్లే రాత్రి మూడవఝామములోనిది, అట్లే సూర్యాస్తమయ సమయములోని ఆకాశ శబ్దము ధేను సంజ్ఞ గలదియగును.

6) వాయు నామకమగు పింగళధ్వని రాత్రి పశ్చిమ దిక్కున తొలి రెండు ఝాములలో వినిపించినచో దానిని ధేనుసంజ్ఞకమందురు. మూడవ ఝాములో గర్భసంజ్ఞక మగును. నాలుగవ ఝామున వంధ్య సంజ్ఞకమందురు.

7) ధేను సంజ్ఞకధ్వనులకు సద్యస్కాలములోనే ఫలితము లభించును. గర్భసంజ్ఞికములు చిరకాలమునకు ఫలించును. వంధ్యనామ ధేయములు ఫలించవు.

13.4 కేవల స్వర ప్రకరణము

1) ధేను, గర్భ, వంధ్యల ఫలితములు చెప్పబడినవి. ఇప్పుడు పార్థివ, జల, అగ్ని, వాయు, ఆకాశ శబ్దముల ఫలితములీ ఈ క్రింది విధముగా నున్నవి.

2) పృథివీ శబ్దముతో ఇతర శబ్దములు కలియక పోయినచో నది ఐదు మాత్రల శబ్దమైనను హీనఫలితములనిచ్చును. అది ఏక మాత్ర శబ్దమైనచో భయప్రదమగును.

3) పార్థివ స్వరము ఒకానొకప్పుడు ఫలమును దర్శింపజేయును. పార్థివరవము పూర్ణ శబ్దముగాకున్నను, లేక మిగిలిన నాల్గు స్వరములు విడివిడిగా పాంచమాత్యక శబ్దములైనను రక్షణకొరకు చేయునవిగా గ్రహించవలెను.

4) జలాధిధ్వనులు ఏకమాత్ర గలవైనచో రోగపీడితులకు మరణము, తగువులు చెప్పబడుచున్నవి. ఇవి కేవలము ఉచ్చారణ మాత్రములే యైనచో అనేక అనర్థములు సంభవించును. ఈ శబ్దములే ద్విమాత్రా కాలికములైనచో పూర్వము చెప్పబడిన ఫలితములొచ్చును.

5) శకునమును గూర్చి నిరీక్షించుచుండగా పార్థివ, జల సంజ్ఞిత స్వరములు శుభకార్యములందు శుభప్రదములగును. అట్లే, రోగము, ద్వేషము, భయము, బంధనము, వధ అశుభ కార్యములందు అశుభములను కలిగించును.

13.5 ద్విసంయోగ స్వర ఫల ప్రకరణము

1) ఇక్కడ పార్థివాది కేవల స్వరములకు ఫలితములు చెప్పబడినవి. ఇప్పుడు రెండేసి స్వరములు మిశ్రితములైనచో ఫలితములీ క్రింది విధముగా నున్నాయి.

2) భూమి జలధ్వనులు కలిసినచో కోరికలన్నియు తీరును. జల నాద భూమినాదములు కలిసినచో ధనమునకు, స్థానమునకు కీడుకల్గును.

3) ముందుగా పార్థివ శబ్దము, పిదప అగ్నిశబ్దము వచ్చినచో ఇష్ట సిద్ధి కల్గును. దీనికి విపరీతమైనచో కార్యనాశనము జరుగును.

4) పార్థివ వాయుస్వరములు క్రమముగా వచ్చినచో లాభముతో పాటు ధనక్షయము కూడ కలుగవచ్చును. దీనికి విపరీతమైనచో ముందుగా హాని, తరువాత లాభము కల్గును.

5) పార్థివ నాదానంతరము ఆకాశ స్వరము వచ్చినచో ముందుగా సుఖము, పిదప దుఃఖములు కల్గును. దీనికి విపరీతమైనచో ముందుగా దుఃఖము తర్వాత సుఖములు కల్గును.

6) జలశబ్దానంతరము అగ్నిశబ్దము వినిపించినచో ఫలించి నశించును. మొదట అగ్ని స్వరము వచ్చినచో సిద్ధమైన ఫలము కూడా నశించును.

7) ముందుగా జలనాదము పిదప వాయునాదము వచ్చినచో శీఘ్రముగా కార్యములు నశించును. దీనికి విపరీతమైనచో భయము, ధన నాశనము కల్గును.

8) తొలిగా జలశబ్దము పిదప ఆకాశ శబ్దము వినిపించినచో స్నేహితులకు కలహంబుగాని మరణముగాని సంభవించును. ఈ శబ్దములు వ్యతిరేకమయినచో యుద్ధమున మానవులు నశింతురు.

9) అగ్ని, వాయు నాదములు క్రమముగా వచ్చినచో తమ కోరికలకు విఘ్నము కల్గును. అవి వ్యతిరిక్తములుగా వచ్చినచో మృత్యుభయము కూడ కల్గును.

10) వరుసగాగాని, వ్యతిరేకముగా గాని అగ్ని, ఆకాశనాదములు వచ్చినచో మిక్కిలి భయంకరమగు కలహములు, ప్రాణభయములు వచ్చునని విద్వాంసులు చెప్పుచున్నారు.

11) ముందుగా వాయునాదము, తర్వాత ఆకాశ నాదము వినిపించినచో ధననాశనమగును. ఇవి విపర్యయమైనచో యుద్ధమందు నరులు మరణింతురు.

12) అగ్ని, ఆకాశ, వాయునాదము లోకదాని వెనుకనొకటిగా వచ్చినను, ఒంటరిగా వచ్చినను, శుభకార్యములందు శుభములు కల్గును.

13) పార్థివ ధ్వని మధ్యలో ఏ ఇతర ధ్వని వినిపించినను విశేష శుభములనిచ్చును. ఈ రెండునాదముల మధ్య వేరొక నాదమొచ్చినచో శుభకరముగాదు.

13.6 త్రిసంయోగ ధ్వని (మూడు ధ్వనుల కలయిక) ప్రకరణము

రెండు రెండు ధ్వనుల సంయోగములచే కలుగు సమస్త ఫలములు చెప్పబడినవి. మూడు ధ్వనుల సంయోగములచే కల్గుఫలితములీ క్రింది విధముగా నున్నవి.

1) పార్థివ జలధ్వనులకు మధ్య వాయు, ఆకాశ నాదములలో నొకటి యున్నచో పుట్టెడు వారలకు ధనక్షయముగాని మరణముగాని సంభవించును.

2) పార్థివ, జల, అగ్ని ధ్వనులు వరుసగా విన్పించినచో ఉత్తమ సంపదలు లభించును. జల, పార్థివ, అగ్ని శబ్దములు క్రమముగా వచ్చినచో చిరకాలమునకు అభీష్టములు నెరవేరును.

3) అగ్ని, జల, వడిమ (వాయు) రవములు మూడును క్రమముగా వచ్చినచో స్త్రీ ప్రయోజన విషయమున మంచివి. ఇతర విషయములందు మధ్యమములు. యుద్ధమున మొదట అపజయము, పిదప జయము కల్గును.

4) పార్థివ, వాయు, ఆకాశనాదములు క్రమముగా వచ్చినచో మొదట కోరికలు నెరవేరి తర్వాత హోని, దుఃఖములు గల్గును.

5) వాయు, జల, ఆకాశధ్వనులను అనుచితముగా పింగలిక ఉచ్చరించినచో శుభప్రయోజనేప్సితములలో భయము కల్గును.

6) ఆకాశ, వాయు, పార్థివ ధ్వనులు వరుసగా యున్నచో దీర్ఘ దుఃఖములు, ధనహోని కల్గును. పిమ్మట స్వల్ప లాభము కల్గును.

13.7 సంయోగ (నాలుగు ధ్వనుల కలయిక) స్వరప్రకరణము

మూడు ధ్వనుల సంయోగముచే కల్గు ఫలితములను చెప్పబడినవి. నాలుగు ధ్వనుల సంయోగము వలన ఫలితములీ క్రింది విధముగా నున్నవి.

1) పార్థివ, జల అగ్ని, వాయుధ్వనులు నాల్గును చతుస్స్వర సంయోగములు. పింగళపక్షి ధ్వని ధనమును, జయమును, కీర్తిని సుఖమును కల్గించును. అభీష్టములను సంపూర్ణముగా సిద్ధించేటట్లు చేయును.

2) పింగలి పక్షి యొక్క పార్థివ, జల, వాయు, అగ్ని ధ్వనులు యుద్ధములందు జయమును, యాత్రలందు సిద్ధిని, అభీష్ట ఫలితములను ఇచ్చును.

3) పింగలి పక్షి చేసిన పార్థివ, అగ్ని, జల, ఆకాశ ధ్వనులవలన ఇతర దేశములలో సంచరించు వారలు అభీష్ట సిద్ధులనొంది శీఘ్రముగా తిరిగి వచ్చెదరు.

4) పార్థివ, వాయు, జల, అగ్నినాదములను పింగలి పక్షి క్రమముగా చేసినచో నిశ్చయముగా రాజులు యుద్ధములో విజయము నొందెదరు. మరియు అకస్మాత్తుగా ఇతర అభీష్టములను కూడ పొందెదరు.

5) పార్థివ, వాయు, అగ్ని జలశబ్దములను పింగలిక ధ్వనించినచో, బంధింపబడినవారు బంధవిముక్తులగుదురు. ధనభూసంపదలు కల్గును.

6) పింగల క్రమముగా జల, పార్థి, అగ్ని, వాయు స్వరములు పలికినచో పురుషులకు కన్య, ధనలాభము లధికముగా కల్గును.

7) క్రమగతిచే పింగల జల, పార్థివ, ఆకాశ అగ్ని స్వరములను చేసినచో రాజు ప్రసన్నుడగును. నిశ్చయముగా యాత్రాసిద్ధిని పొందుదురు. మరల తిరిగి వచ్చుటయు జరుగును.

8) నడుచుచున్న నరునకు వామభాగమున జల, అగ్ని, వాయు, పార్థివ ధ్వనులచే సుఖములు గల్గును. విఘ్నములు కూడా ప్రాప్తించును.

9) జల, వాయు, పార్థివ, అగ్ని శబ్దములను పింగలపక్షి చేసినచో మనుష్యులకు శీఘ్రముగా కన్య, ధన, ధాన్యములు కల్గును.

10) జల, వాయు, అగ్ని, పార్థివ నాదములను క్రమముగా పింగలిక నినదించినచో సమృద్ధిగా ధనము, కీర్తి, విజయము లభించును.

11) అగ్ని, పార్థివ, జల, వాయు శబ్దములు క్రమముగా వచ్చినచో నిశ్చయముగా స్నేహితునిరాక, స్త్రీ కలహము ఏర్పడును.

12) అగ్ని, పార్థివ, వాయు, జలనాదములు క్రమముగా ఉత్పన్నములైనచో పూర్వవాంఛిత వస్తులాభములు కల్గును. స్త్రీల వలన కలహములు గూడ ప్రాప్తించును.

13) పింగల పక్షి వరుసగా అగ్ని, జల, వాయు, పార్థివ రవములను చేసినచో మొదట కలహములు, పిదప ధనలాభములు కల్గును.

14) అగ్ని, జల, పార్థివ, వాయు ధ్వనులు క్రమముగా వచ్చినచో ముందుగా గొప్ప కలహము, పిదప ధనలాభము కల్గును.

15) పింగలకము వరుసగా అగ్ని, వాయు, జల, భూనినాదములను చేసినచో స్నేహితులతో విరోధమురాదు. ధనలాభము కలుగును.

16) పింగలపక్షి వాయు, భూమి, జల, అగ్ని ధ్వనులను క్రమముగా చేసినచో మహాబలవంతుడగు శత్రువు దగ్గరకు వచ్చును. నాల్గుదిక్కులందు ఇట్లే ధ్వనించినచో యాత్రికులకు మార్గమధ్యమున మేఘములు కనిపించును.

17) వాయు, జల, భూ, అగ్ని నాదములగు చుండగా విదేశముల నుండి వచ్చినవాడు ఇంటిలో ప్రవేశించినచో తన స్త్రీతో కలహము వచ్చును. మరియు కుమార్తె, ధనము కూడ వచ్చును.

18) పింగల పక్షి వాయు, అగ్ని, జల, భూనినాదములను చేసినచో, మదోన్మత్తులకు యుద్ధము సంభవించును. వివాహములు, ధనములు ప్రాప్తించును.

19) పింగలపక్షి వాయు, అగ్ని, భూమి, జల ధ్వనులను చేసినచో స్నేహితులతో మనస్పర్ధలు, కలహము కల్గును. బంగార లాభము కూడ కల్గును.

20) వాయు, అగ్ని, జల, భూధ్వనులను పక్షి చేసినచో స్త్రీ విషయమున స్నేహితునితో కలహము వచ్చును. అందు తాను ఓడిపోవును.

21) పార్థివ, జల, అగ్ని, ఆకాశనాదములచే, లాభము మిత్ర విరోధము కూడా కల్గును. ప్రవాసులకు లాభముతోపాటు, సహాయకులతోను, సర్పులతోను కలహముగాని, నేత్ర పీడగాని గల్గును.

22) పింగలిక భూ, జల, అగ్ని, ఆకాశ శబ్దములను వినిపించినచో ధనములు, ఇతర కోరికలు సిద్ధించును. స్త్రీ విషయమై కలహము కల్గును.

23) భూ, అగ్ని, ఆకాశ, జలనాదములను పింగల పక్షి క్రమముగా చేసినచో మిత్రుల వలన ధనము, సంగమమున క్లేశము, యాత్రలందు సిద్ధి, యుద్ధములలో విజయము, రాజ్యలాభము, పురుషులకు ప్రాప్తించును.

24) భూ, ఆకాశ, జల, అగ్ని ధ్వనులు క్రమముగా పక్షి చేసినచో యాత్రలందు సిద్ధి, యుద్ధము లందు జయము కల్గును.

25) పార్థివ, జల, వాయు, ఆకాశ శబ్దములు క్రమముగా వచ్చినచో పొందిన ధనము నాశనమగును. పృథ్వీ జలనాదములు రెండును, అట్లే ఆకాశ వాయు శబ్దములు రెండును ముందుగా లాభమును చేసి, పిదప దుఃఖమును కలిగించును.

26) భూ, వాయు, జల, ఆకాశ, శబ్దములు స్త్రీలకు మేలు కలిగించును. కలహములను చేయును. భూ, వాయు, ఆకాశ, జలధ్వనులు కలహము వలన లాభమును కలిగించును. రోగి ఇంటికి చేరును.

27) భూ, వాయు, ఆకాశ, అగ్ని ధ్వనుల వలన శత్రువు సమీపించును. యుద్ధము జరుగును. భూ, ఆకాశ, అగ్ని, వాయురవములచే యుద్ధముతో గూడిన బంధనము గూడ ప్రాప్తించును.

28) భూ, వాయు, జల, అగ్ని శబ్దములచే యుద్ధమందు సేనాపతి మరణము చెప్పబడుచున్నది. జల, అగ్ని, వాయు, ఆకాశ నినాదములచే ఇతరుల కార్యములు చేయువారలకు విరోధము, మరణము కల్గును.

29) జల, వాయు, అగ్ని ఆకాశ ధ్వనులొచ్చినచో యుద్ధము జరిగి రెండవ వారికి జయము కల్గును. జల అగ్ని, ఆకాశ, వాయు శబ్దములచే వారి భటులకు తీవ్ర యుద్ధము జరుగును.

30) నీరు, గాలి, అగ్ని, ఆకాశ శబ్దములు వచ్చినచో యుద్ధమందు గాని, ప్రయాణమందుగాని మరణము చెప్పబడుచున్నది. నీరు, గాలి, ఆకాశ, అగ్ని ధ్వనులైనచో యుద్ధమందు రెండు పక్షముల రాజులు, భటులు మరణింతురు.

31) జల, ఆకాశ, అగ్ని, వాయు, శబ్దములు గాని క్రమముగా పక్షి ధ్వనించినచో రాజుకు గొప్ప యుద్ధము జరిగి శత్రు క్షయము, తనకు క్షేమము, జయము, ధనలాభములు గల్గును.

32) భూ, జల, అగ్ని, వాయు, ఆకాశ ధ్వనులు శాంతదిక్కునున్న పింగలి పల్కినచో, మంచి కీర్తితోగూడి దిగంతములకు వ్యాపించిన రాజ్యము ప్రాప్తించును.

33) పింగలిపక్షి ముందుగా శుభకరనాదములను చేసి, వెంటనే అశుభనాదములను చేసినచో ముందు కార్యసిద్ధులను కలుగజేసి, తర్వాతి కాలమున వినాశనమును కలుగ చేయును.

34) మొదట అశుభధ్వనులను, తర్వాత శుభ ధ్వనులను చేసినచో మొదట కార్యమును నశింపచేసి, పిదప అధిక ఫలితముల నిచ్చును.

35) పార్థివాది పంచధ్వనులు యథాక్రమముగా ధ్వనించినచో ప్రశస్తమగు ఫలితములు గల్గును. పార్థివ శబ్దము లేకుండా మిగిలిన శబ్దములను చేసి చివర పార్థివ శబ్దమును చేసినచో అధికలాభము కల్గును.

36) పార్థివ, జల, అగ్నినాదములు క్రమముగా వచ్చినచో సమస్త ఫలములు సిద్ధించును. అట్లు భూ, జల, అగ్ని నాదములు, తన అభీష్టములను గూడ నెరవేర్చును.

37) భూమి, ఆకాశ, వాయుశబ్దములు ఆశను కల్పించుచు కార్యమును నాశనము చేయును. భూ, జల, శబ్దములను వదలి వాయు, అగ్ని, ఆకాశ శబ్దములను పింగలిక చేసినచో సమస్తము ఫలించును.

38) స్త్రీల కార్యములందగ్ని నాదము ప్రశస్తము. వాయు, ఆకాశ ధ్వానములు అగ్ని జాతములు కావు. గాన ఇతర కార్యములకు మంచిది. శుభకార్యములందు శాంత శబ్దములు, భయంకర కార్యములందు దీప్త శబ్దములు ప్రశస్తములు.

39) శాంతస్వరములగు భూజల శబ్దములు, దీప్తములగు వాయు ఆకాశశబ్దములకు రెండవ ధ్వనిగా అగ్నిశబ్దము వినిపించినచో వాని వాని ఫలముల నిచ్చును.

40) వివిధ విధములుగా మిశ్రమములుగా నుచ్చరింపబడు ధ్వనులు మిక్కిలి బలవంతములుగా నుండును. ఆ కారణముచే ఫలితములు కొద్దిగానే సూచించబడ్డాయి. స్వరజ్ఞానము తెల్సిన బుద్ధిమంతులు బాగుగా ఊహించి ఫలితములను చెప్పవలెను.

41) భూ, జల, అగ్ని, వాయు, ఆకాశధ్వనులు హ్రస్వ, దీర్ఘ, ప్లుతములుగా నుండును. ఈ ధ్వనులు భిన్నభిన్నములుగా నుండును. ఆ జ్ఞానము సరిగాయున్నచో శకునము సత్యమగును.

13.8 సంకీర్ణ ప్రకరణము

పింగల సర్వజ్ఞానము గలిగి, వాని శకునములను తెలియుట అతికష్టమె. విస్తారమైన ఈ పింగలిమతము సంగ్రహముగా సంకీర్ణ ప్రకరణమున ఈ క్రింది విధముగానున్నది.

1) పింగలపక్షి పూజింపబడి వృక్షాగ్రమునెక్కి పార్థివ, జలధ్వానములను చేసినచో రాజ్యాభిషేకము, పరదేశగమనము మరియు ఇతర కోరికలు సిద్ధించును.

2) చెట్టు యొక్క మధ్యభాగమందుండి గాని, అగ్రభాగమందుండి గాని పింగలపక్షి భూ, జల ధ్వనులను చేసినచో మధ్యమ ఫలితములనుగాని, నీచ ఫలితములను గాని ఇచ్చును.

3) భక్ష్యముతో కూడిన ముఖము గలదై రమ్య ప్రదేశమున ఉండి పక్షి శుభ శబ్దమును చేసినచో అధిక సంపదలు గలుగును. భక్ష్యమును వదలివేసినచో ఆ సంపదలు నాశనమగును.

4) పూజించిన వృక్షమును వదలి, వేరొక వృక్షము పైనుండి శుభ ధ్వనులను చేసినచో ఇతర దేశము లందును కోరిన కార్యములు సిద్ధించును.

5) అనేక తొఱ్ఱలు గలిగి, బాగా ఎండిన వృక్షము పై నుండి ఆకాశ శబ్దము చేసినచో మరణము ప్రాప్తించును.

6) తొఱ్ఱమధ్యలో నుండి పింగలికము భూమి, జల సంబంధ నాదములను చేసినచో మానవుడు తాను పూర్వ మార్జించిన ధనమును మాత్రమే అనుభవించగలడు. క్రొత్తగా సంపాదించుటకు సమర్థుడు కాదు.

7) పింగపక్షి శాంత ప్రదేశమున దక్షిణ దిక్కున చేరి శుభనాదము చేసినచో గొప్ప వృద్ధి కల్గును. అశాంతి స్వరము, చేష్టలు చేసినచో వృద్ధి భంగమగును.

8) వామభాగమునకు వెళ్ళి శాంతస్థితిలో శోభన ధ్వనిని పింగలికము చేసినచో నరులకు చిరకాలము శుభములు కల్గును. దుష్టచేష్టలు లేకున్నచో వాంఛితములు తీరును.

9) పింగలిక శోభన ప్రదేశమున నుండి భూ, అగ్ని, జలనాదములను చేసినచో, శోభన చేష్టలు కూడ చేసినచో, ధన, ధాన్యములతో బాటు స్త్రీలు కూడ అభివృద్ధిలో నుందురు.

10) ముళ్ళు, ఎండిన కాష్టములు, శూలము, నిప్పులు, భస్మము, రాయి, పుట్ట వీనిపై పక్షివ్రాలి శాంత స్వరము చేసినను, కార్యహాని కల్గును. దీప్త స్వరమైనచో మరణము కల్గును.

11) శాకునికుని స్థానమందలి వృక్షమునకుగాని, పక్షినివసించు వృక్షమునకుగాని, అధివాసము (పూజ) చేసిన వృక్షమునకుగాని పింగలి పక్షి ప్రదక్షిణముగా నధిరోహించినచో నరుని కోరికలన్నియు ఫలవంతములగును.

12) ఎడమభాగమున కనబడిన పింగపక్షి తన తెక్కను ఆడించి వెళ్ళినచో పృచ్చకుని కార్యములు ఫలించును. కుడిభాగములోని పక్షి ఎడమ తెక్కను దించినచో ఫలితముండదు.

13) ఉచ్చస్వరముతో గొప్ప కొమ్మపై నుండి పింగలిక నినదించినచో శుభములు కల్గును. అక్కడక్కడే తిరుగుచు బలహీనశాఖపై నుండి ధ్వనించినచో శుభకరముగాదు.

14) పింగల పక్షితానున్న వృక్షమును వదలి సంపన్నమైన వేరొక వృక్షశాఖ నాశ్రయించి పార్థివధ్వనిని చేసినచో రాజ్యలాభాది శుభములు చేకూరును.

15) తేజోశబ్దానంతరము, అగ్ని శబ్దమునే చేసినచో సర్వకార్యములు ఫలించును. మరల పై రెండు అగ్నిశబ్దముల పిదప జలశబ్దమును కూడా చేసినచో సర్వకార్యనాశనము జరుగును.

16) పక్షి వరుసగా జల, భూనాదములను చేసినచో లాభనాశనము కల్గును. వాయు, భూధ్వనులను పల్కినచో శాంత స్వరమైనను భయమును కల్గించును. దీప్తస్వరమైనచో మరణమును కల్గించును.

17) వాయు, భూ, జల నాదములు ధననాశమును చేయును. ఈ శబ్దములను వ్యతిరేకముగా చేసినచో మృత్యువును కలిగించును. అగ్ని, జల శబ్దములు రెండింటిని చేసినచో కార్యములకు విఘ్నములు ప్రాప్తించును.

18) జల, అగ్ని శబ్దములు దుఃఖమును భయమును కలిగించును. భూ, జల, ఆకాశనాదములర్థ సిద్ధిని కలిగించును. ఇవే వ్యతిరేకముగా వచ్చినచో శీఘ్రముగా ఫలితములను నశింపచేయును.

19) ఆకాశ, అగ్నిధ్వనులు, అట్లే అగ్ని, ఆకాశధ్వనులు కార్యమును నశింప చేయును. కలహములను గూడ కల్పించును. పింగపక్షి వాత (వాయు) ధ్వనిని చేసినచో అక్కడే మృత్యుప్రదమగును.

20) శీర్ణమైనదైనను, భగ్నమైనను, ఎండినదైనను, కీటకములచే నష్టపరచబడినదైనను, చాల తొఱ్ఱలు గలదైనను, ఫలపుష్పములతో కూడిన తీగలు (వల్లులు) దానిని చుట్టుకొనియున్నచో, అట్టి వృక్షముపై పింగలిక వాయు ధ్వానమును చేసినచో సమస్త భయములు నాశనమగును.

21) పింగలిపక్షి జలములచే తడపబడిన కొమ్మల నాశ్రయించి క్రమముగా జల, ఆకాశ నాదములను చేసినచో నిశ్చయముగా ధైర్యము నశించి భయము కల్గను.

22) పింగలిక ఆకాశమునుండి వృక్షమూలము (క్రింద) పడి కూసినచో ప్రాణ సంకటము కల్గను. అట్లు పడి మరల లేచి ప్రశాంతముగా వెళ్ళినచో రాబోవు కాలము మృత్యు ముఖము వంటిదని తెలియదగును.

23) పక్షి ఉన్న స్థానము దీప్త దిశ అయినచో నివాసమునకు హోని కల్గను. పక్షి ఉన్న కాష్ఠము దీప్తమయినచో శరీరమునకు కీడు గల్గను. పక్షిధ్వని దీప్తమయినచో చేటు కల్గను. స్థాన, కాష్ఠ, నాదములు మూడును దీప్తములయినచో ఇల్లు, శరీరము, ధనము ఈ మూడింటికి హోని కల్గను.

24) బురదతో కూడిన ప్రదేశములు, ఎముకలతో గూడినవి, గోతులతో గూడినవి యగు ప్రదేశములు, సూర్యఘుక్తమైన దిక్కు, వాయు, ఆకాశనాదములు ఈ మూడింటిని ప్రదీప్తములని పెద్దలు చెప్పుచున్నారు.

25) స్థానము, దిశ, స్వరము ఈ మూడును శాంతములైనచో క్రమముగా మంచి స్థానమును పొందుట, రోగనాశనము నొందుట, ధనలాభమును పొందుట కల్గను. పింగలిపక్షి పర్వతాగ్రమందున్నచో అధిక సంపదలు కలుగును.

26) పక్షిశిరస్సుపై శరీరాంగములనుంచుకొని శుభధ్వని చేసినచో రోగము కల్గను. అశుభ శబ్దము చేసినచో అసాధ్యమగు బాధలు, దాటరాని దుఃఖములు కల్గను.

27) పడిపోయిన వృక్షముపై నుండి పింగలిక దుష్ట శబ్దములను చేసినచో అంతవరకు నష్టపోయి మిగిలినది కూడా నశించును. అట్టి పక్షి ఆకాశముపై బహుదూరము వెడలినచో నిస్సందేహముగా సర్వనాశనము జరుగును.

28) అధికమైన పుష్పములతో కూడిన వృక్షమందైనచో మిక్కిలి ఆనందమును కలిగించును. చిద్రముగాని చిగురుటాకులు గల వృక్షమందైనచో రోగము తగ్గను. ఫలములతో గూడిన వృక్షమందైనచో అధిక ధన లాభము కల్గను. పాల వృక్షమందైనచో భూలాభము కల్గను.

29) పూజింపబడిన వృక్షమును వదలి, వేరొక వృక్షముపై కప్పించి, వెంటనే అదృశ్యమై దీప్త ధ్వని చేసినచో బ్రతుకు (జీవించుట) సందేహమగును.

30) మతియొక్క తొఱ్ఱను చేరి పార్థివ, జల, వాయు, అగ్ని ఆకాశ నాదములను చేసినచో క్రమముగా లాభము, రోగము, వధింపబడుట, కార్య విఘ్నములు, కలహములు కల్గను.

31) మంచి వృక్షమందు పక్షి మంచి చేష్టలను చేసినచో మంచి స్థానము లభించును. మంచి ప్రదేశమున శుభచేష్టలను చేసినచో ధనధాన్య సౌఖ్యములు లభించును. కుడిపాదమును పెట్టుటచే సౌఖ్యహాని, ఎడమ పాదమునుంచుటచే సౌఖ్యము కల్గును.

32) చెట్టు మొదలులోని చర్మమును, ఫల, పత్ర పుష్పములను పక్షి త్రుంచి మొదటిలో వేసి, తన తెక్కను ముక్కుతో పెల్లగించినచో నరుని సంపదలు శీఘ్రముగా నశించును.

33) పింగలపక్షిని పూజించిన మాత్రముచేతనే పక్షి ముందుకు వచ్చినచో బంధనము కల్గును. ఎడమ భాగముగానున్నచో మృత్యువు కల్గును. దక్షిణ భాగముగా వచ్చినచో రోగము కల్గును.

34) ముందుగా ఆకాశనాదము వచ్చి పిదప భూనాదము వచ్చినచో చింత, మహాభయము, కలహములు వచ్చును. ముందుగా జలనాదము, పిదప వాయు ధ్వనులొచ్చినచో రోగములు విజృంభించి ప్రాణములను తీయును.

35) పింగలపక్షి ముందుగా జలధ్వనిని పిదప అగ్ని ధ్వనిని చేసినచో ధననాశమగును. మంచి హృదయముగల మిత్రులు కూడ శత్రువులగుదురు.

36) ముందుగా పింగలపక్షి మైథనమాచరించి పిదప పార్థివ శబ్దమును చేసినచో పూర్వకార్యములు నష్టమగును. పిదప మరణము కూడ కల్గును.

37) పార్థివ శబ్దానంతరము ఆకాశ శబ్దము చేసినచో ధనలాభము కల్గును. వాయు శబ్దానంతరము అగ్ని శబ్దము వచ్చినచో కార్య భంగము, మృత్యువు కల్గును. జలధ్వని తరువాతాకాశధ్వని యైనచో స్థాన హాని కల్గును. దుర్మార్గులతో స్నేహము కూడా కల్గును.

38) జల, వాయుధ్వనులు మృత్యుదాయకములు. జల, అగ్ని నాదములు భయంకరములు. వాయు, ఆకాశ ధ్వనులు నాశనమును చేయును. ఆకాశ, పార్థివ శబ్దములు ధననాశమును కలుగచేయును.

39) వాయు, ఆకాశనాదములు భంగమును కలిగించును. ఈ శబ్దములు వృత్యయములైనచో మృత్యువు కల్గును. ఇక ఈ శబ్ద ప్రసంగములు చాలును. పూర్వము చెప్పినట్లు పార్థివ నాదము ముందుగా నున్న ధ్వనులు శుభకరములు.

40) పింగలి పక్షిని పురుషుడు చూసినను, పురుషుని పక్షిచూడక, వేరేపక్షి చేయు ధ్వని చేష్టలను చూచినచో కూడా అభీష్టము నెరవేరును.

13.9 శుభచేష్టా ప్రకరణము

పింగలిపక్షి యొక్క వివిధములైన శుభ చేష్టల ఫలితములీ క్రింది విధముగా నున్నవి.

1) పక్షి తన అంగమును చూచుకొనుటచే ఆనందము నిచ్చును. కపోలములను స్పృశించినచో సుఖమును కల్గించును. భక్ష్యములను స్వీకరించుటచే ధనలాభమును కలిగించును. ఆటలాడినచో క్రీడాసుఖమును కలిగించును.

2) ఆభిముఖముగా (ఎదురుగా) వచ్చినచో నిరంతర సుఖ లబ్ధి కల్గును. జంటగా కలిసినచో సంగమ సుఖము కల్గును. పింగలికల మైథునము వలన రతిసౌఖ్యము కల్గును.

3) పక్షి జంటలీలా విలాసములను చేయుచు, పరస్పరము గోకుకొన్నచో ప్రియ మంగళములు గలుగును. అన్యోన్యము చెవులు, ముఖములపై ఆని చుంబనములు (ముద్దులు) చేసినచో ప్రియ సంగమము, మంచి భోజనము కల్గును.

4) పింగలము తన శిరస్సును గోకినచో సువాసన ద్రవ్యములు, అభీష్ట ఫలములు కల్గును. నేత్రములను తాకినచో హితములు, సహాయక లాభములు కల్గును.

5) వక్షస్థలమునుచూచి, ఎడమ అంగమును కూడ చూచినచో ప్రియలతో సంగమము కుదురును. మరల తన తెక్కలను చూచుకొన్న యెదల స్నేహ సమాగమము జరుగును.

6) కంఠమును గోకుకున్నచో కంఠాభరణ ప్రాప్తి కల్గును. స్కంధములను (మూపులను) గోకినచో ఏనుగు నెక్కుట సంభవించును.

7) ముఖమును గోకుకొన్నచో మంచి పిండివంటలతోటి భోజనము, బంధువుల ఆలింగనములు జరుగును. ప్రియులకు లాభములు (యువతులకు వివాహములు) పశులాభములు కల్గును.

8) కక్షములను (చంకలను) గోకినచో ధనపుత్ర లాభములు గల్గును. సుఖము సంగమము గూడ గల్గును. పార్శ్వభాగములందైనచో ప్రియుల ఆలింగనములు కల్గును. ఇంకను మంచి స్థానమును, సుఖమును పొందెదరు.

9) పింగలము జతరమును (కడుపును) గోకినచో పోషణ, ధన ధాన్యములను పొందుదురు. కటిప్రదేశమును గోకుకున్నచో స్త్రీకటి లాభము, వస్త్రప్రాప్తి కల్గును.

10) పిరుదులపై గోకినచో వరునకు స్త్రీ లాభము కల్గును. మోకాళ్ళు, తొడల భాగమందైనచో శత్రువులకు పరాజయము కల్గును. పాదములకైతే పాదాలంకరణములు లభించును. ఇంకను విదేశముల నుండి ధనలాభము కూడ కల్గును.

11) తెక్కల యందుగాని తలపై గాని (మూర్ధము) గోకుకున్నచో గొప్పధనలాభము, శత్రుపరాజయము కల్గును. రెండు తెక్కలను గాని ఒకే దానిని గాని విప్పినచో ధనార్థి యగును.

12) పింగలిక తనముక్కుతో రోమములను, తెక్కలను, తోకను కదలించినచో నరులకు గొప్ప ధనము లభించును. ముక్కు అగ్రభాగమునందైనచో సుగంధ వస్తువులు లభించును, అధిక ధనములు (బంగారము) ప్రాప్తించును.

13) లలాటమును గోకుకున్నచో నరునకు రాజ్యాభిషేకాదులు జరుగును. ఈ విధముగా పింగల పక్షి శుభచేష్టాఫలితములు చెప్పబడినవి.

14) ముక్కుచేతగాని, పాదములచేతగాని, ఎడమ భాగమందలి శరీరాంగములను గోకినచో అది శుభచేష్ట. దక్షిణాంగములందు ప్రశస్తము కాదు.

15) దిక్కు, స్థానము, చేష్టలు వీనిచే అనిష్టము, ఇష్టమైన ఫలితములను బుద్ధిమంతులు చెప్పుదురు. ఇట్లే శాస్త్రజ్ఞులు ఇతరపక్షుల విషయమును గూడ ఆలోచించి చెప్పవలెను.

16) పింగలపక్షి చేష్టల ద్వారా పండితులకు సర్వ విషయములు తెలియుచున్నవి. జూదము, రసాయనము, జయము, యాత్రాదులు సర్వము వీని ద్వారా నిశ్చయింపబడుచున్నవి.

17) పింగలిక శుభచేష్టలను, అశుభ చేష్టలను శాకునకుడు స్వయముగా నూహింపవలెను. దుష్టఫలితములను చెప్పరాదు.

13.10 యాత్రా ప్రకరణము

వ్యాపార, రాజసేవాదికము, యుద్ధము, తీర్థక్షేత్ర దర్శనస్నానాదులు, దొంగతనము, వివిధ శాస్త్రాధ్యయనము, రాజుల విజయ యాత్రలు ఇత్యాదులు యాత్రలుగా చెప్పబడుచున్నవి. వీనిలో జరుగు శుభాశుభములు పండితులకు తెలియును. అవి ఈ క్రింది విధముగా నున్నవి.

1) ఉన్న స్థానమును వదలి, అంతకంటె ఉన్నతమైన స్థలము నాశ్రయించుట కూడ యాత్రగానే చెప్పబడును. ఈ గమన ప్రశ్నను అడిగినప్పుడు శాకునకుడు స్థిరముగా, మౌనముగా నున్నచో ఆ యాత్రా గమనము నిష్ఫలమగును.

2) పక్షి ఏ దిక్కుగా వెళ్లి భక్ష్యమును స్వీకరించి వృక్షమునాశ్రయించునో బాటసారి ఆ దిక్కునకు ప్రయాణించినచో కృతార్థుడై గృహమునకు చేరును.

3) భక్ష్యమును సంపాదించుటకు పక్షి వెళ్ళి, గ్రహించి, అక్కడే భుజించినచో, యాత్రీకుడు కూడా ఆ ప్రదేశమున ధనమార్జించి ధనముతో ఇంటికి చేరును. తన వృక్షము నుండి వేరొక ప్రదేశమునకు వెళ్ళి అక్కడ ఆహారమును పొంది, అక్కడే ఉన్నచో యాత్రీకుడు కూడ ధనమార్జించి ఇతర దేశమందే నివసించును.

4) యాత్రీకునకు ఎడమభాగమున ప్రశాంతమైన సమధ్వని ప్రశస్తము. దక్షిణభాగము దీప్తమైన ఆ సమశబ్దము శుభకరము. స్త్రీల గమనములో వాయు సంబంధ శాంతధ్వని దక్షిణ భాగమున మంచిది. మానవుల ప్రవేశములందు సమశబ్దము శ్రేష్ఠము.

5) ఇతరత్రా నివాసమునకు స్థిర సంకల్పమున్నచో వాయు ధ్వని శ్రేష్ఠము. యాత్రలందు వాయు ధ్వని యాత్రీకునకు మంచిదికాదు.

6) పార్థివ ఆకాశ ధ్వనులు లాభహీనని చేయును. ఆకాశ ధ్వని కలహములను కలిగించును. వాయుధ్వని మృత్యువును కలుగచేయును. దక్షిణ దిశలో ఆకాశధ్వని పుట్టినచో కార్యవిఘ్నములు కల్గును. యాత్రీకులకు రోగములు వచ్చును.

7) దక్షిణ దిశగా భూ, జల ధ్వనులు వినిపించినచో బాటసారులకు దుఃఖదాయకములగును. కలహములు వచ్చును. శరీరము కంపించి భయము కూడ గల్గును.

8) పింగలపక్షి వాయు, ఆకాశధ్వనులను చేసినచో ఘోరయుద్ధము సంభవించును. పక్షియొక్క శిరోరోమములు రాలినచో నరులకు మరణములు, కార్యభంగములు, భయములు కల్గును.

9) అగ్ని వాయు ధ్వనులను పింగలపక్షి వినిపించినచో మరణము, ధననాశము చెప్పబడుచున్నది. దక్షిణ దిశగా ప్రయాణించువానికీ ధ్వనులు మంచివి. వామముగా వెడలు వానికివి యుద్ధ విషయమున, భయవిషయమున శ్రేష్ఠములు.

10) ఎవడు రాజసేవకు వెళ్ళునో వానికి వామభాగమున గాని, అగ్రభాగమందుగాని పక్షి భూ, జల ధ్వనములను చేసినచో ప్రభువుల అనుగ్రహము, గొప్ప లబ్ది వానికి చేకూరును.

11) పింగనేత్రి ముందుగా తూర్పున, పిదప ఉత్తరమున, తర్వాత దక్షిణమున ధ్వనించినచో క్రమముగా సర్వసమృద్ధులను, పిదప యుద్ధ, మరణ భంగములును చేయును.

12) పింగలపక్షి తొలుత వామభాగమున, తరువాత దక్షిణభాగమున పార్థివ ధ్వనులను చేసినచో నిశ్చయముగా పరదేశయానము ఫలించును. యుద్ధమందుగాని, భుజాయుద్ధమందు (మల్లయుద్ధము) గాని జయము లభించును.

13) తీర్థము (నీరు) కొరకు వెడలుచు పింగనేత్రి ఎడమ భాగమందు గాని, ముందుభాగమందుగాని శాంతముగా భూ, జలధ్వనములను చేసినచో సర్వ సిద్దులు కల్గును. దీనికి వ్యతిరేకమయినచో సిద్దులు కలుగవు.

14) దీప్త దిక్కు నందుగాని, దక్షిణమందుగాని, పింగనేత్రి వాయు ధ్వనిని గాని, ఆకాశనాదమునుగాని చేసినచో యాత్రికునకు మహాభయమును గాని, ధననాశమును గాని, దేహనాశమును గాని సూచించును.

15) వ్యాపార నిమిత్తముగాగాని, విద్యార్జనకుగాని యాత్రికుడు ప్రయాణించునపుడు పింగలిక ఎడమభాగమున పార్థివ ధ్వనులనధికముగా చేసినచో అధిక ఫల సిద్దులు కల్గును.

16) యాత్రలందు పింగపక్షి ఎడమ భాగమున పార్థివ, జల, అగ్ని ధ్వనులను చేసినచో క్రమముగా వ్యాపారులకు ఇష్టానుసారము స్త్రీరత్న, భూ, ధాన్య సువర్ణములు లభించును.

17) పింగలపక్షి శకునముచే భవిష్యత్తులో చేయబోవు కార్యములను వాని ఫలితములను బాగుగా ఆలోచించి చిత్రవిచిత్రములైన యాత్రలను చేయవలెను. యాత్రికులు ధైర్యముగా నున్నచో సర్వ శ్రేయములు కలుగును.

14. హస్తి (ఏనుగు)

గ్రామములలోను, అరణ్యములలోను నివసించెడి, గిట్టలు గలిగిన, గోళ్ళు గలిగిన నాలుగు కాళ్ళ జంతువుల గతి, స్వర, చూపు చేష్టలను గూర్చి ఈ క్రింది విధముగానున్నది.

1) జంతువులు భూమిపైన, పాతాళమున, జలములందు గలవు. అట్టివానిలో యోగ్యమగు ఏనుగు మొదలగు జంతువులను, శరణు యిచ్చెడి నిత్య పరోపకారులగు వానిని శరణువేడుకొనుచుంటిని. (ఇది మంత్ర రూప వచనము)

2) పై మంత్రమును పఠించుచు పుష్పాక్షత ధూపదీపనైవేద్యములను చేసి చతుష్పాద జంతుశకునముల రాకకై నిరీక్షింపవలెను.

3) ఏనుగు తన తుండమును ఆకాశము వైపునకు చాచినను, లేక కుడివైపు గల దంతమునకు దగ్గరగా పెట్టినను, ఘీంకారము చేసినను, గమనకుని ఆశలు పరిపూర్తి యగును.

15. అశ్వము (గుఱ్ఱము)

గుఱ్ఱము మన ఎడమ భాగము నుండి సకిలించినను, తనకుడి పాదముతో భూమిని తన్నుచున్నను, తనకుడి శరీరాంగములను గోకుచున్నను, యజమానికి (మానవునకు) ఉన్నత స్థానము లభించును.

16. ఖరము (గాడిద)

1) ఎడమ భాగమున స్థిరముగానున్న గాడిద యొక్క వామచేష్టలు, దాని మిక్కిలి దీర్ఘధ్వని సిద్ధిని కలిగించును. పృష్ఠభాగమునకు దక్షిణచేష్ట, దక్షిణ ధ్వని మంచివి కావు.

2) రెండు గాడిదలు పరస్పరము మూపులను, దంతములను దురదతీర్చు కొనుచున్నచో అది చూచిన ప్రయాణీకుడుగాని, ప్రవేశకారుడు గాని తన భార్యా పిల్లలను కలుసుకొనును.

3) గాడిదల సంభోగమును చూచినచో స్త్రీ లాభము కల్గును. పోట్లాట చూచినచో చంపబడుటగాని, బంధనముగాని గల్గును. గాడిద తన శరీరమును గాని, చెవులను గాని కంపింపజేసినచో సర్వకార్యములు నాశనమగును.

4) ప్రవేశములందు దక్షిణ భాగమున ధ్వనించినచో సమస్త పనులు నెరవేరును. కంచరగాడిద (అశ్వతర) తెల్లనిగాడిదకు కూడ యీ ఫలితములే వర్తించును.

17. వృషభ మాహిషములు (ఎద్దు-దున్నలు)

1) వామ దక్షిణ భాగములలోని మంచి ధ్వనులు, గిట్టలచేత, కొమ్ములచేత ముందుభాగమున భూమిని త్రవ్వుట, కుడిభాగమున చేష్టలు, రాత్రి యందు ధ్వనించుట ప్రశస్తములు.

2) వృషభము ఎడమ భాగమునుండి కుడివైపునకు వెడలుట, దక్షిణ చేష్టను చేయుట మంచిది. వామగమన, చేష్టలు మంచివికావు. ఇరు ప్రక్కల నున్న మహిషములు పోరాడుచున్నంత కాలము కార్యనాశనము కల్గును.

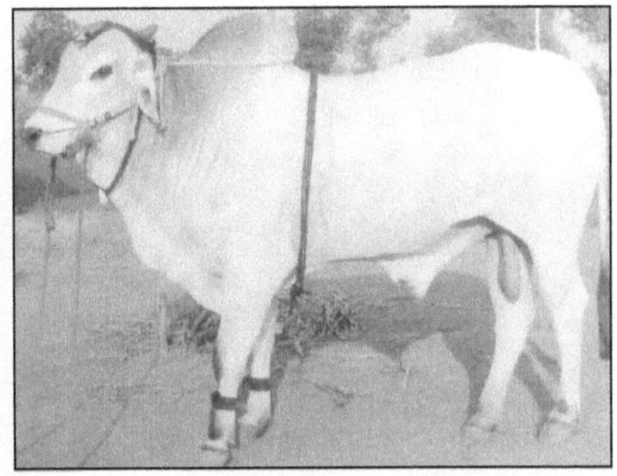

18. గో-మహిష్యములు (ఆవు-గేదెలు)

1) ఎడమభాగమున గోవుల బంభాధ్వని కార్యసిద్ధికరము. అట్లే రాత్రియందు హుంకారధ్వనులు చేసినచో కార్యసిద్ధి కల్గును. అర్ధరాత్రి గోవులు ధ్వనులను చేసినచో భయ సూచితములు. పగలు ఆగ్నేయ దిక్కున విహరించెడి గోవులు ధ్వనించినచో భయము కల్గును.

2) ధేనువులు తమగిట్టలచే భూమిని తన్నుచున్నచో రోగములు వచ్చును. గోవులు కంటతడి పెట్టినచో యజమాని మరణించును. గోవులపై ఈగలు ఎక్కువగా వ్రాలి యున్నచో తొందరలో వర్షము కురియును.

3) హుంకారముతో గూడిన బంభారవములను గోవు చేసినచో తమ బిడ్డలను చూడవలెనను ఆకాంక్షను తెలియజేయును. హర్షముతో కూడిన మనస్సుగల గోవులు ఎల్లప్పుడు శుభములను కలిగించును. శకున విషయమున గేదెలు కూడ ఆవులతో సమానవైనవని తెలియవలెను.

19. అజాదులు (మేకజాతి జంతువులు)

ఆడమేకనుగాని, మగమేకను గాని చూచుట, కీర్తించుటచేసినచో గాని, వాని శబ్దములను వినుటగాని ప్రయాణములలో జరిగినచో ప్రశస్తమైన ఫలితములొచ్చును. మేకలు అర్ధరాత్రి ధ్వనించినచో యజమానికి గృహములో సర్వ సుఖములు కల్గును.

20. మేష, ఏడకములు (పొట్టేలు, గొఱ్ఱె)

పొట్టేలు, గొఱ్ఱెల కుడి శరీర చేష్టలు శుభకార్యములందు మంచివి. వామచేష్టలు అశుభ కార్యములందు మంచివి.

21. ఉష్ట్ర, ఛుంఛుసుందరీ, మూషికములు (ఒంటె, చుంచు, ఎలుక)

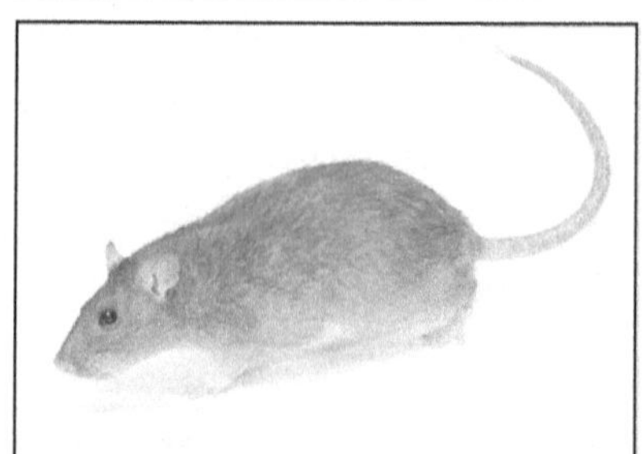

ఒంటెయొక్క వామభాగ మధుర శబ్దము ప్రశస్తము. కఠిన ధ్వని ప్రవాసములందు మంచిదికాదు. దుఃఖములేని చుంచు, ఎలుకల యొక్క వామశబ్దములు సిద్ధికరములు.

22. బిడాలము (పిల్లి)

మాంసపూరిత ముఖముతో పిల్లి అరచినిచో ప్రశస్తము. రిక్త ముఖముతో ధ్వనించినచో అప్రశస్తము. రకరకములుగా కూయుట నింద్యము.

23. వానరము (కోతి)

నరుడు గ్రామమున ప్రవేశించుచుండగా కోతి ధ్వనించినచో జయకరమగును. నామ గ్రహణము భయమును కల్గించును. కుడి భాగమున ఇష్టమైనట్లు తిరుగుట మంచిది. కాని కుడి చేష్టలు మంచివిగావు. మైధున చేష్టలు కూడ మంచివికావు.

24. మృగములు

గ్రామీణమైన అనేకరకముల నాల్గు కాళ్ళ జంతువుల శకనములను నిరూపించి, ఇప్పుడు అరణ్యములలో నుండెడి చతుష్పాత్తుల శకనములను శుకమహర్షి బృహస్పతి చెప్పిన విధానము ఈ క్రింది విధముగా నున్నవి.

1) రాకపోకలందు గౌరవర్ణములగల మృగములు ప్రదక్షిణముగా వచ్చినచో శ్రేష్టము. జంటలు జంటలుగా రాకూడదు. విడివిడిగా వచ్చినచో వీనితో సమానమైన శకనములేదు. ఎడమవైపుగా వచ్చినచో మంచిదికాదు. కృష్ణవర్ణ మిశ్రితములగు మృగములు దుష్టములుగావు.

2) ప్రదక్షిణ క్రమమైనను పురుషుని సమీపించినచో వినాశము చెప్పబడుచున్నది. నల్లని మృగములు (కృష్ణసారములు) బేసి సంఖ్యలో ఉన్నను దక్షిణముగా వచ్చినచో అప్రశస్తము.

3) శిరస్సు యొక్క కంపము దురదలు నిషేధము. మృగము మూత్ర పురీషములను విడిచినచో భయప్రదము. మార్గమధ్యములోగాని, ప్రారంభమునగాని మృగదర్శనము మంచిదిగాదు. మార్గమునకు వెనుక మృగదర్శనము లాభకరమగును.

4) ప్రయాణీకుడు దూరముగా మృగమును చూచినచో విదేశ యానము, కుశలము కల్గును. ఆడ మృగము ప్రదక్షిణముగావచ్చి నేత్రములను విప్పారి చూచినచో, మగ మృగము కూడ యున్నచో అర్థసిద్ధి కల్గును.

5) తన ఆకారము, శబ్దముల కంటె భిన్నమైన శబ్దము, తుమ్ముకు రంగము చేసినచో మంచిదికాదు. మనస్సు యుద్ధముచేయ గోరినచో యుద్ధము వచ్చును. రతి సౌఖ్యమునాకాంక్షించినచో సుఖములు కల్గును.

6) చ్చిక్కార, రురు, కర్కటముల, గమన, శబ్దములు దక్షిణ భాగమున శుభము. పృషత్, చిత్తల, రోహిత మొదలగు అనేక గిట్టల జంతువులు గలవు. వాని వామగమన, ధ్వనులు మంచివి.

25. వరాహము

గ్రామమందలి గాని అడవులందలిదిగానియైన వరాహమును దర్శించుట, కీర్తించుట ప్రశస్తము. బురదతో నున్న వరాహము మిక్కిలి శ్రేష్టము. బురద అంటని వారహము నింద్యము.

26. శశకాదులు (కుందేలు మొదలగునవి)

1) ప్రవాసమందు వామధ్వనులు, వామభాగముగా రాకలు, ప్రవేశమందు పైవానికి వ్యతిరేకములు ప్రశస్తములు. అగ్ర భాగమునగాని, వెనుక గాని శశకాదుల ధ్వనులు నింద్యములు.

2) గోళ్ళు గల కుందేలు మొదలగునవి ప్రయాణీకునకు ముందుగా గాని, వెనకగాగాని నడచుట మంచిదికాదు. శత్రుసంహారము చేయు వారలకు ముందుగా ఉన్నచో విజయము కలుగను.

3) సింహమును కదిలించుటకు చేయు వాద్యధ్వనులు శకునమైనచో సముద్రమును లంఘించి, లంకకు చేరునంతటి విజయము కల్గును.

4) సింహము, ద్వీపి (జంతువిశేషము) (చిత్రకము) తెరక్షు (శశాదులు) కుందేలు, కోతి, పెద్దపులి, ఇటువంటి జంతువులను నఖినము లందురు. నక్కలు మొదలగునవి కూడ ఈ గణనలోకే వచ్చును.

5) లోమశీ (జంతువిశేషము), చమరీ, గోవు, గోధ, నక్క, తొండ, ఆడనక్క కుందేలు, శల్లకము (జంతువిశేషము) వీని శకునములు సింహ శకునముతో సమానమైనవి.

6) కుందేలు, సర్పము, బల్లి, తొండ, ఉడుము, మార్గమును అడ్డముగా లంఘించినచో, సిద్ధించెడి కార్యములు గూడ చెడిపోవును. అవి కనిపించినపుడు వానిని కీర్తించుట మేలని పండితులనుచున్నారు.

7) పంటపొలములలో కుందేటిని చూచినచో వానికి అన్ననాశనము జరుగును. వీనిని ఉన్నత స్థానములధిరోహించుచుండగా చూచినచో అతి దుఃఖములు వచ్చును.

8) పైన చెప్పిన కుందేలు మొదలగు వానికంటే ఇతరములైన జీవులు పంటపొలాలలో కన్పించినచో భావిలో (భవిష్యత్తులో) బాగుగా పండును.

9) కుందేలు మొదలగు పూర్వము చెప్పిన జంతువులను చూచుట, లేక వాని ధ్వనులను వినుట జరిగినచో తప్పక కార్యవిఘ్నములు కల్గును. ఎలుగు, శశకాదులతో సమానమని తెలియవలెను. కుందేలు యొక్క శబ్దము రాత్రి ఎడమ భాగమందైనచో ప్రశస్తము.

27. కృకలాస నకులములు (తొండ, ముంగిస)

1) ఒకే తొండకనిపించినచో కార్యములన్నియు నాశనమగును. రెండుగాని మూడుగాని కనిపించినచో ధనమునకు ప్రాణమునకు హాని కల్గును.

2) మిక్కిలి ఎత్తు పైకివెళ్ళి చేష్టలు చేయుచున్న తొండను చూచినచో స్నానము చేత శుద్ధి యగును. ఆ తొండ అకస్మాత్తుగా ఎవరి శిరస్సున పడునో వానికి కాక శాంతిని జరిపించవలెను.

3) ముంగిసను కీర్తించుట, చూచుట, దాని ధ్వనులను వినుట సంభవించినచో సమస్త కార్యములు నెరవేరును. విషమ (చేసి) సంఖ్యలో ముంగిసలగతి శ్రేయస్కరము.

28. శృగాలము

1) నక్క యొక్క నడక, శబ్దములు అనర్థహేతువులు. నక్కను చూచినంత మాత్రముచేతనే కీడు కల్గును. పగలు నక్క ఎడమ భాగపునడక ప్రశస్తము. రాత్రి నక్క ధ్వనులు ఎడమభాగము నుండి వచ్చినచో మంచిది.

2) నక్క వామధ్వనులు తప్ప ఏ ఇతర దిక్కుల నుండి వచ్చిన ధ్వనులు మంచివిగావు. గ్రామ, పుర ప్రవేశములలో నక్కయొక్క గతి, ధ్వనులు దక్షిణభాగమందైనను శ్రేష్ఠము లేయగును.

3) "హుంబా" అను ధ్వనిముందుగను, "హాహా" అను దీర్ఘ ధ్వని తరువాతను నక్క చేసినచో అది సమ్మతము. దీనికంటె ఇతరములు నింద్యములు.

4) గృహములో రాత్రి పశ్చిమదిక్కుయందు కూసినచో అది ఉచ్చాటన కొరకని భావము. తూర్పు దిక్కునందైనచో భయప్రదము. ఉత్తర దిక్కున శుభము. దక్షిణమున మరణము కల్గును.

5) గుంటనక్క దర్శన మాత్రము చేతనే సమస్త కార్యములు, సిద్ధించును. మన వెనుక భాగమున బేసి సంఖ్యలో గుంటనక్కలను చూచినచో రాజుల అనుగ్రహము కల్గును.

6) ఈ గుంటనక్కలు దక్షిణము నుండి ఉత్తరమునకు, ఉత్తరము నుండి దక్షిణమునకు నడుచుట వలన రాజానుగ్రహము, స్త్రీ, ధనలాభములు కల్గును. ఖి, ఖీ యను ధ్వనులకంటె ఇతర ధ్వనులను గుంటనక్కలు చేసినచో అవి దీప్తస్వరములగును.

7) ప్రయాణమందు, ప్రవేశమందు క్రమముగా బ్రాహ్మణ స్త్రీకి సవ్యాపసవ్య గతిలో గుంటనక్క యున్నె శుభము. దీనికి వ్యతిరిక్తమయినచో వ్యతిరేక ఫలితములుండును.

8) అరణ్య మృగములతో కలిసి గుంటనక్కలు, నక్కలు గొంతు కలిపి అరచినచో గ్రామము భయాందోళనలకు గురియగును. అట్లుకాక మొత్తము గ్రామమును చుట్టినచో శత్రువులు గ్రామమును ముట్టడింతురు.

9) ముందుగా అరణ్యజంతువులు తరువాత గ్రామీణ జంతువులు ధ్వనించినచో గొప్ప భయములు గల్గును. ముందుగా గ్రామములోనివి, పిదప అరణ్యములోని జంతువులు ధ్వనించినచో శోకము కల్గును. వెంటనే మరల గ్రామారణ్య జంతువులు ధ్వనించినచో బంధన భయము కల్గును.

10) అరణ్యజంతువులు రాత్రి సమయములో గ్రామ, పురములలో ప్రవేశించి దివాభాగమున కన్పించినచో శీఘ్రముగా ఆ గ్రామముగాని పురము గాని నాశనమగును. అచ్చటి జనులకు మృత సంతతి కల్గును.

11) అరణ్య పశువులు ఇండ్లలోనికి ప్రవేశించినచో యజమానికి భయము కల్గును. నగర ద్వారగోపురములపై నెక్కినచో శత్రువులు ముట్టడింతురని అర్థము.

29. షట్పదములు (తుమ్మెదలు)

1) తుమ్మెద లేక తుమ్మెదలు మనకు ఎడమవైపున శబ్దము చేయుచు వెళ్ళినను, లేక మన ఎడమవైపున ప్రశస్తమైన పూవుపై వ్రాలి మకరందాన్ని ఆస్వాదించున్నను గొప్ప ఆనందాలు కల్గును.

2) వృశ్చికాలు, కరకలు (కులీరములు – పీతలు), షట్పదాలు (తుమ్మెదలు) కూయుచు లేక శబ్దము చేయుచు మన ఎడమ భాగునందున్నచో, యాత్రలు ఫలప్రదాలవుతాయి.

30. ఊర్ణనాభి (శరభము)

1) అష్టాపదముగా పిలువబడే శరభమృగము యాత్రలలో మన ఎడమ వైపుగా వచ్చినను, ఎడమ వైపున శబ్దము చేయుచున్నను ఏకఛత్రాధిపత్యముగా రాజ్యము లభించును. అలాకాకుండా వృతిరేక లేక ఇతర దిశల యందు శరభమృగమున్నచో ఫలితాలు వ్యతిరేకంగా ఉంటాయి.

2) ప్రయాణం మధ్యలో శరభమృగము మనకు ముందుగాగాని, వెనుకవైపున గాని శబ్దము చేసినచో ఆ ప్రయాణాన్ని మానుకోవాలి. అలాకాకుండా అది ఎడమవైపున ఉంటే అశుభము కాదు. మంచే జరుగును.

31. మర్కటిక (సాలెపురుగు)

1) జఘన ప్రదేశమందు, తొడల ప్రదేశమందు సాలెపురుగు ప్రాకినచో అశ్వాది లాభం కలుగును. కంఠమందు భోజన, ఆభరణ ప్రాప్తి కలుగుతుంది. శిరస్సున ప్రాకితే ఛత్రం మొదలగు లాభాలు కలుగును. ఆయా స్థలములనుండి సాలెపురుగు పైకి ప్రాకినచో అన్ని కోరికలు నెరవేరును.

2) పురుషులకు శరీరంలో ఏ భాగంపై పడినను అక్కడి నుంచి పైకి ఎగ్రబాకినచో ఆయా శరీరభాగములకు తగిన భోగాలు, లాభాలు చేకూరును.

3) ఖర్జూర, కర్ణ సూచలు ఎడమభాగముగా వెడలుట మంచిది. ఇవి మార్గమునలంఘించినచో యాత్ర చేయరాదు.

32. సర్పము

1) సర్పము యొక్క నామస్మరణచే అభీష్టములు నెరవేరును. కాని దాని శబ్దము, నడక, చేష్టలు దుష్టములే. గోనాశ, దర్వీకర, రాజీలు మొదలగునవి సర్పముల నామములు – ఇవి జాతి చేతనే భయప్రదములు.

2) బాటసారి, దారి మధ్యలో సర్పమును చూచినచో వెంటనే వెనుకకు వచ్చి విశ్రమించి, మంగళకరములగు వానిని ధ్యానించి అనగా శుభములను తలచుకొని, రాయి మీద గాని, కర్రల మీద గాని తొలి పాదమును మోపి, వెళ్ళినచో నష్టాలన్నీ తొలగిపోవును.

3) ధన్వన అను పేరుగల సర్పము ప్రయాణ సమయమున ఎడమ భాగమున కన్పించినచో మంచిది. ఎత్తు ప్రదేశమున కన్పించినను కూడ మంచిదే. ఎత్తు ప్రదేశమున స్థిరముగా నుండి కనిపించినచో రాజ్యలాభము కల్గను.

4) ఆలంభమను పేరు గల చేపను తినుట, చూచుట చేయుచున్నచో శుభము. కన్నములందు నివసించు జీవులు, నీటి యందు నివసించునవి, తాబేలు, మొసలి ఇవి అన్ని సర్పము వంటి శకునములనిచ్చునవే.

5) ఉన్నత స్థానమున శివుడు (కపర్ది) ఉన్నచో, శివునికి శిరస్సుతో నమస్కరించవలెను. సకల శుభములను కలుగజేయును.

33. పిపీలికాదుల (చీమలు మొదలగునవి)

నీటియందు, ఊక యందు, ఇంటిలో నుండే చీమలు, నులి పురుగుల శుభా శుభ శకునాలను చూడనక్కఱలేదు. బయట ప్రపంచమందు నీళ్ళు గల ప్రదేశాల యందు వీని శకునాలను చూడవలెను.

1) నల్లటి కపిల వర్ణముతో నుండి, ఘృతేటిక అని పిలువబడే పిపీలికాదులను చూచినచో వాని శకునములను చూడవలెను. మిగతా పిపీలికాదులకు చూడనక్కర లేదు.

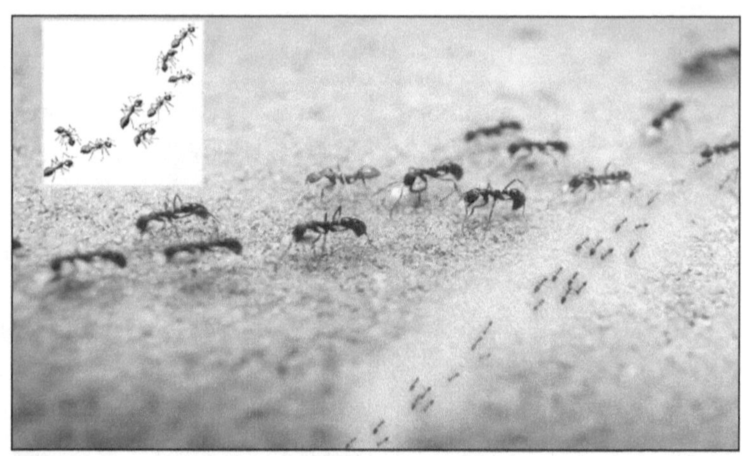

2) ఘృతేట్యములనబడే చీమలు ఇంటి గర్భము నుండి బయటకు తూర్పు దిశగా వెళ్ళినచో గృహము శూన్య గృహమగును. ఆగ్నేయ దిశగా బయటకు వెళ్ళినచో స్వజనులు వస్తారు. దక్షిణ దిశగా వెళ్ళినచో సర్వసంపదలు కలుగుతాయి.

3) ఆ చీమలు నైరుతి దిశ వైపు వెళ్ళినచో మేఘములు కుంభివృష్టిని కురియును, పడమర దిక్కుగా వెళ్ళినచో స్త్రీ, ధనలాభములు కలుగును. వాయవ్య దిక్కుగా వెళ్ళినచో, ఆ యింటి యాజమానురాలు వెళ్ళిపోవును. ఉత్తర దిక్కుగా వెళ్ళినచో సంపదలు, ఈశాన్య దిశగా వెళ్ళినచో దేశమునకు కీడు, ఊర్ధ్వ భాగముగా పైకి వెళ్ళినచో ఏడు రోజులలో భూలాభము, యోగసిద్ధి కలుగును.

4) ఘృతేట్యములు (చీమలు) మంచము, పరుపులయందుండి అక్కడ ఆశ్రయించుకొన్నచో, వాటిపై పడుకొనే వారికి మృత్యువుగాని, దీర్ఘ రోగము కాని కలుగును. గడపనాశ్రయించి, గడప దగ్గఱున్నచో పెక్కు అనర్థాలు కలుగుతాయి.

5) పాదుల మొదళ్ళ యందు, మార్గ మధ్యమున, దేవ, రాజ ప్రసాదములయందు, చైత్యములయందు, చెట్లకు, జూదమాడు సభాభవనములయందు, ఎక్కువ మార్గములు కలిసే కూడలుల యందు, చీమలు కనిపించినచో దేశభంగమగును.

6) నేతి పాత్రలో చీమలు ప్రవేశించి ఒక అహోరాత్రము అందులో నున్నచో ఆ గృహాన్ని కొద్ది రోజులలో దొంగలు దోచుకొంటారు.

7) ఎర్రచీమలు ఇంటిపై భాగమున ఎక్కువ సంచరించుచున్నచో, ఆ ఇంటిలోనున్న సమస్తమును దొంగలు పట్టుకుపోతారు. గృహ యజమానికి కొద్ది రోజులలో మరణము గాని, పెద్ద భయముగాని కలుగును.

8) అదే ఎఱ్ఱ చీమలు నీటి కుండ క్రింద నుండి బయటకు వచ్చినచో వర్షాకాలము కూడ ఎండా కాలమువలె ఎండలు మండిపోవును. ఎఱ్ఱని కీటకాలు ధాన్యరాశి మధ్య నుండి పైకి వచ్చినచో ధాన్యం ధరలు పడిపోవును.

9) తరవాణీ కుండ క్రింది భాగమున కీచీమలు చేరినచో శుభకరం. ధాన్యం మధ్యలో నున్నచో ధాన్యం వృద్ధి చెందును. వంటింట్లో ఉంటే ఇల్లు కొద్ది రోజులలో కాలిపోవును.

10) ఖాళీ చేసిన నీటి బిందెలలో ఆహార ధాన్యాలను నింపితే ఆ బిందెల నుండి వచ్చే ఎఱ్ఱ చీమలు చిరకాలముగా ద్రవ్యవృద్ధిని కలుగజేయును.

11) బంగారము, రత్నాలు, ధనము – వాటినుండి ఎఱ్ఱచీమలు, బయల్పడినచో తొందరలో అవి అభివృద్ధి చెందుతాయి.

చీమల శకునాన్ని ఈ క్రింది పటంలో కూడ చూడవచ్చును.

	ఈశాన్యము స్వజనులరాక	తూర్పు దేశహాని	ఆగ్నేయము శూన్యము	
ఉత్తరము	సంపదలు	ఇంటి గర్భము	సర్వ సమృద్ధి	దక్షిణము
	హాని వాయవ్యము	స్త్రీ ధనలాభం పడమర	సర్వసమృద్ధి నైఋతి	

34. బల్లి శకునము

బల్లిని గృహగోదిక, పల్లిక, కుడ్యమత్స్యము అని కూడ అంటారు.

1) సూర్యోదయ కాలమున తూర్పు దిక్కున బల్లి కూసినచో రాజభయము (ప్రభుత్వం నుండి భయము) కల్గును. బల్లి తొలిఝూమున కూసినచో అగ్నిభయము, మధ్యాహ్నం దూత యొక్క వార్తలు వినుట, అపరాహ్నము, సాయంకాల సమయమందు ధనాగమనము, రాత్రి భోజన సమయంలో రాజు యొక్క (లేక ప్రభుత్వాధికారుల) రాక కలుగును. అర్ధరాత్రికి ముందు ఝూములో బల్లి కూసినచో నిధి లాభము, రెండవ ఝూములో ఇష్ట సిద్ధులు, మూడవ ఝూములో స్త్రీ లాభము, నాల్గవ ఝూమున ధననాశములు కల్గును.

2) ఆగ్నేయ దిశయందు తొలి ఝాములో బల్లి ధ్వనులు వినబడితే మృతవార్తలు, రెండవ ప్రహరలో ఇష్టాన్న భోజనం, మూడవ యామములో ధనలాభము, సాయం సమయమున సుఖము, రాత్రి భోజన సమయమున కోరిన భోజనం, రాత్రి రెండవ ఝాములో అగ్నిభీతి, మూడవ యామమున ధనలాభం కల్గును.

3) దక్షిణ దిక్కు యందు ఉదయమున బల్లి కూసినచో పనులు శుభకరములేయగును. రోజు మొదటి ఝామున బంధువుల ఆగమనము, మధ్యాహ్నమున క్రయవస్తువులను చూచుట, అపరాహ్ణమున స్త్రీ ఆగమనము, రోజు చివరి భాగమందు ఇతరుల భార్యతో సంగమము, రాత్రి భోజన సమయములో చాలకాలం క్రింద దూరంగా వెళ్ళిపోయిన బంధువుల వార్తలు తెలియును. రాత్రి రెండవ ఝాములో స్వజనకలహము. మూడవ ఝాములో ధనలాభం, నాల్గవ ఝామునందు పెద్ద కలహము కలుగును.

4) నైరుతి దిక్కులో బల్లి ఉదయమే మొదటి భాగమున ధ్వనించినచో కార్యసిద్ధి, తొలిఝామున బ్రాహ్మణుల రాక, రోజు మధ్యలో దూత రాక, మూడవ ఝాము, సాయంకాలమందు విశేష వార్తా శ్రవణము, నిద్రాసమయములో కలహము, రాత్రి తొలి తొలి ఝామున బాటసారులరాక, రాత్రి రెండవ యామమున రక్తపాతము, మూడవ ఝామునందు మరణము, నాల్గవ ఝామున రోగములు వచ్చును.

5) పడమర దిశయందు ఉదయాన్నే బల్లి కూసినచో ఆశ్చర్యకరంగా ఆచార్యనిరాక, తొలి ప్రహరలో శాంతి, మధ్యాహ్నము ధననాశనము, అపరాహ్ణమందు కోపిష్ఠి ఆగమనము, సాయంకాలమున కన్యకల ఆగమనము, భోజన సమయంలో రాజానుగ్రహము, ప్రదోష సమయమందు అగ్నిభయము, రాత్రి రెండవ ఝాములో రాజులవార్తలు తెలియుట, మూడవ ఝామున నిధిలాభము, నాల్గవ ఝాము చివరన శరీరమున కవమానము జరుగును.

6) ఉదయకాలమున వాయవ్య దిక్కున బల్లి అరచినచో దొంగల వార్తలు, తొలి ఝామున సేవకుడు దొరుకుట, మధ్యాహ్నమున, రాజాగమనము లేక రాజు సమీపించుట, మూడవ ప్రహరలో విద్యాంసుడైన పురుషనిరాక, సాయం, సంధ్యా సమయమందైతే అనేక విఘ్నాల తర్వాత రాయబారి రాక, ప్రదోషకాలమందు అభివృద్ధి, రాత్రి రెండవ ఝాములో అభీష్టసిద్ధి, రాత్రి మూడవ ఝాములో శుభవార్తా శ్రవణము, రాత్రి చివరలో బల్లి అరిచినచో పురుషుల యొక్క కోరికలు నెరవేరుట జరుగును.

7) ఉత్తర దిశయందు సూర్యోదయ సమయమందు బల్లి అరచినచో ధనప్రాప్తి, దినము మొదటి యామమునందైతే స్నేహితులరాక, దిన మధ్యమందైతే అగ్నిభీతి, అపరాహ్ణములో ఇష్టసిద్ధి, సాయంకాలమున ప్రియజనులరాక, రాత్రి తొలిభాగమున శిష్టలతో కలయిక, రాత్రి మొదటి యామమునందైనచో కలహము, రాత్రి రెండవ ఝాములో గని లాభము, మూడవ ఝాములో దొంగల భయము, నాల్గవ యామములో బల్లి ధ్వనించినచో అధికమగు అభివృద్ధి కలుగును.

8) ఈశాన్య దిశయందు ప్రభాత కాలములో బల్లి ధ్వనించినచో అనుకొన్న పనులు నెరవేరుట, దినము మొదటి ఝాములో బంధుజనులరాక, రెండవ ఝాములో అభివృద్ధి, మూడవ ఝాములో రక్షణ, నాల్గవ ఝాములో కన్యాలభము, భోజన సమయములో ధనలాభము, రాత్రి తొలి యామములో వృద్ధి, రెండవ ప్రహరలో కన్యకలరాక, రాత్రి మూడవ ప్రహరలో భయము, నాల్గవ ఝామున ధ్వనించినచో రౌద్రభయానకమగు సంఘటనేదైనా జరుగును.

9) బ్రహ్మప్రదేశములో నడినెత్తి మీద సూర్యోదయ కాలమందు బల్లి ధ్వనించినచో రాజుల వార్తలను వినడము, బ్రహ్మ ప్రదేశములో పగలు మొదటి యామములో ధ్వని వచ్చినచో దూత ద్వారా వార్తాశ్రవణము, దిన మధ్య భామున కలహము, అపరాహ్ణమందు అన్న లాభము, భోజన సమయములో బ్రహ్మప్రదేశమున బ్రాహ్మణాగమనము, రాత్రి తొలిప్రహరలో నష్టద్రవ్య లాభమ, రాత్రి రెండఝాములో రాజుల స్మరణ, రాత్రి మూడవ ఝాములో ఉల్క పాతము, రాత్రి నాల్గవయామమునందు బల్లి బ్రహ్మ ప్రదేశము నందు ధ్వనించినచో పలు శుభాలు కలుగును. ప్రశాంత దిక్కులో ధ్వనించినచో ప్రశాంతత, దీప్త దిక్కున దీప్తముగా ఉండును. దీప్తము శుభము కాదు.

10) బల్లుల సమాగమము చేత సమాగమము, యుద్ధముచే యుద్ధము, వియోగముచే వియోగము, సంగమముచే పురుషులకు శ్రేష్ట స్త్రీ రీతికేళి లభించును.

ప్రయాణ సమయములో ఎడమ భాగమున, ప్రవేశకాలమందు కుడిభాగమున బల్లియున్నచో కోరికలన్నీ తీరును. అన్ని పనులు నెరవేరుతాయి.

బాటసారికి దక్షిణముగాగాని, అగ్రభాగమునగాని బల్లి సంచారము అశుభము, వెనుకవైపున, ఎడమవైపుననున్నచో శుభలాభములు కల్గును. చూచినా కూడ ఇవే ఫలితాలుంటాయి.

బల్లి ఉన్నత స్థానమునెక్కి, దక్షిణము నుండి వామ భాగమునకు వెదుకుచూ దిగినచో ప్రవాసులకు అక్షయమగు రాజ్యప్రాప్తి కలుగును.

35. కుక్క శకునము

1) మానవుని పూర్వ జన్మకర్మ పరిపాకముచే కుక్కల ధ్వనులు, చేష్టలు ఉండును. మంచి విమర్శ చేయువాడు, శకున శాస్త్రమందు సమర్ధుడు, మంచి బుద్ధి కలవాడు, యథార్థమును చెప్పువాడు, శౌచశీలుడు, ఇంగిత జ్ఞానము కలిగిన ఆచార్యుడు మాత్రమే ఈ శాస్త్రమును చెప్పుటకు అధికారి.

2) కుక్కలు, కుక్క సంతతికి శ్వా, శ్వాన, భల్ల, భషణ, కౌలేయక, కపిల, జాగరూక, మండల, కుక్కుర, యక్షశునక అనే పదకొండు పేర్లు గలవు. తెల్లని కుక్కలు బ్రాహ్మణజాతికి, ఎర్రనివి క్షత్రియజాతికి, పీత వర్ణము కుక్కలు వైశ్యజాతికి, నల్లనివి శూద్రజాతికి, మిశ్రమ వర్ణముగల కుక్కలు వివిధ జాతులకు సంబంధించినవి. అందరికి, అన్ని కార్యములకు నల్లని కుక్కలు శ్రేష్టము.

3) పిండితో కుక్కల జంటను తయారు చేసి పూజ చేసి, కుక్కకు నైవేద్యము పెట్టి, అది చేసే చేష్టలను బట్టి రాబోవు ఫలితాలు ఈ క్రింది విధముగానున్నవి.

35.1 రాజ్యాధికార ప్రకరణము (కుక్క చేష్టలననుసరించి)

1) కుడిచేతితో కుక్క తన దురద తీర్చుకొన్నచో రాజ్యాభిషేక లాభము, ప్రధానమైన పట్టబంధన లాభము, ఇతర రాజులు తనకు అనుకువగా ఉండుట జరుగును. కుడిచేతితో ఎడమ చేతిని గోక్కొన్నచో అనేక ఏనుగులతో కూడి సామ్రాజ్యమునకు రాజగును.

2) కుక్క కుడి కంటిని గ్రహించినచో పురుషుడు తన బలముతో రాజై ఇతర రాజులచే నమస్కరించబడే పాదపద్మములుగల వాడగును. కుడి చెవి ప్రాంతమును కుడిచేతితో గోకినచో నృత్య, గీతవాద్యాది వినోదములతో గూడిన రాచరికము లభించును. కుక్క కుడి చేతితో తన ముఖమును గోక్కొన్నచో భక్తులు, గొప్ప రాజులు మంచి భోజన పదార్థములను చిరకాలము సమర్పిస్తారు.

3) తన వక్షస్థలమును కుడి, ఎడమ చేయి మరియు పాదములతో గోక్కొన్నచో గుట్టాలు, ఏనుగులు, దున్నలు, మేకలు, గోవులతో కూడిన రాచరికము లభించును. ప్రయత్న పూర్వకముగా కుడిపాదము యొక్క గోళ్ళతో తన పొట్టను గోక్కొన్నచో స్నేహితులు, బంధువులు, సేవకులతో కూడిన రాజరికము లభించును.

4) కుడికాలు, చేయితో కూడిన చేష్టలు శుభఫలితాలను ఎడమ కాలు, చేయితో కూడిన చేష్టలు చెడు ఫలితాలను కలుగజేయును. శాంత శకునములచే ఐదు విధాలైన అభివృద్ధులు, దీప్త శకునాలచే ఐదు విధాలైన కీడులు కలుగును.

5) దిక్కు, చేష్ట, స్థానము, నడక, స్వరము (ధ్వని) ఈ ఐదు దీప్త పంచకమనియు, శాంత పంచకమనియు జంతు, పశు, పక్ష్యాదుల కుందుననియు, ఆ శకునములను పరిశీలించవలెనని తెలియుచున్నది. ప్రదీప్తములగు స్థితి, చేష్టలచే ప్రవాసము, రాజ్యనాశము, మరణములు కలుగును. శాంత చేష్టలచే రాజ్య సమృద్ధులు, చిరకాల భోగములు కలుగును.

35.2 వివాహ ప్రకరణము (కుక్క చేష్టలననుసరించి)

1) ఆడ కుక్క తన కుడివైపు చేష్టలవలన కన్యకు వివాహమగును. ఎడమవైపు చేష్టలచే కాదు. కుక్కమైథున క్రియలో నున్నచో కన్యభర్తచే సుఖించును. తన కుడి శరీర భాగములను స్తంభముతో గోకినచో కన్యకకు పెండ్లి, కుమారులు, ధనము, అభివృద్ధులు కల్గును. ఎడమ శరీరము గోక్కొన్నచో మంచిది కాదు.

2) కుక్క కుడికాలునెత్తి పాత్రయందుగాని, ముంతయందుగాని, కుండయందుగాని మూత్ర విసర్జన చేసినచో వివాహమైన స్త్రీకి బహుపుత్ర లాభము కల్గును. కుక్క తన ఎడమ శరీరాంగాలను గోక్కొనుచు శాల, గృహ, మండపాలలోనికి ప్రవేశించినచో కన్యకు వివాహము కాదు. కులగౌరవమునకు చేటు కలుగును.

3) కన్యను వివాహమాడుటకు వెళ్ళు పురుషునికెదురుగా జంకకుండ నిర్భయముగా కుక్కలు ఎదురుగా వచ్చినచో, ఆ కన్య భర్త కుటుంబమునకు హానిని కలిగించును. కనుక ఆ సంబంధమును వదిలివేయాలి.

4) కుక్క తన ఎడమపాదముతో ముక్కుకొనను గోక్కొనినను, లేక నేలపై ముక్కుకొనను రాసినను, లేక తన ఎడమవైపు శరీరమును వంకరగా త్రిప్పినను కన్యక భర్తకు హాని కలుగును. దాని వలన కన్యకు కూడ కీడు కలుగును. పడుకొన్నను, వాంతి చేసుకొన్నను, పుట్ట, పుట్టను గాని త్రవ్వుచున్నాగాని, బొగ్గులు, బూడిద, అస్తికలను త్రవ్వుచున్నను మరణభయము కలుగును.

5) మగ కుక్క ఆడ కుక్క యొక్క జననాంగాన్ని వాసన చూచినచో కన్యక యొక్క జననాంగము క్షతమగును. కుక్కలు మైథున స్థితిలో నున్నచో. కన్యావరులకు పరస్పరము ప్రేమ కలుగును. కన్య తన పెండ్లికుమారుని గూర్చి ప్రశ్న వేసిన సమయంలో కుక్క తన ఎడమవైపు చేష్టలు చేయుచున్న యెడల శుభము కలుగును. కుడివైపు చేసే చేష్టలు శుభము కాదు. ఆడ కుక్కపై మగ కుక్క మూత్రము విసర్జించినచో కన్యకు సవతి వచ్చును.

6) కుక్క తన ఎడమకాలితో నాలుకను శుభ్రపరచుకొన్నచో వరుడు భోగ(ప్రియుడవుతాడు. అలాకాకుండ ఎడమ పాదమును ఆస్వాదించుచున్నచో ఎప్పుడూ తిరుగుతూ, వ్యాపారము ద్వారా ధనార్జన చేస్తాడు. కుక్క తన మూత్రమును తానే (త్రాగి ఎడమ దిక్కుగా వెళ్ళినచో కన్య భర్త యందు (ప్రేమ కలిగియుండును. కుక్క తన దొడ (కింది భాగము నాకుచున్నచో కన్య యొక్క భర్త వంట చేయువాడగును.

7) కుక్క తన ఎడమ పాదముతో కంఠము, చెవులు, ముఖము, కళ్ళు, ఫాలభాగము, శిరస్సులను స్పృశించినచో కన్యక మహారాణి అవుతుంది. పెండ్లి కుమారుని ఇంట్లో కూడా భవిష్యత్తులో అభివృద్ధి కలుగుతుంది. వరుడు కన్యావరణ చేయునపుడు కుక్క కుడివైపు చేసే చేష్టలు శుభకరములు. అలా కాకుండ కన్యవరుని వరణము చేయునపుడు కుక్క ఎడమ వైపు చేష్టలు శుభకరము.

35.3 దేశ లాభ(ప్రకరణము :

1) కుక్క సంతోషముగా వచ్చి తన కుడి చేతితో తలను స్పృశించినచో దేశానికి లాభము కల్గును.

2) వ్యవసాయదారులు తమ తమ పొలాలకు నాగలిని గాని, విత్తనాలను గాని తీసుకొని వెళ్ళేటపుడు, కుక్క ఎడమ భాగముగా వచ్చినను, పొలము నుండి తిరిగి వచ్చేటపుడు కుడి భాగముగా వచ్చినను రైతులు కృతార్థలగుదురు.

3) కుక్క దక్షిణ చేష్టలు చేయుచుండగా పురుషుడు జూదమాడినచో అందరినీ జయించి సమస్త ధనాన్ని పొందుతాడు. అధికమైన శ్లేష్మము, దగ్గు, నిద్రించుట, దెబ్బలు తగులుట, అర్ధనిమీలితముగా సూర్యునివైపు చూచుట, మలవిసర్జనము చేయుట, పైకి శ్వాసలు వదులుట, జూద విషయములో (ప్రశస్తమే. వామ చేష్టలు మంచివికావు.

4) కుక్క దక్షిణ చేష్టలు చేసినచో వేశ్యపతి సుందరమైన (స్త్రీలను (ప్రోగు చేయును. వామ చేష్టలు చేసినచో వేశ్యపతి తన ఇంటిని (క్రీడా గృహముగా చేయును.

5) కుక్క రమణీయమైన (ప్రదేశమున మూత్రవిసర్జనచేసి, అందంగా వామ చేష్టలు చేసినచో గర్భవతికి కుమారుడు, దక్షిణ చేష్టలు చేసినచో కుమార్తె జన్మింతురు. కుక్క మలవిసర్జనము, వాంతి చేసుకొనుట, అధికముగా శ్వాసలు చేయుట, నిద్రించుట, అంగమును కొరుకుట చేయుచున్నచో గర్భవతియగు (స్త్రీకి గర్భ(స్రావమగును.

6) కుక్క యొక్క శుభ చేష్టలు ఇష్టయోగములను, (క్రీడను కలిగించును. వామ చేష్టలు ఇష్టజనులతో విరహాన్ని కలిగించును. కుక్క యొక్క శుభచేష్టలు, శుభధ్వనులు, మంచి(ప్రదేశమున మూత్రవిసర్జనము కార్యాచరణులకు కార్యలాభమును, అనుకొన్న కోరికలను తీర్చును.

7) కుక్క తన కుడిపాదముతో కుడివైపు శరీరమును గోక్కున్నచో వ్యాపార లాభములు కల్గును. దీనికి వ్యతిరేకమయిన చేష్టలు చేసినచో మంచి ఫలితాలు కలుగవు.

8) సేవకులను ప్రోగు చేయువానికి, సేవించుట కిష్టపడు వారికి కుక్క కుడి చేష్టలు సుఖాన్ని, ఎడమవైపు చేష్టలు దుఃఖాన్ని కలిగించును.

9) ప్రజల విద్యారంభ సమయమున కుక్క దక్షిణ చేష్టలు మంచివి. వామచేష్టలు పూర్వార్జిత విద్యను కూడ నాశనము చేయును.

10) కుక్క ఆనందముగా, శుభశబ్దములతో, మంచి చేష్టలతో సంచరించినచో బిలప్రవేశములందు సిద్ధిని కలిగించును. కుక్క వెనుకకు తిరిగి వెళ్ళిపోయినచో పనులందు ఆటంకము కల్గును.

11) కుక్క సంతోషముతో, జాగరూకమై చంద్రుని చూచుచు, అనుమానము లేకుండా శబ్దము చేసినచో ప్రజలకు సుఖము కలుగును. ప్రజల కష్టాలు, (పాపములు) పోవును.

35.4 వర్ష ప్రకరణము

వర్షము కొరకు ఉత్తమ కుక్క చేష్ట ప్రధానమని శాకునకులంటారు.

1) కుక్క తన కుడికంటిని తాకి, తర్వాత నాభిని నాకినాగాని, ఇంటిపై కప్పుపై ఎక్కి నిద్రించినాగాని అధిక వర్షము కురియును.

2) వర్షపు నీటిలో కుక్క గుండ్రముగా చక్రమువలె మునుగుచు, తిరిగినచో ఎక్కువగా వర్షాలు కురియును. నీటిని చిమ్ముచు, త్రాగుచున్నచో, ఇతర చోట్ల కూడ వర్షము వచ్చును. కుక్క మెలకువగా ఉండి ఆకాశమును చూచుచు, ఆవలించుచు, కంట నీటిని పెట్టినచో, భూమి వర్షముతో నిండి సస్య సమృద్ధిని కలుగజేయును.

3) వర్షాకాల ప్రారంభ సమయములో కుక్కలు గడ్డి సముదాయములందు, ఇళ్ళయందు, దేవాలయ, రాజు గృహలయందు గట్టిగా శబ్దించినచో చాల వేగవంతమైన వర్షము కురియును. అవే కుక్కలు ఇతర కాలములందు ధ్వనించినచో రోగ, అగ్ని భయాలు, నాశనము కల్గును.

4) కుక్క నీటిలో దిగి ఒడ్డు పైకి వచ్చి, శరీరమును కంపింపచేసినచో రైతులకనుకూలమగు వర్షము కురియును. ఎత్తైన ప్రదేశమున ఎక్కి కుక్క సూర్యుని చూచుచు మొరిగినచో / శబ్దము చేసినచో శీఘ్రముగా మంచి వర్షము కురియును.

5) ఏదో ఒక దోషము వలన మేఘములు వర్షించనిచో చోర, అగ్ని భయ, రోగ, డామరములు (శస్త్రములు లేని యుద్ధము) సంభవించును.

35.5 యుద్ధ ప్రకరణము

కాకరుత ప్రకరణములో పిండ విధానము, పిండ స్థానములు చెప్పబడినవి. ఇచ్చట కుక్క ఆ పిండాలను తినేక్రమము, విధానమును బట్టి యుద్ధము వచ్చుట, జయము పొందుట, భంగపాటు మొదలగునవి తెలియును.

1) కుక్క యొక్క శాంతచేష్ట జయాన్ని, ప్రదీప్త చేష్ట అపజయాన్ని కలిగిస్తుంది. దిక్కు స్థానము, చేష్ట ఈ మూడును ప్రదీప్తములయినచో యుద్ధములో మరణము సంభవించును. కుక్క భయము లేకుండా కోపముతో ఎడమ పాదముతో నేలను త్రవ్వుచు శబ్దించినచో ఘోర యుద్ధము జరుగును. అలా కాకుండ కుక్క ప్రసన్నమైన మనస్సుతో ఎదురుగా వచ్చినచో సంధి జరుగును. లేక వెనుకకు తిరిగి పారిపోయినచో భటులకు భంగమేర్పడును.

2) కుక్కల ద్వంద్వమునకు యుద్ధా సక్తులగు ఇద్దరు రాజుల పేర్లు పెట్టి బలిపిండాలపైకి వదలాలి. ఏ రాజుపేరుగల కుక్క రెండవ దానిని జయించి బలిపిండాలను హస్తగతము చేసుకొనునో ఆ రాజు యుద్ధమున జయించును. రెండు కుక్కలు బలిని స్వీకరించి స్నేహముతో రెండూ తినకపోయినచో జయకాంక్షులగు ఇరువురు రాజులు స్నేహబుద్ధి కలిగియుంటారు.

3) ఏ పేరుగల కుక్క పారిపోవుటకు సిద్ధమగుచున్నవో, ఆ రాజు భయముతో నుండును. ఏ పేరుగల కుక్క భయము లేకుండా నుండునో ఆ రాజు భయము లేకుండా ఉండును. కాని రెండు కుక్కలు బలిని తినకుండా కూర్చొని ఘుర ఘుర శబ్దములు చేయుచున్నచో రాజులిరువురకు శత్రుత్వభావనలుండును. కాని యుద్ధము మాత్రము జరుగదు.

4) ఒక కుక్క భయము లేకుండా బలిపిండముని గ్రహించగా, రెండవ కుక్క దూరముగా పారిపోయినచో ఒక రాజునకు జయలాభము, రెండవ రాజునకు అపజయము కల్గును. బలిపిండము దగ్గఱకు రాకుండా కుక్కలు తామున్నచోటులందే కదలకయున్నచో, ఇద్దరు రాజులకు యుద్ధముగాని, సంధిగాని జరుగదు.

5) రెండు కుక్కలను కాదని, వేరొక కుక్క వచ్చి బలవంతంగా బలిని తినివేసినచో, ఆ ఇరువురు రాజులకంటే బలవంతుడగు రాజు ఎవరో వచ్చి వారిని జయించును.

6) రెండు కుక్కలయందు, ఒకటి పిండమును గ్రహించగా వేరొక కుక్క (మూడవ కుక్క) వచ్చినచో పిండమును గ్రహించిన కుక్క పిండమును విడిచిపెట్టగా, మధ్యలో వచ్చిన మూడవ కుక్క ఆ పిండాన్ని తిన్నచో ఆ అన్యరాజుతో స్నేహము కుదురును.

7) రెండు కుక్కల మధ్యకు, బలమైన మూడవ కుక్క వచ్చి, తన శక్తిచే పిండమును తిన్నచో వేరొక రాజు వీరికి శత్రువగును.

8) రెండు కుక్కలలో ఒకటి బలిని గ్రహించగా, వేరొకటి వచ్చి స్నేహముతో బలిని తిన్నచో ఇరువురు రాజులు శత్రువును నాశనము చేయను. అలా కాకుండా రెండు కుక్కలు విరోధము లేకుండా మూడవ కుక్కతో కలిసి బలిని స్వీకరించినచో రాజులిరువురకు సంధి కుదిరి స్నేహము కలుగును.

9) ఒక కుక్క గుడ్డలు, త్రాళ్ళు, వెంట్రుకలు, తీగలను తీసుకొని వచ్చి రెండవ కుక్కను జయించి బలిని తిన్నచో ఆ పేరుగలరాజు శత్రురాజును బంధించి అతని సమస్తము గ్రహించును.

10) రాజుల మధ్య యుద్ధము జరుగునా? అను ప్రశ్నలో రెండు రాజులపేర్లగల కుక్కలలో ఒకటి వెనుక భాగమున శాంత ధ్వనులు చేసినచో, యుద్ధము తప్పక జరుగునని తెలియవలెను.

11) దిక్కు, స్థానము, చేష్ట, శబ్దము – ఈ నాలుగు కూడ శాంతములైనచో ఒక దానికంటే, ఒకటి యుద్ధాని ప్రోత్సహిస్తాయి. ఈ నాలుగు కూడ ప్రదీప్తములైనచో యుద్ధం, సంధి కూడ జరుగును.

12) కుక్క పిండాన్ని తింటూ ఆకాశాన్ని చూచి, చెవులను నిక్క పొడుచుకొని, దూరముగా పరుగు పెట్టుకొని వెళ్ళినచో రాజులకు యుద్ధము జరుగదు.

13) శాంత దృష్టి కలిగి, అర్ధనిమీలిత నేత్రములను కలిగి, నేలచూపులు చూస్తూ బలిహరణము దగ్గరకు వెళ్ళి వెనుకకు తిరిగి వచ్చినచో యుద్ధము జరుగదు.

14) సారమేయము (కుక్క) మొదట ప్రదక్షిణముగాను పిదప అప్రదక్షిణముగాను నడిస్తే, మొదట యుద్ధము జరిగి, తరువాత సంధి జరుగును. దీనికి వ్యతిరేకముగా కుక్క ప్రవర్తించినచో, ముందు సంధి జరిగి తరువాత కొంతకాలమునకు యుద్ధము జరుగును.

15) రాజునకు యుద్ధము జరుగదు కదా! అను ప్రశ్నలో కుక్క ఏ విధమైన చేష్ట చేసినను, అశుభములే కలుగుతాయి. కుక్కచేసే చేష్టలన్నీ ఘోర యుద్ధాని సూచిస్తాయి.

16) కుక్క నడుచుచుండగా ప్రశ్న వచ్చినచో రాజు, మంత్రి వాహన, సేనలతో సహ నశించును. అలా కాకుండా కుక్క శరవేగముతో పరుగు పెట్టినచో పలు భంగములు కలుగును.

17) యుద్ధము చేయుటకు రెండు సైన్యములు సమాయత్తమగుచుండగా, వారి మధ్య కుక్క ప్రవేశించి, ఒక రాజు ధ్వజముపై మాత్రము విసర్జించినచో ఆ రాజు తప్పకుండా జయమును పొందును.

18) కుక్క ఒకేసారి వరుసగా శాంతము, ప్రదీప్తములయిన చేష్టలను చేసినచో తొలి శాంతము నిష్ఫలమగును. తరువాత ప్రదీప్తము ఫలవంతమగును.

19) ఇంటి నుండి బయటకు వెళ్ళేటప్పుడు కుక్క దక్షిణ హస్తము వైపు వచ్చినచో, అంటే ప్రయాణించినచో యుద్ధమున జయము కలుగును. వామ హస్తము వైపు ప్రయాణించినచో పరాజయము కలుగును.

20) కుక్క తన తలను, చెవులను, శరీరమును కంపింపచేయుచు అసహ్య ప్రదేశమున మాత్ర విసర్జన చేసినచో యాత్ర చేయకూడదు.

21) ఈ రోజు నేను యుద్ధము చేయాలి అని గట్టిగా నిర్ణయించుకొని వెళ్ళేవారికి అశుభశకునములు కూడ శుభాలనే కలిగించును. రేపు యుద్ధానికి వెళ్ళామనుకొనే వానికి శుభశకునము శుభములనే కలిగించును.

22) శరీరాన్ని కంపింపజేస్తూ, తోక, నాలుకలను ఆడించుచూ, క్రీడలతో ఎదురుగా వినయ స్నేహములతో వచ్చు కుక్క యాత్రీకులకు సిద్ధలను కలిగించును.

35.6 శుభాశుభ జ్ఞాన ప్రకరణము

-   శుభాశుభ కారణ భూతములైన శ్రేష్టమగు కపిల చేష్టలను మానవుల సుఖము కొఱకు పూర్వము ఋషులు చెప్పిన విధానములీ క్రింది విధముగా నున్నవి.

1) కుక్క తన నాలుకతో దక్షిణ దిక్కులో గల వానిని నాకినచో అన్ని ప్రయత్నాలు సిద్ధిస్తాయి. అలాగే గోళ్ళతోను, నాలుకతోను, దంతములతోను తన దక్షిణ అంగములను స్పృశించినచో పలు శుభాలు కలుగును.

2) కర్తవ్య పాలనయందు, శత్రు విషయములయందు, వ్యసనములయందు, సంబంధిత ప్రశ్నకు, ఆ సమయమున కుక్క చెవుల నాడించినచో, అన్ని కార్యములు సిద్ధించును.

3) కుక్క క్రమముగా కుడి జఘనము, జఠరమును, ఉదరమును, హృదయమును, శిరస్సును స్పృశించినచో అనుకొన్న పనులు ఎక్కువగా ఫలించును.

4) కుక్క ఆవులించినను, మల విసర్జన చేసినను, అశక్తునికి కూడ భయాది చింతల నుండి అభయము కల్గును.

5) మొలకలతోను చిగుళ్ళుతోను, పుష్పలతోను, ఫలాలతోనున్న చెట్లయందు గాని, ఫల, పుష్ప, క్షీర శోభితములయిన పాల చెట్ల యందుగాని, బురదయందు గాని, నీటితో నిండిన కుండ, పాత్రయందుగాని, ఆవుపేడ యందు గాని, చెట్ల కుదుళ్ళలోగాని, పంట చేలలో గాని, మట్టి గుట్టలపై గాని, ఇటుకలపైగాని, దేవుని గుడుల గోడలపైగాని, రాజమందిర గోడలపైగాని, అన్నపురాసులపైగాని, మంగళప్రదమగు వస్తువులపై గాని కుక్క మూత్ర విసర్జన చేసినచో భూలాభము మొదలగు లాభములు కలుగును.

6) మంచాలు (శయ్యలు), ఆసనాలు, గొడుగులు, నిప్పులు, బిలాలు, దుమ్ము, ధూళి స్థానములయందు కుక్క మూత్ర విసర్జన చేసినచో మనుష్యులు కోరుకొనే ఇష్ట ధనముల ధికముగా దొరుకును.

7) అన్నము, మలము, ఫలము, మాంసము నోటిలో పెట్టుకొన్న కుక్క మనకు ఎదురుగా వచ్చినచో లాభము కలుగును. పాదముల యందుగాని, హస్తముల యందు గాని అస్తికలు, ఫలాదులతో కనిపించినచో కొద్ది రోజులలోనే గొప్ప ధనలాభము కలుగును.

8) ఖండినీ (ఊఖలీ) రోకలిపొన్ను, చేట-వీటి యందు ఆడ కుక్క మూత్ర విసర్జన చేసినచో బహు ధనములు, అభీష్ట భోజనములు సిద్ధించును.

9) కుక్క శుభప్రదేశమున ఉండి, దక్షిణ కరముతో శిరస్సును గోక్కొన్నచో, కోరుకొన్న కోరికలు అసాధ్యమయినను తీరును.

10) కుక్క తన దృష్టితో నీటినిగాని, పాలను గాని చూచి అర్ధనిమిలిత నేత్రములతో చూచుచు అట్లే పడుకొన్నచో తెల్లని వస్త్రలాభము కలుగును.

11) పడుకొన్న స్థితిలోనున్న కుక్క కంఠముతో సహ తలను పైకెత్తినచో మానవులకు శుభము. అలా కాకుండా చెవులను విదిలించినచో సమస్త ప్రయోజనములు నశించును.

12) సారమేయము పైచేష్టలతోనున్నపుడు లేక పైన చెప్పినట్లుగా ప్రవర్తించుచున్నపుడు, మనుష్యుల రాకపోకలు మంచివే. అలాకాకుండా కుక్క అనిష్టచేష్టలు చేయుచున్నపుడు ప్రవేశము, గమనము కీడు చేస్తుంది.

13) దుమ్మని, ధూళిని పైకెగరకొట్టుచూ, ముఖమంతయు దుమ్ము, రాళ్ళతో నింపుకొన్న కుక్క ముందుగానున్నచో దొంగల భయము కలుగును. ఎముకలను గ్రహించి వచ్చినచో మరణము కలుగును.

14) కత్తిరించబడిన తోక, చెవులు కలిగినది, రోగముతో కూడినది, కృశించినది మరియు చింతించుచున్న కుక్క ఎదురుగా వచ్చినచో మంచిది కాదు. అశుభము.

15) ఎక్కడయితే ఎక్కువ కుక్కలు చేరి చింతించుచుందునో, అక్కడ అడ్డుకోలేని, రాయబారము చేయలేని, భయంకరమగు కలహము జరుగును.

16) కుక్క నీళ్ళలో మునిగి తన శరీరమును కంపింపజేసినచో దొంగల భయము కల్గును, దారిలోగాని, గృహమందుగాని, గ్రామమందుగాని మాటి మాటికి ధ్వనించినచో రాజునకు దొంగల భయము కలుగును.

17) సూర్యుని చూచుచు చాల కుక్కలు గట్టిగా అరచినను, దీనముగా ధ్వనించినను, ఆవులించినను, వాంతులు చేసుకున్నను, తలను, చెవులను వణికించినను లేక విదిలించినను, మంచిదికాదు అశుభము.

18) ద్వారం దగ్గఱ కుక్క తన జఘన భాగమును రాపాడించినచో పూజింపదగిన బాటసారి వచ్చును. ద్వారం దగ్గఱ కుక్క కూర్చొనియున్నచో, మనుష్యులకు తమ కిష్టమైన వారితో కలయిక జరుగును.

19) కుక్క తన ఇంటిలోనికి ప్రవేశించి స్థంభాన్ని ఆలింగనము చేసుకొన్నాగాని, పొయ్యి పైకెక్కినాగాని, మంచి వారితో సమాగమము జరుగును.

20) కుక్క తన కుడిభాగమును గోక్కొన్నచో, దూరదేశమునుండి స్నేహితులు వస్తారు. శిరః ప్రదేశమును స్పృశించినచో వెంటనే ఇష్ట జనులు వచ్చెదరు.

21) కుక్క నీడలో కూర్చొన్నను, శ్రేష్ఠాసనముపై చెమటతోనున్నను ఇష్టసఖులతో కలహము కలుగును.

22) కుక్క యొక్క దక్షిణ చేష్టలు అన్ని కాలములయందు, అన్ని ప్రదేశముల యందు అందరికీ శుభములు కల్గించును. ఇక శాంత దిక్కున శాంత పంచకముతో దక్షిణ చేష్టలు చేసినచో, అది పురుషుని పూర్వజన్మ ఫలితమే యగును.

23) కుక్క పిరుదు భాగము వెనుకగానుండి చేష్ట, స్థానము, శబ్దము, దిక్కు దీప్తములయినతో రాజకార్యములకు తగియుందును. ఇవి వ్యతిరేకమయినచో చేయు కార్యములందు వధ, బంధనములకు దారి తీయును.

24) కుక్క తన చేతిని దురద తీర్చుకొన్నచో సమస్త కార్యములు ఫలించును. బ్రహ్మ ప్రదేశమున కుక్క మధురముగా అఱచినచో మాంసముతో సమానమైన భోజనము లభించును.

25) ఏ గృహమును కుక్క చిరకాలము ఆకాశము, గోమయము, మాంసము, మలములతో చూచునో ఆ యజమానికి అందమైన భార్య, నాశనము లేని ధనము లభించును.

26) భూమిపై ఏదో ఒక చోట కుక్క తలతో (ముక్కు) వాసన చూస్తూ, ఆ ప్రదేశమునే చూచుచున్నచో అక్కడ ఒక గని ఉండునని సిద్ధులు చెప్పుచున్నారు.

27) రోజంతా కుక్క సూర్యునికెదురుగా మొఱుగుచు లేక శబ్దము చేయుచున్నచో రైతులకు భయము కలుగును. సంధ్యా సమయమున వాయవ్యదిశగా ధ్వనించినచో దొంగల భయము, పెనుగాలుల భయము కల్గును.

28) కుక్క ఉత్తరముఖముగా తిరిగి అర్ధరాత్రి శబ్దించినచో బ్రాహ్మణులకు హాని, ఆవులకు మరణము కలుగును. ఈశాన్యదిక్కుగా రాత్రి చివరి భాగమున ధ్వనించినచో గర్భస్రావములు, అగ్నిభయాలు, కుమారికలను నిందించుట జరుగును.

29) ప్రాతఃకాలమున కుక్క ఆగ్నేయముఖముగా ధ్వనించినచో అగ్ని, తస్కర భయములు కలుగును. రోజు మధ్యలో సూర్యుని చూచుచు కుక్క మొఱిగినచో వాయు, మృత్యు భయాలు కలుగును. రోజు ఆఖరి ఘడియలందైనచో రక్తపాతముతో కూడిన కలహములు వచ్చును.

30) ఉదయకాలమున గ్రామం మధ్యలో కుక్క సూర్యుని కెదురుగా నిలబడి అరచినచో రాజు నశించును. సూర్యునికెదురుగా కుక్క మల విసర్జన చేయుచు కనబడినచో సిద్ధించిన కార్యములందు కూడ కొన్ని ఉపద్రవములు వచ్చును.

31) సూర్యునికెదురుగా నిలబడి తలలనెత్తి మొఱిగే కుక్కలు గొప్ప భయమును కలిగించును. సంధ్యా సమయములో కూడ ఇదే ఫలితము కలుగును. ఇతర సమయాలలో కుక్కలు అదే విధముగా చేసినచో గ్రామానికి కీడు కలుగును.

32) గాడిదలు, కుక్కలు కలిసి రాత్రియందు మొఱిగినచో (శబ్దించినచో) గ్రామము శూన్యమగును. గ్రామములో ధ్వనించి పిదప ఈశాన్యములో ధ్వనించినచో (మొఱిగినచో) గ్రామమండలి ముఖ్యపురుషుడు నాశనమగును.

33) గ్రామములో అనేక కుక్కలు మొఱిగినచో, గ్రామములోని ముఖ్యపురుషనకు అసౌఖ్యము కలుగును. కుక్కలు కనుక అడవికి సంబంధించినవైనచో తాపఫలితములనిచ్చును.

34) కుక్కలు కర్రతో కొట్టబడినట్లుగా మాటిమాటికి ఖేఖే శబ్దాలు (ధ్వనులు) చేసినా గాని, లేక గుంపులుగా పరిగెత్తినాగాని, అవి మృత్యువును కలిగించును. లేక గ్రామమైను శూన్యము చేయును.

35) ఇంటిగోడను కుక్క త్రవ్వినచో సంధిపాతము కలుగును, లేక దొంగల భయము కలుగును. గోశాలను త్రవ్వినచో గోవులు దొంగిలించబడును. ధాన్య భూమిని త్రవ్వినచో ధాన్య లాభము కలుగును.

36) కుక్క గృహద్వారములోపల తలను పెట్టి బయట శరీరము నుంచి గృహిణిని చూచి గట్టిగా దీర్ఘముగా నినదించినచో రోగము కలుగును. బయట తలను లోపల దేహమును పెట్టి గృహిణిని చూచి దీర్ఘముగా నినదించినచో ఆమెను బంధకిగా చెప్పుచున్నారు.

37) కుక్క వామ జానుప్రదేశమును నాకినచో ధన ప్రాప్తి కల్గును. అదే కుడి జానువునైనచో ప్రియులతో కలహము కల్గును. ఎడమ తొడను ఆస్వాదించినచో విషయభోగములు కల్గును. కుడితొడనైనచో మిత్రులతో శత్రుత్వము కల్గును.

38) కుక్క తన భుజములను ఆస్వాదించినచో మగవారికి తస్కర, వైరియోగములు కల్గును. మాంసము, అస్థికలు, భక్ష్యము, భస్మముతో కప్పబడియున్నచో గొప్ప అగ్నిభయము కల్గును.

39) వృక్షము క్రింద కుక్క మొతిగినచో వర్షం ఎక్కువగా కురియును. పురప్రవేశ గోపురములపై నినదించినచో పురమునకు పీడ కల్గును. మంచముపైన భయము కల్గును, గృహం మధ్య అఱచినచో గృహోనికి నష్టం జరుగును.

40) కుక్క ఇంటిపైకి ఎక్కి నినదించినచో వాయు భయము కల్గును. ప్రయాణమై వెళ్ళేటప్పుడు, వెనుక నుండి మొరిగినచో భయము కల్గును. ప్రజల గుంపులకు అపసవ్యముగా వచ్చి అఱచినచో శత్రుభయాలు కలుగును.

41) కుక్క నినదించుచు భవనములోని జనుల చుట్టు తిరిగినచో బంధన భయము కల్గును.

42) మాంసపూరిత పాత్ర గల ప్రాంగణము నందు కుక్కల గుంపు తిరుగుచు, ఆడుచున్నచో ఎక్కువ సంపదలు కల్గును. కాని కుక్కల సమూహము అక్కడ త్రవ్వినచో అనర్థాలు కల్గును.

43) కుక్క ఒంటి కన్నుతో ఎడ్చినచో గృహంలో దుఃఖము కల్గును. గోవులతో సమానముగా క్రీడించుచున్నచో క్షేమము, సుభిక్షము, ఆనందము కలుగును.

35.7 లాభ ప్రకరణము

1) కుక్క ఎత్తు ప్రదేశమున కూర్చొని కుడి పాదముతో గోక్కొన్నచో వెంటనే లాభము కల్గును.

2) కుక్క ముఖము (నోరు) హరిద్రా (పసుపు), మాంసము, గౌరికాది ధాతువులతో పరిపూర్ణముగానున్నచో సువర్ణ లాభము కల్గును. ఫలపుష్ప, అంకురాలపై ఎక్కువ కాలము దృష్టిసారించినచో నిధి లాభము కలుగును.

3) కుక్క చిగురుటాకులతో క్రీడించినగాని, వృక్షమూలమును చూచుచున్నాగాని, సౌఖ్యము కలుగును. రక్తముతో తడిసిన శిరస్సుతో ఎదురొచ్చినచో భూలాభము కలుగును.

4) కుక్క ఏదైనా ఫలమును గ్రహించి ఇంటిలో ప్రవేశించినచో పుత్రలాభము కలుగును. ఆనందించెడి ముఖముతో ఎదురుగా వచ్చినచో ధన ధాన్యలాభములు చేకూరును.

5) కుక్క కుడి పాదముతో కుడివైపు చేష్టలు చేసినచో లాభములు కలుగును. వామ పాదముతో దక్షిణ చేష్టలు చేసినను లాభము కాదు.

6) సంతుష్ట మనస్సుతో, రమ్యమైన శబ్దము చేయుచు శుభ చేష్టలను చేయుచు కుక్క మూత్ర విసర్జన చేసినచో కోరిన కోరికలన్నియు నెరవేరును.

7) మూత్ర విసర్జన చేసిన కుక్క ఎదురుగా వచ్చినచో పురుషులకు ప్రశస్తము. అన్ని వేళలా, అన్ని కార్యముల యందు ఆడ కుక్క మూత్ర విసర్జన చేయుట మంచిది కాదు.

35.8 జీవిత మరణ (జీవన మరణములు) ప్రకరణము

– చరకుడు, వాగ్భటుడు రోగి యొక్క జీవనమును గూర్చి లేక మరణమును గూర్చి కుక్క చేష్టలననుసరించి చెప్పిన ఫలితములీ క్రింది విధముగా నున్నవి.

1) కుక్క తన హస్తం వెనుక భాగముగా, వెనుకవైపుననున్న వ్రేళ్ళను ఆస్వాదించినాగాని, నాకినాగాని, రోగి ఐదు దినములలో మరణించును.

2) మాటిమాటికి కుక్క కుడి తొడను నాకుచున్నచో ఐదు దినములలో రోగి మరణించును, జతరమును నాకినచో వెంటనే మృత్యువు కల్గును.

3) మూడు రోజులపాటు కుక్క తన చెవులను, నేత్రములను చలింపజేసినచో రోగి మరణించును. తన నాసికను నాకుచున్నచో పది దినములలో రోగి మరణించును.

4) కుక్క తన దక్షిణ పార్శ్వమును వంచి, పీరభాగమును శుభ్రపరిచినచో రోగి వెంటనే మరణించును.

5) కుక్క తన తోకను, హృదయమను నాకినచో భయపడే రోగి రెండు, మూడు దినములలో మరణించును.

6) కుక్క తన చెవులను ఝాడించుకొని (విదిలించుకొని) శరీరమును పరివర్తన చేసినచో రోగి వెంటనే మరణించును.

7) రోగి విషయమును ప్రశ్నించునపుడు కుక్క అలసిపోయి తన శరీరాంగములను కుంచించుకొని నిద్రపోయినచో రోగి తక్షణమే మరణించును.

8) కుక్క తన శరీరావయములను కుంచించుకొని, రెండు కళ్ళను మూసుకొని, నోరు తెరచి లాలాజలమును వదులుచు పడుకొన్నచో రోగి తక్షణమే మరణించును.

9) కుక్క ఏ కారణము లేకుండా పరుగెత్తి అరచినను, నీటిని చూచి భయపడినను, చనిపోయిన జీవముల అంగములనుగాని, అస్థికలను గాని, త్రాళ్ళను గాని నోటితో పట్టుకొని ఇంటిలోనికి ప్రవేశించినచో, ఆ యింటివారు చనిపోవుదురు.

10) కుక్క ప్రతిరోజు ఆలస్యము లేకుండా సూర్యుని చూచుచు ధ్వనించినచో / మొతిగినచో అదేశాధిపతికి కీడు జరుగును.

11) రోగి బ్రతుకునా? లేదా? యని శ్వానమును (కుక్కను) ప్రశ్నించునపుడు, కుక్క చేయు చేష్టలను బట్టి నిర్ణయించవలెను.

12) రోగార్తులకు ఔషధము ఇచ్చుట యందు, నష్ట వస్తు దర్శనముల యందు, దుర్గములలో ప్రవేశించునపుడు, దగ్గఱగా భయము కలిగినప్పుడు శునకము యొక్క కుడివైపు నడక మంచిది.

35.9 యాత్రా ప్రకరణము

1) ప్రయాణ సమయాలయందు కుక్క కుడి ప్రదేశము నుండి ఎడమ ప్రదేశమునకు వచ్చుట ప్రశస్తము. పుర, గృహ ప్రవేశములందు ఎడమ భాగము నుండి కుడివైపునకు వచ్చుట మంచిది.

2) యాత్రలు, ప్రవేశములలో మగ కుక్కపైన చెప్పిన గమనములకు విరుద్ధమైన ఆడ కుక్క గమనములు ప్రశస్తములు. ఆడ మగ కుక్కల చేష్టలకిక్కడ ప్రాధాన్యత లేదు.

3) మలమునుగాని, కొత్త బట్ట ఖండమునుగాని నోటితో గ్రహించి యాత్రికునకెదురుగా కుక్క వచ్చినచో నూతన వస్తులాభము కలుగును.

4) శునకము తన వామభాగమును కొద్దిగా వంచి, కొద్ది దూరము వెళ్ళి వెంటనే వెనుకకు వచ్చినచో బాటసారికి సౌఖ్యము కల్గును. కుడివైపుగా వచ్చినచో దుఃఖము కల్గును.

5) సంతోషముగా కుక్క క్రీడించుచు ఎదురుగా వచ్చినచో తప్పకుండా అధికమైన ధన ధాన్య లాభములు కలుగును.

6) కుక్క ఎత్తు ప్రదేశము నుండి దిగి నీచ ప్రదేశమునకు ఎడమ భాగములో వచ్చినచో దుఃఖ ప్రదమగును. నీచ ప్రదేశము నుండి ఉచ్చ ప్రదేశమునకు కుడి భాగములో వెళ్ళినచో సుఖప్రదమగును.

7) ఏనుగు, గుఱ్ఱము, శయ్య, ఆసనం, గుడ్లగూబ, పచ్చగడ్డి ప్రదేశము, ఛత్రము, ధ్వజము, వృక్ష మూలము, కుండ(పాత్ర), ఇటుకలు, చామరములు, పళ్ళెము,

మట్టి, ఫల పుష్పములు మొదలగు స్థానములందు కుక్క మూత్ర విసర్జన చేసినచో ఇష్టసిద్ధి కలుగును. నూతనమైన గోమయమందైనచో ఇష్టాన్నము, ఎండిన గోమయమందైనచో తక్కువ భోజనము కలుగును.

18) సంతుష్టినిపొంది, పరిపుష్టమై, ప్రసన్నముగా నుండి రోగములు లేకుండా, ఆనందంతో, పరిపూర్ణ శరీరముతో క్రీడించుచూ ఎదురుగా కుక్క వచ్చినచో కోరినవన్నియు నెరవేరును.

19) శ్వానము స్వచ్ఛమైన అన్నమును గాని, నేతినిగాని, మలమునుగాని, మాంసమును గాని, ఆవుపేడను గాని, నోటితో పట్టుకొని ఎడమ కుడి భాగములలో ఎటువైపు చూచినను, సమస్త కోరికలు తప్పకుండా తీరును..

20) కుక్క ప్రయాణీకుని వాసన చూచి, అనులోమ గతిలో వెడలినను, తన తలపై దురదను ఏదో ఒక పాదముతో తీర్చుకొన్నను, సర్వసిద్ధులు కలుగును.

21) కుక్క ప్రయాణీకునకు ముందుగా భూమిని కాళ్ళతోరాసి, ప్రయాణీకుని ముఖమును చూచినచో ఆ దేశమందే ఆయనకు ధనలాభము నిస్సందేహముగా కలుగును.

22) కుక్క పుష్పములను గ్రహించి పరుగెత్తినచో ప్రయాణీకునికి సర్వ సమృద్ధులు కలుగును. నల్ల కుక్క చూచినంత మాత్రము చేతనే అన్ని పనులు చెడిపోవును.

23) శ్వానము బాటసారితో కలిసి ఎడమభాగమున వెళ్ళుచున్నచో, అందమైన స్త్రీ మరియు ధనము లభించును. అలా కాకుండ కుక్క బాటసారిననుసరించుచూ దక్షిణ భాగమున నడిచినబో మార్గ మధ్యమున దొంగల భయము కలుగును.

24) కుక్క చెప్పులను గ్రహించి వేరొక స్థలమునకు పట్టుకెళ్ళినచో ధనము దొంగిలించబడును. అలా కాకుండ చెప్పులను గ్రహించి అక్కడే ఉన్నచో ధనలాభము కలుగును.

25) కుక్క పచ్చని ఆకును గాని, నూతన దూర్వములను గాని, నూతన గోమయమును గాని నోట కఱచుకొని బాటసారికి ముందుగా ప్రయాణించినచో బాటసారికి రాజాను గ్రహము కలుగును.

26) వెంట్రుకలు, ఎముకలు, గుడ్డలు, రాయి, చిరిగిన వస్త్రము, బొగ్గులు, భస్మము, కట్టెలు (పుల్లలు) – వీనిలో ఏదైనా ఒక దానిని కఱచి పట్టుకొని బాటసారికి కనిపించినచో ఎక్కువ భయము కలుగును.

27) కుక్క నిప్పుతో ఉన్న పుల్లను తెచ్చినచో బాటసారికి మరణము. లతలను, త్రాళ్ళను తెచ్చినచో బంధనము కలుగును, దుమ్ము ధూళితో నిండినపుల్లతో వచ్చినచో బాట సారికి కీడు కలుగును.

28) మానవ శరీరాంగములను నోట కఱచుకొని వచ్చు కుక్కను బాటసారి చూచినచో
వానికి భూలాభము కల్గును, తన శరీరావయవములను, తోకను, నాలుకను
కదలించుచున్న కుక్కను చూచినచో అధికైశ్వర్యము కలుగును.

29) సద్యస్కాలములోని ఎముకను గ్రహించిన కుక్క ఎదురుగా కనిపించినచో
శుభములు కల్గును. ఎండిన చర్మమును గాని, బాగా శుష్కించిన ఎముకను గాని
గ్రహించి ఎదురుగా కన్పించినచో మరణము కల్గును.

30) ఎక్కువ దురదలతో కూడిన కుక్క మానవులకు విరోధమును కలిగించును.
దుష్టమైన కార్యములయందు ఊర్ధ్వపాదము కలది, పడుకొన్నదియైనచో సిద్ధులను
కలిగించును.

31) ఇంటి మగకుక్క ఇంటి ఆడకుక్కతో క్రీడించినచో బంధు సమాగమము
సంభవించును. చాల కుక్కలు క్రీడించుచు ధ్వనించినచో చాలా చాల మంచిది.

32) యాత్ర యందు గాని, ప్రవేశమందుగాని కుక్కల జంట ఆనందముతో
క్రీడించుచున్నచో, ఇష్టకార్యములందు కూడ చాల సంతోషము కల్గును.
స్వజనులతో సంపర్కము కలుగును.

33) కుక్కల జంట కుడిభాగమున వెడలుచున్నా గాని, స్నేహముగా కలిసినా గాని,
పరస్పరము చంబనములు చేసుకొన్నాగాని, ప్రేమతో ఒకదానితో నొకటి
చూచుకొన్నా గాని, ఆలింగనము చేసుకొన్నాగాని, రతి క్రీడయందాసక్తిని
కనబరచినాగాని, ప్రయాణీకునికి యువతీ లాభము కల్గును.

34) కుక్క ఆవులతో ఆడుచున్నచో కోరిన కోరికలు నెరవేరును. గ్రామ ప్రదేశమందు
కుక్క ముందుగా (అగ్రభాగమున) మూత్రించి వెడలిపోయినచో కోరిన భోజనము
దొరుకును.

35) కుక్క వామ భాగమునందుండి, చంచలముగానున్నచో రణమందు భంగమును,
ధన నాశనము కల్గును. ముందుగా కోపముతో పరుగెత్తినచో రక్తస్రావము, వధ,
బంధనము సూచించబడుచున్నవి.

36) కాష్టమును, పాషాణమును నోట కఱచుకొని కుక్క ఎవరిని చూచునో వానికి
త్వరగా యుద్ధము సంప్రాప్తించును. కుక్కలు బేసి సంఖ్యలో క్రీడించుచున్నచో
ప్రయాణీకునకు ఏడు దినములలో యుద్ధము కలుగును.

37) ప్రయాణీకునికి ముందు భాగమున శునకము తన శరీరముతోపాటు కను,
చెవులను కంపింపచేసినచో దొంగలు బాటసారిని (ప్రయాణీకుని) గట్టిగా కొట్టి
ధనమును త్వరగా దొంగిలిస్తారు.

38) నీళ్ళతో తడిసిన వృక్షములయందు, ముళ్ళతోనున్న వృక్షములయందు, శుష్కించిన, భగ్నమైన, శిథిలమైన, క్రిందపడిపోయిన వృక్షములయందు, అవలక్షణములతో నున్న వృక్షములయందు, ఎముకల యందు, కట్టెల యందు, కొమ్ములయందు, బూడిదయందు, రాతిపైన, స్మశానమందలి తీగలపైన, పొల్లుయందు, పుట్టయందు, నిప్పులయందు, ముళ్ళపైన, రాళ్ళపైన, ఊకయందు, వెంట్రుకలయందు, శిథిలమైన మలమునందు, చర్మముపైన, మృతశరీరములపైన కుక్క మూత్రవిసర్జన చేయుచుండగా చూచినచో, వానికి దరిద్రము, మరణము, ముఖ్యమైన అనర్థములతోపాటు కార్యనాశనము కూడ జరుగును.

39) మలము, మాంసము, ఇతర భోజ్యవస్తువులు – వీటిలో ఒక దానిని నోటిలో నుంచుకొని, మిక్కిలి భయముతో కుక్క వణికిపోతూ వెనుదిరిగి పరిగెత్తినచో ప్రయాణీకులకు (బాటసారులకు) సిద్ధించిన కోరికలు కూడ నాశనమగును.

40) కుక్క వెనుకకు తిరిగి వెళ్ళుచు భూమిని త్రవ్వుచు ఆహోరముచే పూర్ణముఖియై యున్నచో ఎదురుగానున్న పురుషనకు అతిభయము కలుగునని చెప్పవచ్చును.

41) కుక్క ఆవులించుచూ తన నాసికను ఆస్వాదించినచో తన అంగభంగమును తెల్పును. పురుషుల లాభమునకు హోని కల్గును. సమీపమునకు గెంతినచో మృత్యు ప్రదమని తెలియవలెను.

42) పాంథునకు ముందు భాగమున ఆడ కుక్క తన చెవులను కంపింపజేసినచో, పాంథుని ఇంటిలోని ధనమంతటిని రాజకీయ పాపులు (పురుషులు) హరిస్తారు.

43) వెళ్ళునపుడు గాని, వచ్చునపుడు గాని కుక్కలు దెబ్బలాడుకొన్నచో పాంథునకు యుద్ధముగాని బంధనముగాని, మరణముగాని ప్రాప్తించును. దెబ్బలాట యందాస్తమైన కుక్క కుడివైపుగా వెడలినచో దొంగల భయము కల్గును.

44) క్రోధముతో ఘుర ఘుర శబ్దము చేయుచుగాని, భయముచే మొఱుగుచుగాని, మధ్యలో అటు ఇటు తిరుగుటగాని కుక్క చేస్తున్నచో తప్పక ధన నాశనమగును.

45) కుక్క బలవంతంగా ఎడమవైపునకు తీసుకెళ్ళబడినచో బాటసారికి స్వల్ప లాభము కల్గును. అలా కాకుండ కుక్క భయముచే కుడివైపునకు, తదుపరి ఎడమవైపునకు వచ్చి వెళ్ళినచో పాంథునకు అనర్థాలు కలుగును.

46) కుక్క భూమిని త్రవ్వినచో సుఖాలు కలుగవు. దుఃఖాలే కలుగును. త్రవ్వుచు నడుచుచున్నను దుఃఖ హేతువే అగును. శిరస్సును కంపింపచేసినచో దొంగల భయము కల్గును. ముఖము పెద్దదిగా (నోటిని) చేసినచో సకల కార్యములు చెడిపోవును.

47) కుక్క తన పృష్ఠమును ఆఘ్రాణించి, దంతాలతోగాని, గోళ్ళతోగాని గుడ్డను (వస్త్రమును) చింపుచున్నచో పలు అనర్థాలు కల్గును. ప్రవాసుల ముందు కుక్క పై చేష్టలు చేసినచో, ప్రవాసులకు ధనలాభము కల్గును.

48) గ్రామములోని కుక్క తన సర్వాంగములు వణుకుచు కనిపించినచో చేసే ప్రయత్నాలన్నీ భయాన్ని కలిగించును. ఆ సమయమందు కుక్కలు తినుచున్నప్పుడు కూడ మనుష్యులకు అనేక ఆపదలను కలుగును.

49) ప్రయాణీకునికి ఎడమ భాగమున గాని వెనుక భాగమునగాని ఉన్న శ్వానము కోపముతో అఱచుచున్నచో పాంథనకు పరాజయము కల్గును. వెళ్ళుచున్న ప్రయాణీకునికి ఎదురుగా నిలిచి పై విధముగా అరచినచో అతడు తిరిగిరాడు.

50) ప్రయాణీకునికి ముందొకటి, వెనుకొకటి కుక్కలు ఉండి ధ్వనించుట మంచిది కాదు. కుడి ఎడమలలో నున్నచో దానిని తోరణ సంజ్ఞ యందురు. అట్టి స్థితి శుభదాయకమగును.

51) శ్వానము ఇంటి లోపలి నుండి పాదము నాస్వాదించినచో యాత్ర కల్గును. ప్రయాణమునకు సిద్ధమైన వాని పాదములను కుక్క నాకినచో ప్రయాణము జరుగదు, ఆగిపోవును.

52) సారమేయము వెనుక కాళ్ళతో భూమిని త్రవ్వుచు, ధూళిని ఎగజిమ్ముచు, దీర్ఘముగా ధ్వనించుచు, యాత్రికుని అగ్రభాగమున వాంతి చేసుకొని, మలమును విసర్జించినచో ఆ కుక్క ఎక్కువ భయమును సూచించుచున్నదని తెలియవలెను.

53) కుక్క తన ముందు కాళ్ళతో భూమిని గీకుచున్నను. బాగా ఎత్తు ప్రదేశమునందున్నను, శిరస్సును గోకుకొనుచున్నను నరునకు సిద్ధిని కలిగించును.

54) నిలబడుట, నడచుట, మానవ గృహములలో ప్రవేశించుట – వీని యందు కుక్క యొక్క దక్షిణ చేష్టలు మంచివి. వామ చేష్టలు మంచివి కావు.

55) కుక్క తోకను, నాలుకను, కటిని, పృష్ఠ భాగమును కదిలించుచు, శబ్దించుచు ఎదురుగా వచ్చినను, పృష్ఠ శరీరమును ఆస్వాదించుచున్నను. అవి మంచి చేష్టలే. వీనివలన సమస్త కార్యములు సిద్ధించును.

56) కుక్క ఎడమవైపు నుండి కుడి భాగమును, కుడివైపు నుండి ఎడమ భాగమును స్పృశించినచో మంచిది కాదు.

57) శ్వానము యొక్క ఊకార, ఉకార శబ్దములు, అర్ధసిద్ధిని కలిగించును. ఆకార శబ్దము ఆక్షేపమును తెల్పును. వెనుక భాగమందలి సమస్త శబ్దములు కార్యనిరోధకములగును.

58) ఉడుము, పిల్లి, కుందేలు, నక్క, పంది ఈ ఐదును కుక్కతో సమానమైనవి. పిల్లి, గోవు, మానవుడు, కుక్క – ఈ నాలుగింటి తుమ్ములు ప్రాణాంతకమైనవి.

35.10 భోజన ప్రకరణము

కుక్క యొక్క చిహ్నములు, చేష్టల ద్వారా భోజన లాభము, నిషేధము కూడ వ్యక్తమగును. అవి ఈ క్రింది విధముగానున్నవి.

1) కుక్క పాంథుని గమన సమయమున ఎడమవైపు ఇంటిలో ప్రవేశించునపుడు కుడివైపున ఉన్నచో దాని దృష్టిలో పడినవాడు బహు భోజ్యములను తినును.

2) ఏ గృహమునకు భోజనము గురించి మానవులు వెళ్ళెదరో అక్కడ కుక్క ముందుగా దక్షిణముగాను, తర్వాత వామ భాగమున సంచరించినచో ఆ అన్నమును విషము మాదిరిగా విడిచిపెట్టవలెను.

3) ఏ గృహమున కుక్క తలను కంపింపజేయుచు తోకను ముడుచుకొనునో ఆ ఇంటి భోజనము చేయరాదు. కుక్క ఎదురుగా వచ్చి ప్రక్కకు అడ్డముగా వెళ్ళినచో అచ్చటి భోజన పదార్థములు స్థిరమైనవి గావు. అనగా భుజింపరాదు.

4) కుక్క భూమిని వాసన చూచి సృక్విణియుగ్మమును అనగా ముఖదంతముల మధ్య భాగమును నాకినచో నెయ్యి పిపీలికాది కీటక దుష్టమని తెలియవచ్చును. శునకము బాగా కడిగిన పాత్రను నాకుచున్నచో అన్నము విషయుక్తమని తెలియవలెను.

5) పైకి కనపడు దంతములు గల కుక్క తన పెదవులను నాకినచో కోరిన భోజనము లభించును. ముఖ మధ్యమును నాకి, పిదప పెదవులను నాకిచో భోజనము భగ్నమగును.

6) శ్వానము కుడివైపునకు వెళ్ళి సృక్విణియుగ్మమును ఆస్వాదించినచో అరణ్యములో నున్న వానికి గూడ భోజనము దొరకును.

36. శివారుతము (ఆడనక్క కూత)

36.1 దగ్గాది ప్రకరణము

మనోహరము, శుభాశుభములను సూచించునది, సత్యరూపము అయిన ఆడనక్క ధ్వనులు, ఆధ్వనుల ప్రశాంత, దీప్త మరియు దిక్కులను బట్టి ఫలితములుండును.

1) మొదటి ఝామములో అనగా సూర్యోదయ కాలమున ఆడనక్క, ఈశాన్య దిశయందు ధ్వనించినచో భయము, తూర్పు దిశయందు శరీర నాశనము, ఆగ్నేయ దిశయందు కారాగార శిక్ష కల్గును.

2) పగలు రెండవ ఝామములో ఆడనక్క తూర్పు దిక్కున శబ్దించినచో భయము, ఆగ్నేయమున శరీర నాశనము, దక్షిణమున బంధనము కలుగును.

3) పగలు నాల్గవ ఝూములో దక్షిణ దిశయందు కూసినచో భయము, నైరుతిలో శరీర నాశనము, పశ్చిమమున బంధనము కల్గును.

4) రాత్రి తొలి ఝూమున నక్క అరచినచో నైఋతి దిశయందు భయము, పడమర దిశయందు కార్య నాశనము, వాయ్యమున – బంధిఖానా ప్రాప్తించును.

5) రాత్రి రెండవ ఝూమున శివా పశ్చిమమున, వాయువ్యమున, ఉత్తరదిశ యందు కూసినచో క్రమముగా భయము, శరీరపాతము, బంధనము కలుగును.

6) రాత్రి మూడవ ఝూమున వాయవ్య, ఉత్తర, ఈశాన్య దిశలయందు ఆడనక్క కూసినచో క్రమముగా భయము, శరీరవ్యయము, బంధనము కల్గును.

7) ఆడనక్క రాత్రి నాల్గవ ఝూములో వాయవ్య, ఉత్తర, ఈశాన్య దిశలయందడచినచో క్రమముగా భయము, శరీరవ్యయము, బంధనములు కల్గును.

36.2 దిక్పంచకయామ యోగ ప్రకరణము

– దగ్ధ, దీప్త, ధూమితమనెడి మూడు, దిక్కుల అశుభఫలితములు చెప్పబడినవి. ఇప్పుడు మిగిలిన ఐదు దిక్కుల (ప్రశాంత దిక్కుల) ఫలితాలు ఈ క్రింది విధముగా నున్నవి.

1) పగలు తొలి ప్రహరలో ఆడనక్క దక్షిణ, నైఋతి, పశ్చిమ, వాయవ్య, ఉత్తర దిక్కులలో ధ్వనించినచో క్రమముగా ఇష్టవార్తా శ్రవణము, ఇష్టసిద్ధి, లాభము, సుభిక్షము, ఇష్టులతో కలయికలు జరుగును.

2) పగలు రెండవ ప్రహరలో నైఋతి, పశ్చిమ, వాయవ్య, ఉత్తర, ఈశాన్య దిక్కుల యందు ఆడనక్క కూసినచో క్రమముగా ఇష్ట వార్తా శ్రవణము, ఇష్టసిద్ధి, లాభము, సుభిక్షము, ఇష్టులతో కలయికలు ఏర్పడును.

3) పగలు మూడవ ప్రహరలో పశ్చిమ, వాయవ్య, ఉత్తర, ఈశాన్య, తూర్పు దిక్కులలో ఆడ నక్క కూసినచో క్రమముగా ఇష్ట వార్తా శ్రవణము, ఇష్ట సిద్ధి, లాభము, సుభిక్షము, ఇష్టజనకలయికలు కలుగును.

4) పగలు నాల్గవ ప్రహరలో వాయవ్య, ఉత్తర, ఈశాన్య, తూర్పు, ఆగ్నేయ దిక్కులందు ఆడ నక్క కూసినచో క్రమముగా పై ఫలితములే కలుగును.

5) ఇదవ ఝాములో (5వ ప్రహరలో) కూడ ఉత్తర, ఈశాన్య, తూర్పు, ఆగ్నేయ, దక్షిణ దిక్కులలో కూడ పై ఫలితములే కలుగును.

6) ఆరవ ఝాములో ఈశాన్య, తూర్పు, ఆగ్నేయ దక్షిణ, నైఋతి దిశలలో కూసినచో క్రమముగా ఇష్ట వార్త ప్రశవణము, ఇష్టసిద్ధి, లాభము, సుభిక్షము, ఇష్టల కలయిక జరుగును.

7) ఏడవ ప్రహరలో కూడ తూర్పు, ఆగ్నేయ దక్షిణ, నైఋతి, పశ్చిమ దిక్కులందు పై ఫలితములే క్రమముగా కలుగును.

8) ఎనిమిదవ ఝాముున ఆగ్నేయ, దక్షిణ నైఋతి, పశ్చిము, వాయవ్య దిక్కులలో నక్క ధ్వనించినచో వరుసగా ఇష్టవార్త ప్రశవణము, ఇష్టసిద్ధి, లాభము, సుభిక్షము, ఇష్టలతో కలయికలు జరుగును.

36.3 స్వరాష్టక (అష్టస్వర) ప్రకరణము

మొదటి ధ్వని నుండి ఎనిమిదవ ధ్వని వరకు గల ఎనిమిది ధ్వనులందు గల శివారుత ఫలితములే క్రింది విధంగా ఉన్నవి.

1) ప్రశాంత దిక్కులందు నక్క ఒకసారి కూసినచో ధన ప్రాప్తి, రెండు మార్లు ధ్వనించినచో ఇష్టసిద్ధి, మూడు మార్లయినచో అభీష్ట లాభము, నాల్గు మారులయినచో ధనలాభము, ఐదుమార్లు కూసినచో ధనలాభము, ఆరుమార్లయినచో శుభములు, ఏడుసార్లు ధ్వనించినచో భయనాశనము, ఎనిమిది సార్లు శబ్దించినచో సకల సుఖములు కలుగును.

2) దీప్త దిక్కులందు ఒకటి నుండి ఏడు వరకు శబ్దించినలో క్రమముగా భయములు 2) అనిష్టములను వినుట 3) ధనహాని 4) ఇష్టజనుల వియోగము 5) గొప్ప జయములు 6) ఆర్తితో మల విసర్జన చేయుట 7) మరణము కలుగును.

3) తూర్పుదిక్కున ఒక ధ్వనిని చేసినచో ధనలాభము రెండు ధ్వనులు చేసినచో నిధి కనిపించును. మూడుసార్లయినచో కన్యాలభమము, నాలుగుసార్లయినచో వంధ్యాస్త్రీ రాక, ఐదు మార్లు ధ్వనించినచో అర్ధసిద్ధి కలుగును. ఆరు మార్లయినచో రాజు కోపించును. ఏడు సార్లయినచో భీతి కల్గును. ఎనిమిదవ కూత నిష్ఫలమగును. ఏమీ విశేషము లేదు.

4) ఆగ్నేయమున తొలికూత భయమును, మలి కూత రాజు కోపమును, మూడవసారి భయాన్ని కల్గించును. నాల్గవ కూత నగరనాశనము, ఐదవ ధ్వని యుద్ధాన్ని, ఆరవ కూత కలహము, ఏడవరవము భీతిని ఎనిమిదవ ధ్వని శూన్య ప్రయోజనాన్ని కల్గించును.

5) దక్షిణ దిక్కున శివారుతము మొదటిదైనచో శుభము, రెండవది అశుభము, మూడవది మహా భయము, నాల్గవది స్వజనుల రాక, ఇదవది పుత్రలాభాన్ని కలిగించును. ఆరవ కూతవలన ఆడపిల్ల జననము, ఏడు వలన భీతి, ఎనిమిదవ ధ్వని వలన నిష్పలము కలుగును.

6) నైఋుతి దిక్కుగ ఆడనక్క మొదటి శబ్దము వలన గ్రామనాశనము, రెండవ దాని వలన గోకుల నాశనము, మూడవ కూతవలన రెండు, నాల్గు కాళ్ళుగల వారికి మరణము, నాలుగు ధ్వనుల వలన హాని, ఐదింటి చేత రాజభయము, ఆరుచే దొంగల భయము, ఏడు వలన భీతి, ఎనిమిది కూతలవలన ప్రయోజన శూన్యము కలుగును.

7) పడమర దిశలలో నక్క నాలుగు ధ్వనులను వరుసగా చేసినచో ఆయా ధ్వనులకు వరుసగా 1) భీతి 2) హాని 3) రాజదూత వచ్చుట 4) అగ్ని భయము కల్గును. ఐదు, ఆరు, ఏడు, ఎనిమిది శబ్దముల వలన క్రమముగా రాజభయము, సామాన్యభయము, చోర భీతి, నిష్పలములు కలుగును.

8) వాయవ్య దిశలో నక్కకూసినచో ఏకధ్వని వలన భయము, రెండవ ధ్వనికి అధిక భయము, మూడు, నాలుగు, ఐదు, ఆరు, ఏడు, ఎనిమిదవ ధ్వనులకు వరుసగా పెద్ద వర్షము, మేఘాల రాక, వర్షము, రాజకోపము, భీతి, ప్రయోజన శూన్యత కలుగును.

9) ఉత్తర దిక్కున నక్క ధ్వనించినచో తొలికూతకు ఎవరో ఒకరి మరణము, రెండవదానికి గొప్ప భయము, మూడవ దానికి బ్రాహ్మణ హత్య, నాల్గవ కూతకు క్షత్రియ మరణము, ఐదవ దానికి వైశ్య మరణము, ఆరవ దానికి శూద్ర మృతి, ఏడవ దానికి భీతి, ఎనిమిదవ కూతకు ప్రయోజనము లేకుండుట కల్గును.

10) ఈశాన్య దిక్కున నక్క మొదటి ధ్వనికి దుర్దినము సంభవించును. రెండు, మూడు, నాలుగు, ఐదు, ఆరు, ఏడు, ఎనిమిది ధ్వనులకు వరుసగా వర్షము, గాలులు, పిడుగులు పడుట, ఎవరో ఒకరి మరణము, భూలాభము, నీతి, ప్రయోజన శూన్యత కలుగును.

36.4 యాత్రా ప్రకరణము

- నక్కకూతను పురస్కరించుకొని పాంథుడు శుభముల కొఱకు, లాభము కొఱకు, నిర్విఘ్నముగా తిరిగి స్వదేశము చేరుట కొఱకు ప్రయాణించును. అవి ఈ క్రింది విధముగా నుండును.

1) ఇతర దేశములకు వెళ్ళు వారికి శాంత దిక్కులలో ఆడనక్క ధ్వనించినపుడు, శాంతదిక్కుగా బయలుదేరినచో వాంఛిత శుభములు చేకూరును. దీప్త దిక్కుగా బయలుదేరినచో అనుకొన్న పనులు, కోరికలు నాశనమగును.

2) తూర్పు దిశయందు సూర్యుడుండగా తూర్పుయందే నక్క ధ్వనించినచో ఆ దిశగా ప్రయాణమైనచో పురుషునకు వధగాని, జైలుగాని ప్రాప్తించును.

3) తూర్పు దిశ యందు సూర్యుడుండగా తూర్పున శివా ధ్వని కలిగినచో ఆ దిశవైపుగా ప్రయాణించుటచే భయము కల్గును. దక్షిణ దిశ ధనక్షయమును కలిగించును. ఉత్తరదిశ పయనము వాంఛిత కార్యసిద్ధి కలుగును.

4) తూర్పు దిశగా వెళ్ళబోవు వానికి వెనుక భాగమున నుండి సూర్యుని చూచుచో నక్క నినదించినచో సర్వవిధముల ఇష్టసిద్ధి కల్గును.

5) దక్షిణ దిక్కుగా ప్రయాణము చేయు పురుషునకు దక్షిణమున సూర్యుడు లేకుండా నక్క కూసినచో అతనికి రాజరికము కల్గును.

6) దక్షిణ దిక్కుగా ప్రయాణము చేయు పురుషునకు దక్షిణ భాగములో అనగా పడమరదిశ యందు సూర్యుడుండి, అతనికి ఎడమవైపున అనగా తూర్పు దిశయందు నక్క ధ్వనించినచో, అతనికి పృథివీ పతిత్వము (అనగా రాజకీయ అధికారము) లభించును.

7) బాటసారి దక్షిణ దిశగా దక్షిణాభిముఖుడై వెడలునపుడు ఆడనక్క వానికంటే ముందుగా నుండి, సూర్యుడు కూడ అక్కడే కన్పించుచుండగా ధ్వనించినచో శీఘ్రముగా మరణించును.

8) బాటసారి దక్షిణ దిశగా వెళ్ళగోరినచో, వానికి వెనుక భాగమున అనగా ఉత్తరదిశయందు ఆడనక్క చూసినచో, అతడు ఏడు రాత్రులలోగా చనిపోవును.

9) పడమర దిశగా వెళ్ళగోరువానికి ఎదురుగా ఆడనక్క శాంతముగా, నెమ్మదిగా కూసినచో, శుభ ఫలితములు కల్గును. దీప్తమైనచో అశుభ ఫలితములు కల్గును.

10) పడమర దిక్కుగా వెళ్ళు బాటసారికి తన కుడి భాగమున ఆడనక్క కూసినచో అనేక అనర్ధములు కల్గును. వాని ధనము కూడ అపహరించబడును.

11) పడమర దిశ వైపునకు వెళ్ళు వానికి వాని ఎడమ భాగమున శివా కూసినచో, అది శాంతమైనచో అనుకొన్న పనులు నెరవేరును.

12) పడమర దిశగా వెళ్ళు వానికి తన తల వెనుక భాగమున శృగాలి ధ్వనించినచో, అగ్ని భయము కల్గును.

13) ఉత్తరదిశ వైపు వెళ్ళు వానికి తూర్పున శివారుతము (ఆడనక్క కూత), ఆ సమయమున పశ్చిమమున సూర్యుడు ఉన్నచో వాంఛితములన్నియు నెరవేరును.

14) ఉత్తర దిశగా వెడలు వాని వెనుక భాగమున ఆడనక్క నినదించినచో ఆ సమయమున సూర్యుడు ఆకాశ మధ్యముననున్నచో ధననాశనము, మరణము సంభవించును.

15) ఉత్తరదిశగా వెళ్ళే బాటసారికి ఎదురుగా ఆడనక్క కూసినచో తనకిష్టమైన పనులతోపాటు ధనప్రాప్తి కూడ సిద్ధించును.

16) ఏ దిక్కు యందు సూర్యుడు తీవ్రముగా నుందునో ఆ దిక్కు యందు నక్క ధ్వనించినచో, ఆ దిక్కునకు పయనించువానికి జీవిత కాల ధనములు నశించును.

17) శృగాలి మొదట దక్షిణముగా వెళ్ళి తర్వాత ఎడమ భాగము")వైపు నడచును, ధ్వనించినచో పాంథునికి తప్పక క్షేమము, ధనప్రాప్తి, గృహాగమనము సిద్ధించును.

18) శాంత దిశ న్యాశ్రయించి ఆడనక్క నరునకు ఎడమ భాగమున అఱిచినచో ధనలాభమును తప్పక కల్గించును. దక్షిణ దిశయందు ధ్వనించినచో ధన నాశనము కల్గించును.

19) దీప్త దిశలలో నక్క వామభాగమున అఱిచినయెడల లాభము లేకపోవుట, పలు అనర్థాలు కలుగును. దీప్త దిశలో దక్షిణముగా శబ్దించినచో, అనర్థాలు, సంకటాలు కల్గును.

20) శాంత దిక్కునగాని, ప్రదీప్త దిక్కునగాని బాటసారి వెనుక భాగమున ఆడనక్క అరచినచో ప్రయాణ భగ్నము కలుగును. ఎదురుగా ధ్వనించినచో ఆపదలలో చిక్కుకొనును.

21) ఎడమ, కుడి, ముందు, వెనుకలలో ఎక్కడైనను బాటసారికి సమీపములో నక్క అఱిచినచో మొదటి కూతకు దొంగలు వస్తారు. రెండవ ధ్వనికి దొంగల దర్శనమగును.

22) నక్క మొదటి రెండు ధ్వనులకు వరుసగా రాజానుగ్రహము, ధనాగమము, మూడు, నాల్గవ ధ్వనులకు హాని, ఐదునకు ధనలాభము, ఆరునకు వ్యాపారంలో విఫలమగుట, ఏడు, ఎనిమిదవ ధ్వనులకు వరుసగా భయము, నిష్ఫలత కలుగును.

23) నక్క ఈర్ష్యతో హాహాకారములు చేసినచో అది హాస్యము కొరకు అగును. అలా కాకుండ పాంథునకు ముందుగా చేసినచో – ఈ రెండు రకముల ధ్వనులు ప్రాంథునికి కోరికలను తీర్చును.

24) రాజునకు యాత్రా సమయమున మార్గము చూపుచు ముందుగా నడిచినచో శత్రుపరాజయము కలుగును. జయమును పొందును. ఇతరములయిన కోరికలు కూడ తీరును.

25) శాంత దిక్కులో ఇతర కార్యములందు కూడ నక్క బాటసారి వెనుక ధ్వనించుచు, నడిచిన శ్రేయస్సులే చెప్పబడుచున్నవి. ప్రదీప్త దిక్కునందైనచో గొప్ప భయములు కలుగును.

26) ఎక్కువ భయములు కలిగినపుడు దీప్త దిశలో నక్క ప్రదీప్తముగా కూసినచో భయములు తొలగిపోవును. అట్లే భయములు కలిగినపుడు, నక్క శాంత పంచకములోనున్నచో అధిక భయములు కల్గును.

27) నదులు దాటుచున్నప్పుడు నక్క అఱచినచో, నదికి రెండువైపుల గల గట్లను జాగ్రత్తగా రక్షించాలి. లేనిచో జలచరములచే ప్రమాదము కల్గును.

36.5 స్థాన స్థిత ప్రకరణము

- యాత్రీకులకు, ఇండ్లలోనుండు వారికి శివధ్వని వలన కలుగు శుభాశుభములను మునుల సమ్మతముగా ఈ క్రింద తెలుపబడుచున్నవి.

1) నక్క అన్ని దిక్కులందు ఫేఫే యని అఱచినచో స్థానమును నాశనము చేయును. యుద్ధము కూడ జరుగవచ్చును, నక్క మిక్కిలి కోపముతో అఱచినచో పనులను ఆపివేయుట మంచిది.

2) సంతాన వ్యామోహముతో ఆడనక్క మెల్లగా దయాపూరితముగా సర్వదికులందు కూయుచున్నచో సమస్త కార్యములను విడిచిపెట్టమని శకునవేత్తలు చెబుతున్నారు.

3) గ్రామ పార్శ్వ భాగమున నుండి నక్క రౌద్రముగా నినదించినచో గ్రామము నాశనమగును. లేక గ్రామ మధ్యమందుందునవి నశించును.

4) నక్క గ్రామం మధ్యకు చేరి ధ్వనించినచో ఆ గ్రామము శూన్యమగును. లేక లోకమునకు సుఖము లేకుండుట జరుగును.

5) నక్క గ్రామ సమీపమున ఏడు రోజులు మహా భయంకరముగా ధ్వనించినచో ఆ గ్రామ వాసులకు అధిక హాని జరుగును.

6) నగర సమీపమందు నక్క ఐదు దినములు మధ్యాహ్న సమయమున అఱచినచో ఆ నగరము నశించును. అగ్ని భయము కూడ కల్గును.

7) అర్ధరాత్రి సమయమందు ఐదు రోజులు నక్క క్రూరముగా శబ్దించినచో ఆ గ్రామమును అనేక మంది దొంగలు ఆక్రమింతురు.

8) ఒక స్థానమునకు దగ్గఱలో ఆడనక్క ఐదు దినములు ప్రభాత సమయములలో కూసినచో, అచ్చటి మహాపురుషులకు హాని జరుగును.

9) లక్షలాది మంది నివసించుచున్న గ్రామము / నగరమైనను సాయం సమయమందు ఆడనక్క మూడు రోజులు తీవ్రముగా ధ్వనించినచో ఆ గ్రామము / నగరమునకు కీడు కల్గును.

10) ఆడనక్క తన భయంకర కూతలతో ప్రజలకు గగుర్పాటు కలిగించి గుట్టముల మూత్రపురీషములు విడుచునట్లు చేసినచో – అశుభములు కల్గును.

11) పురము యొక్క సమస్త దిక్కులందు ఆడనక్క తీవ్రముగా అరిచినచో పురములో దుఃఖ వాతావరణము నెలకొనును. పెద్ద యుద్ధము లాంటి కీడు కూడా జరుగును.

12) ఎక్కువ భయంకరముగా కూయుచు ఆడనక్క నలుదిక్కుల తిరుగుచు, గగుర్పాటును, వణుకును కలిగించినచో, యువరాజు మరణమును తెల్పును.

13) నదీ తీరము నందు ఆడ నక్క మూడు లేక ఐదుసార్లు సౌమ్యముగా కూసినచో, ఆ నక్క నమస్కరయోగ్యురాలు. ఆ నక్క రాజరికమును ప్రసాదించే శివా (దేవి).

14) అన్ని పనులను ప్రారంభించే ముందు ఆడ నక్కకు బలి ప్రదానము చేయవలెను. ఆ నక్క ఏ కార్య సంబంధ నైవేద్యమును స్వీకరించునో ఆ కార్యము సఫలమగును.

15) మధ్యాహ్న సమయందు శ్మశానములోను, అర్ధరాత్రి ఇంటి ముందు నక్క కూసినచో అర్థము. నైవేద్యము సమర్పించి నమస్కరించాలి. అది మంగళ ప్రదము.

36.6 శివారుతే బలివిధాన ప్రకరణము

– శకున శాస్త్రానుసారముగా నక్కకు బలివిధానము చెప్పబడుచున్నది. దివ్య మంత్ర ప్రతిష్ఠితమగు బలి సర్వ దోషాల్ని పోగొడుతుంది. దీని వలన సర్వ కార్యములు సాధింపబడతాయి.

1) ఆడ నక్కకు బలి యిచ్చుటకు శూన్య గృహము, శివాలయము, స్మశానము, నాల్గు రోడ్ల కూడలి, ఊసరక్షేత్రము, శక్త్యాలయము శ్రేష్ఠము. ఈ ప్రదేశములను శుభ్రపరచి, శోధించి, ఆ ప్రదేశ మధ్యములో ఆవు పేడతో అలికి మండలము చేయవలెను. ఎక్కువ జీర్ణమైన, వయస్సు పెద్దదైన ఆవు యొక్క, వంధ్యయైన గోవు యొక్క, రోగిష్టి ఆవు యొక్క, బాలింతరాలైన ఆవు యొక్క గోమయమును తీసుకోరాదు. దానిపై చిత్ర వర్ణ వితానము (మండలము) ను వేసి అష్టదళ పద్మమును నిర్మించి, దానిపై ఇంద్రాది దిక్పాలకులను పూజింజవలెను, ఆ పద్మము మధ్యలో ఏడుగురు కుమారులతో కూడిన ఆడ నక్కను పిష్టముచే నిర్మించి, ధూప, దీప, నైవేద్యాదులతో భక్తి, శ్రద్ధలతో పూజించవలెను. తదుపరి ఆజ్యము, బెల్లము, అన్నం, మినుములు, బొబ్బర్లు, అపూపములు (వడలు, అప్పాలు), మాంసములను నివేదించవలెను. మంగళమును కోరే పురుషులు అష్టమి, చతుర్దశి తిథులందు, అర్ధరాత్రిలో మంత్రమును ఓం శివే జ్వాలాముఖీ బలింగృహాణ హుంఫట్ స్వాహా అని ఏడు సార్లు జపించి ఆడనక్కకు బలి పిండములనీయవలెను. ఇది బలిదాన మంత్రము.

2)   జపమంత్రము అనగా అర్ఘ్యప్రదాన మంత్రమును (ఓం శివే శివదూతి భగవతి చండి ఇద మర్ఘ్యం బలిం లీ అలిలీలా సమన్వితం. నమర్చితం గృహాణ గృహాణ ఆగచ్చా గచ్చ వాయు వేగేన శుభం కురు కురు స్వాహా) అని కూడా పఠించాలి.

3)   ఆ ప్రదేశమునందే శకునశాస్త్రవేత్తయగు ఆచార్యుని వస్త్ర భోజన, దక్షిణ తాంబూలాది సత్కారములచే సంతోష పెట్టవలయును. ఆచార్యుడు సంతోషించినచో అభీష్టములు సిద్ధించును.

4)   భరణి, కృత్తిక, ఆరుద్ర, ఆశ్లేష, పూర్వఫల్గుణి, పూర్వాషాడ మరియు పూర్వాభాద్ర నక్షత్రములందు కాక, మిగతా నక్షత్రాలయందు ఆడ నక్క శబ్దించినచో సకల శుభాలు కల్గును.

5)   సమస్త కోరికలను, హితవులను తీర్చుటకు భూమిపై దేవి భవాని ఆడ నక్క రూపములో నున్నది. ఆమె కృపా కటాక్షములు పొందుటకు విద్వాంసులు ఆడ నక్క కూతను వినుటకు ప్రయత్నించవలెను.

—•◦◦•—

BIBLIOGRAPHY
37. పరిశీలించిన గ్రంథాలు

1. శిఖినరసింహ శతకము – అజ్ఞాత కవివర్యుడు

2. శిఖినరసింహ శతక తాత్పర్యము – శ్రీ నేదునూరి గంగాధరం

3. కాలామృతము సవ్యాఖ్యానాంధ్ర తాత్పర్య సహితము – ప్రకాశకులు శ్రీవావిళ్ల రామస్వామి శాస్త్రులు అండ్ సన్స్, చెన్నై – 600 021

4. ఎమ్.ఏ. జ్యోతిషం పాఠ్య సామాగ్రి

5. స్వప్న ఫలదీపిక (కలలు – వాటి ఫలితములు) – శ్రీ వడ్డాది వీర్రాజు సిద్ధాంతి

6. ముహూర్త చింతామణి – చల్లా లక్ష్మీ నృసింహ శాస్త్రి

7. ముహూర్త దర్పణం – వావిళ్ల రామశాస్త్రులు అండ్ సన్స్

8. ధర్మసింధు – శ్రీ బ్రహ్మశ్రీ కొల్లూరి కామశాస్త్రి

9. ముహూర్త సింధు – శ్రీ వాద్రేవు సూర్యనారాయణమూర్తి

10. నిర్ణయ సింధువు – కర్త : కమలాకరభట్టు
    అనువాదము : డా॥ కిడాంబి నరసింహాచార్య

11. వసంతరాజశకునమ్ – డా॥ మారేపల్లి రామవీరేశ్వరశర్మ

www.ingramcontent.com/pod-product-compliance
Lightning Source LLC
Chambersburg PA
CBHW051221130726
47988CB00001B/166